ഗ്രീൻ ബുക്സ്

അധിനിവേശത്തിന്റെ അറേബ്യൻ മുഖം

ഹമീദ് ചേന്നമംഗലൂർ

അധ്യാപകൻ, എഴുത്തുകാരൻ, സാമൂഹ്യപ്രവർത്തകൻ.
1948 ജൂണിൽ കോഴിക്കോട് ജില്ലയിലെ ചേന്നമംഗലൂരിൽ ജനനം.
ഇംഗ്ലീഷിൽ മാസ്റ്റർ ബിരുദം. കേരളത്തിലെ വിവിധ ഗവൺമെന്റ്
കോളേജുകളിൽ ഇംഗ്ലീഷ് അധ്യാപകനായും
കോഴിക്കോട്ടെ പ്രീ-എക്സാമിനേഷൻ ട്രെയിനിങ്
സെന്ററിൽ പ്രിൻസിപ്പലായും സേവനമനുഷ്ഠിച്ചിട്ടുണ്ട്.

പ്രധാന കൃതികൾ: *മതേതര വിചാരം, പീഡനത്തിന്റെ വഴികൾ,
വർഗ്ഗീയ മനോഭാവത്തിന്റെ വേരുകൾ, ന്യൂനപക്ഷ രാഷ്ട്രീയം,
ഒരു മതനിരപേക്ഷവാദിയുടെ സ്വതന്ത്രചിന്തകൾ,
വ്യക്തിനിയമ വിചിന്തനം, ഭാരതവത്കരണത്തിന്റെ വ്യാകരണം,
പർദയുടെ മനഃശാസ്ത്രം, മതം രാഷ്ട്രീയം ജനാധിപത്യം,
ഭീകരതയുടെ ദൈവശാസ്ത്രം, തെരഞ്ഞെടുത്ത ലേഖനങ്ങൾ,
മാർക്സിസം ഇസ്ലാമിസം മതനിരപേക്ഷത,
ജനാധിപത്യം അസ്തമിക്കാതിരിക്കാൻ, ദൈവത്തിന്റെ
രാഷ്ട്രീയം*. ഇന്ത്യൻ യൂത്ത് അസോസിയേഷന്റെ
'ബെസ്റ്റ് പബ്ലിക് ഒബ്സർവർ' പുരസ്കാരവും (1986),
കേരള സാഹിത്യ അക്കാദമിയുടെ സി.ബി. കുമാർ
എൻഡോവ്മെന്റ് അവാർഡും (2010) ലഭിച്ചിട്ടുണ്ട്.

വിലാസം: *ചേന്നമംഗലൂർ പോസ്റ്റ്, മുക്കം, കോഴിക്കോട് - 673 602.*

ലേഖനം

അധിനിവേശത്തിന്റെ അറേബ്യൻ മുഖം

ഹമീദ് ചേന്നമംഗലൂർ

ഗ്രീൻ ബുക്സ്

green books private limited
little road, ayyanthole, thrissur- 680 003
ph: 0487-2361038
website: www.greenbooksindia.com
e-mail: info@greenbooksindia.com

(malayalam)
adhiniveshathinte arabian mukham
(articles)
by
hameed chennamangaloor

first published december 2011
reprinted october 2015
copyright reserved

cover design : rajesh chalode

branches:
thrissur 0487-2422515
palakkad 0491-2546162
kannur 0497-2763038
Thiruvananthapuram 9846670899

isbn : 978-93-80884-60-8

no part of this publication may be reproduced, or transmitted in any form or by any means, without prior written permission of the publisher

മുഖക്കുറി

മദ്ധ്യകാല ചിന്തകൾ തിരിച്ചുകൊണ്ടുവരാൻ ശ്രമിക്കുന്ന യാഥാസ്ഥിതികത്വത്തിനെതിരെ തന്റെ ശക്തമായ നിരീക്ഷണങ്ങൾ അവതരിപ്പിക്കുകയാണ് ലേഖകൻ. അതോടൊപ്പം വോട്ടുബാങ്ക് രാഷ്ട്രീയത്തേയും അധികാരത്തേയും ഭൗതിക സമൃദ്ധിയേയും പുൽകുന്ന രാഷ്ട്രീയത്തിന്റെ അവസരവാദ വ്യതിയാനങ്ങളെയും തുറന്നു കാട്ടുന്നു. സ്വത്വവാദം പോലുള്ള മേഖലകളെ അദ്ദേഹം നിശിതമായി അപഗ്രഥിക്കുന്നു. ഹമീദ് ചേന്നമംഗലൂരിന്റെ ശബ്ദം ധീരവും അപൂർവവുമാണ്. ഈ ശബ്ദം ശക്തി പ്രാപിക്കുന്നതിലൂടെ മാത്രമേ നഷ്ടപ്പെടുന്ന മതേതരത്വബോധവും വിപ്ലവബോധവും ചിട്ടപ്പെടുത്താനാകൂ.

കൃഷ്ണദാസ്
മാനേജിങ് എഡിറ്റർ

ലേഖനങ്ങൾ

അധിനിവേശത്തിന്റെ അറേബ്യൻ മുഖം 09
മാർക്സ് നിരാകരിച്ച മതവും
നിരാകരിക്കാത്ത മതവും 17
മതമൗലികവാദികളുടെ സാമ്രാജ്യത്വസേവ 22
ജീവകാരുണ്യ പ്രവർത്തനങ്ങളുടെ രാഷ്ട്രീയം 25
മനുഷ്യത്വം മതവിരുദ്ധമോ? 29
വന്ദേമാതരം: ഒഴിവാക്കേണ്ട വിവാദം 33
ബുദ്ധിജീവികളുടെ സമുദായം 36
പാരീസിൽ ഒരു തസ്ലീമ 42
മാറേണ്ടത് മനോഭാവം 45
ഭീകരതയ്ക്കെതിരെ പ്രമേയം മതിയോ? 49
ഭാഷാഭീകരത വളരുമ്പോൾ 53
സാംസ്കാരിക വിഭജനം പ്രോത്സാഹിപ്പിക്കരുത് 57
എന്താണ് മുഷീറുൽ ഹസന്റെ തെറ്റ്? 61
ഒബാമയുടെ ഇഫ്താർ 65
സ്വത്വവാദത്തിന്റെ വർഗീയ തിരിവുകൾ 68
'വിശുദ്ധപോരാളി'കളെ വളർത്തിയവർ 71
കർണാടകത്തിലെ 'ഹെയ്റ്റ് ജിഹാദ്' 74
തീവ്രവാദക്കേസും സമുദായവത്കരണവും 77
ഹൈന്ദവ വലതുപക്ഷത്തെ
വേട്ടയാടുന്ന കറുത്ത ഏടുകൾ 81
ഇല്ലാത്ത മുസ്ലിം മനസ്സ് 86
ഭൂരിപക്ഷ തീവ്രവാദികൾ പ്രവർത്തിക്കുന്ന വിധം 89
ഭീകരതയുടെ വംശീയ പരിമിതികൾ 92
ഖുർആനും തോക്കും തമ്മിലെന്ത്? 96
ധർമ്മനിരാസത്തിന്റെ പൊതുമണ്ഡലം 100
ഇസ്ലാമിന്റെ നേർവഴി 106

അധിനിവേശത്തിന്റെ അറേബ്യൻ മുഖം

മുഖം അപ്പാടെ മറയ്ക്കുന്ന പർദയെ പിന്താങ്ങാൻ മുഖ്യാധാരാ മുസ്‌ലിം സംഘടനകൾ പോലും അറച്ചുനിൽക്കുന്ന കാലമാണിത്. മുഖാവരണം കൂടാതെയുള്ള പർദയെ അത്തരം സംഘടനകൾ ഇസ്‌ലാമിക വസ്ത്ര ധാരണ രീതിയായി ഇപ്പോഴും കണക്കാക്കുന്നുണ്ടെങ്കിലും കണ്ണൊഴി കെയുള്ള ഭാഗം മുഴുവൻ ആവൃതമാക്കുന്ന പർദയുടെ കാര്യത്തിൽ ആ സംഘടനകൾക്കോ മുസ്‌ലിം മതപണ്ഡിതരിൽ ഗണ്യമായ ഒരു വിഭാഗ ത്തിനോ ഇപ്പോൾ വലിയ കടുംപിടിത്തം ഇല്ല. മുഖാവരണം നീക്കി ഫോട്ടോ എടുക്കാത്തവർക്ക് തിരിച്ചറിയൽ കാർഡ് നൽകാനാവില്ലെന്ന തിരഞ്ഞെടുപ്പു കമ്മീഷന്റെ തീരുമാനം ശരിവെച്ചുകൊണ്ടും ആവൃത മുഖ വുമായി ആർക്കും വോട്ട് ചെയ്യാനാവില്ലെന്നു വ്യക്തമാക്കിക്കൊണ്ടുമുള്ള സുപ്രീംകോടതിയുടെ നിരീക്ഷണത്തെ മുസ്‌ലിം സംഘടനകൾ പൊതു വിൽ സ്വാഗതം ചെയ്തത് അതിന്റെ തെളിവാണ്.

പക്ഷേ, സമ്പൂർണ പർദയുടെ കാര്യത്തിൽ മുസ്‌ലിം സംഘടന കൾക്കോ മുസ്‌ലിം മതപണ്ഡിതരിൽ മിക്കവർക്കുമോ ഇല്ലാത്ത പിടി വാശി, മുകളിൽ പറഞ്ഞ കോടതി നിരീക്ഷണത്തിന്റെ പശ്ചാത്തലത്തിൽ, വേറെ ചിലർ പ്രകടിപ്പിക്കുകയുണ്ടായി. അതിന്റെ ഒരു ഉദാഹരണമത്രെ ബ്ലോഗനയിൽ വന്ന ഡോ. എൻ.എം. മുഹമ്മദ് അലിയുടെ പോസ്റ്റ് (87:49). 'പർദ ധരിച്ച മുസ്‌ലിം സ്ത്രീകൾക്കും വോട്ട് ചെയ്യണം' എന്ന കുറി പ്പിൽ പ്രധാനമായി മൂന്നു കാര്യങ്ങളാണ് ബ്ലോഗർ അവതരിപ്പിക്കുന്നത്. ഒന്ന്: മുസ്‌ലിം സ്ത്രീകൾ പർദ ധരിക്കുന്നത് അവരുടെ മതവിശ്വാസ ത്തിന്റെ ഭാഗമായിട്ടാണ്. രണ്ട്: പർദാധാരികളെ വോട്ട് ചെയ്യാൻ അനു വദിക്കാതിരുന്നാൽ അവർ സമൂഹത്തിന്റെ പൊതുധാരയിൽനിന്ന് മാറ്റി നിർത്തപ്പെടും. മൂന്ന്: 'പർദ വിദേശിയായ ഒരു മദ്ധ്യകാല സംസ്കാര ത്തിന്റെ അധിനിവേശത്തെ അടയാളപ്പെടുത്തുന്നു' എന്ന വാദം സംഘ പരിവാർ വാദത്തെ അനുസ്മരിപ്പിക്കുന്നതാണ്.

പർദ, ലിംഗസമത്വം തുടങ്ങിയ വിഷയങ്ങളെ അതിവൈകാരികമായി സമീപിക്കുന്ന ഒരു വിഭാഗം ഇപ്പോഴും മുസ്‌ലിം സമുദായത്തിലുണ്ട്.

അത്തരക്കാരെ ആനന്ദിപ്പിക്കാൻ ബ്ലോഗറുടെ വാദങ്ങൾ ഉപകരിച്ചേക്കും. പക്ഷേ, അദ്ദേഹത്തിന്റെ നിരീക്ഷണങ്ങൾ വസ്തുതകളുമായി ഒട്ടും ഒത്തു പോകുന്നില്ല.

പർദാധാരണം മതവിശ്വാസത്തിന്റെ ഭാഗമാണെന്ന വാദം ആദ്യമെടുക്കാം. ഖുർആനിലെ രണ്ടു സൂക്തങ്ങളിലേക്ക് വിരൽചൂണ്ടിയാണ് ബ്ലോഗർ ഈ വാദം അവതരിപ്പിക്കുന്നത്. അവയിലൊന്ന് 33-ാം അധ്യായത്തിലെ 33-ാം സൂക്തവും രണ്ടാമത്തേത് 24-ാം അധ്യായത്തിലെ 31-ാം സൂക്തവുമാണ്. സ്ത്രീകൾ തങ്ങളുടെ സൗന്ദര്യം പ്രദർശിപ്പിക്കരുത് എന്നതിനുള്ള ഖുർആനിക സാക്ഷ്യമായാണ് എൻ.എം. മുഹമ്മദ് അലി ഈ സൂക്തങ്ങൾ പരാമർശിക്കുന്നത്.

ഇതിൽ ആദ്യം പറഞ്ഞ സൂക്തം സ്ത്രീകളെ മൊത്തം ഉദ്ദേശിച്ചുള്ളതല്ല. പ്രവാചകപത്നിമാരെ മാത്രം ഉദ്ദേശിച്ചുള്ള സൂക്തമാണതെന്ന് തൊട്ടു മുൻപുള്ള സൂക്തം വ്യക്തമാക്കുന്നുണ്ട്. 'അല്ലയോ പ്രവാചക പത്നിമാരേ' എന്ന സംബോധനയോടെയാണ് ആ വചനം തുടങ്ങുന്നത്. തുടർന്ന് നിങ്ങൾ (പ്രവാചകന്റെ ഭാര്യമാർ) മറ്റുള്ള സ്ത്രീകളെപ്പോലെയല്ലെന്നും കാമദാഹികളായ പുരുഷന്മാർ നിങ്ങളിൽ ആകൃഷ്ടരാകാതെ നോക്കുന്നതിന് നിങ്ങൾ അവരോടുള്ള ഇടപെടലുകളിൽ സൂക്ഷ്മത പാലിക്കണമെന്നും പ്രസ്തുത വചനം പ്രവാചകപത്നിമാരെ ഉണർത്തുന്നു. അവരോട് വീടുകളിൽ ഒതുങ്ങാനും അന്യപുരുഷന്മാരുടെ മുന്നിൽ (ആഭരണങ്ങൾ ഉൾപ്പെടെയുള്ള) ബാഹ്യശോഭ പ്രദർശിപ്പിക്കാതിരിക്കാനും ആ വചനം ആവശ്യപ്പെടുകയും ചെയ്യുന്നു. ശ്രദ്ധിക്കേണ്ട കാര്യം മുഖാവരണത്തോടുകൂടിയ വസ്ത്രത്തെക്കുറിച്ച് ഈ സൂക്തത്തിൽ യാതൊരു പരാമർശവുമില്ല എന്നതാണ്.

പ്രവാചകന്റെ ഭാര്യമാർക്കു മാത്രം ബാധകമായ മേൽസൂക്തത്തെ സ്ത്രീകൾക്കു മുഴുവൻ ബാധകമായ വിധത്തിൽ അവതരിപ്പിച്ച ബ്ലോഗർ രണ്ടാമത് പറഞ്ഞ സൂക്തത്തെ (24:31) ശരിയല്ലാത്ത അർത്ഥത്തിലാണ് അവതരിപ്പിച്ചത്. വിശ്വാസികളായ സ്ത്രീകൾ പ്രലോഭനങ്ങളിൽനിന്നു മുഖം തിരിക്കണമെന്ന ഉപദേശത്തോടെയാണ് ആ സൂക്തം തുടങ്ങുന്നത്. അതിന് തൊട്ടുമുൻപുള്ള സൂക്തം വിശ്വാസികളായ പുരുഷന്മാർക്കും അതേ ഉപദേശം നൽകുന്നുണ്ട്. നമ്മുടെ ബ്ലോഗർ അക്കാര്യം വിടുകയും 'ഏതെല്ലാം പുരുഷന്മാരുടെ മുൻപിൽ സൗന്ദര്യം വെളിവാക്കത്തക്കതരത്തിൽ സ്ത്രീകൾക്ക് പോകാമെന്ന് ഖുർ ആൻ 24:31 വചനത്തിൽ എണ്ണിപ്പറയുന്നുണ്ട്' എന്നെഴുതുകയാണ് ചെയ്യുന്നത്. അവിടെയും മുഖാവരണത്തോടുകൂടിയ വസ്ത്രത്തെക്കുറിച്ചു പറയുന്നില്ല എന്ന വസ്തുത മുഹമ്മദലി കാണാതിരിക്കുന്നു. മാറിടം മൂടുപടത്താൽ മറയ്ക്കാൻ മാത്രമാണ്, മുഖം മറയ്ക്കാനല്ല ആ വചനം ആവശ്യപ്പെടുന്നത്.

ഇതിനർത്ഥം തിരിച്ചറിയൽ കാർഡിന്റെ കാര്യത്തിൽ തിരഞ്ഞെടുപ്പു കമ്മീഷനും മദ്രാസ് ഹൈക്കോടതിയും ഒടുവിൽ സുപ്രീംകോടതിയും അസ്വീകാര്യമെന്നു വിലയിരുത്തിയ മുഖാവരണത്തോടു കൂടിയ പർദ (ബുർഖ) മുസ്ലിം സ്ത്രീക്കു വേണമെന്ന നിഷ്കർഷ ഖുർആനിൽ ഇല്ലെന്നാണ്; പർദ മതവിശ്വാസത്തിന്റെ ഭാഗമല്ല എന്നാണ്; മധ്യകാല അറേബ്യൻ സംസ്കൃതിയുടെ ഭാഗമായേ പർദയെ കാണാൻ പറ്റൂ എന്നാണ്.

ഇന്ത്യയിലെ ഏതെങ്കിലും മുസ്ലിം സ്ത്രീ തിരഞ്ഞെടുപ്പു കമ്മീഷന്റെ തീരുമാനത്തെ ചോദ്യം ചെയ്തിട്ടില്ല എന്നതും രാജാവിനേക്കാൾ വലിയ രാജഭക്തി കാണിക്കുന്ന ബ്ലോഗറും സമാനമനസ്കരും ശ്രദ്ധിക്കേണ്ടതുണ്ട്. അജ്മൽ ഖാൻ എന്ന മുസ്ലിം പുരുഷനാണ് തിരഞ്ഞെടുപ്പു കമ്മീഷന്റെ നിലപാടിനെ മദ്രാസ് ഹൈക്കോടതിയിൽ ചോദ്യം ചെയ്തത്. മുഖമപ്പാടെ മറച്ചുകൊണ്ടുള്ള പർദ സ്ത്രീകൾ ധരിച്ചേ തീരൂ എന്ന ശാഠ്യം മുസ്ലിം സ്ത്രീകൾക്കില്ല, ചില മുസ്ലിം പുരുഷന്മാർക്കു മാത്രമേയുള്ളൂ എന്നു സാരം. നിർഭാഗ്യകരമെന്നു പറയട്ടെ അവരുടെ വക്കാലത്തുമായാണ് ഡോ. മുഹമ്മദ് അലി പ്രത്യക്ഷപ്പെടുന്നത്.

മുസ്ലിം പുരുഷന്മാരുടെ വക്കാലത്തേറ്റെടുക്കുന്ന ബ്ലോഗർ പർദയെ മതവിശ്വാസത്തിന്റെ ഭാഗമായി പൊക്കിപ്പിടിക്കുന്നവർ കാണിച്ച കൊടും ക്രൂരതയിലേക്ക് ഒന്നു കണ്ണു തുറക്കുന്നത് ഈ സന്ദർഭത്തിൽ ഉചിതമായിരിക്കും. സംഭവം നടന്നത് സൗദി അറേബ്യയിൽ. കാലം 2002 മാർച്ച്. ഗേൾസ് സ്കൂളിൽ തീപ്പിടിത്തമുണ്ടാകുന്നു. വെപ്രാളത്തിൽ പെൺകുട്ടികളിൽ ചിലർ, ക്ലാസിൽ അഴിച്ചുവെച്ച അബായ (പർദ) ധരിക്കാതെ പുറത്തേക്കോടുന്നു. വെളിയിൽ നിൽക്കുന്ന മതപോലീസ് അബായ ധരിക്കാൻ അവരെ കത്തുന്ന കെട്ടിടത്തിനകത്തേക്കുതന്നെ തിരിച്ചോടിക്കുന്നു. സൗദിയിലെ പത്രറിപ്പോർട്ടുകൾ പ്രകാരം അന്ന് പതിനഞ്ച് പെൺകുട്ടികൾ വെന്തുമരിക്കുകയും ഒട്ടേറെ പെൺകുട്ടികൾക്ക് തീപ്പൊള്ളൽ മൂലം പരിക്കേൽക്കുകയും ചെയ്തു. മതപൊലീസ് 'മതം' കാത്തു. പാവം പെൺകുട്ടികളെ കാത്തില്ല!

പർദാ ധാരികളെ വോട്ട് ചെയ്യാൻ അനുവദിക്കാതിരുന്നാൽ അവർ സമൂഹത്തിന്റെ മുഖ്യധാരയിൽനിന്ന് പുറന്തള്ളപ്പെടും എന്നതാണ് രണ്ടാമത്തെ വാദം. വോട്ടർ കാർഡിന്റെയും വോട്ടർപട്ടികയുടെയും ബൂത്തിൽ വോട്ട് രേഖപ്പെടുത്തുന്നതിന്റെയും ആവശ്യങ്ങൾക്കുവേണ്ടി മാത്രം മുഖാവരണസഹിതമുള്ള പർദ ഉപേക്ഷിക്കുന്നത് ബന്ധപ്പെട്ടവരെ പൊതുധാരയിൽനിന്ന് നിഷ്കാസനം ചെയ്യുന്നതിൽ കലാശിക്കുമെന്നത് അതിവാദം മാത്രമാണ്. അത്തരമൊരു നിഷ്കർഷ (മുഖം മറയ്ക്കാത്ത പർദയിട്ടു വേണം വോട്ട് ചെയ്യാനെന്ന നിഷ്കർഷ) കണ്ണ് വലയ്ക്കുള്ളിലാക്കി ബാക്കി മുഖം മുഴുവൻ മൂടിക്കെട്ടി മാത്രം പുറത്തിറങ്ങാൻ വിധിക്കപ്പെട്ട ഹതഭാഗ്യരായ സ്ത്രീകളെ അല്പമെങ്കിലും പൊതുധാരയുടെ

ഭാഗമാക്കാൻ ഉതകുകയാണ് വാസ്തവത്തിൽ ചെയ്യുന്നത്. നേരത്തേ ഉദ്ധരിച്ച ഖുർആൻ സൂക്തങ്ങളിൽനിന്ന് മുഖംമറയ്ക്കുന്ന പർദ മതവിശ്വാസത്തിന്റെ ഭാഗമല്ലെന്നു തെളിഞ്ഞിരിക്കെ, ആയിനം പർദയിൽനിന്ന് സ്ത്രീകൾ മോചിതരാകാനുള്ള നിമിത്തമായി കോടതിനിരീക്ഷണം മാറുമെന്നു കരുതാനാണ് ന്യായം. 1985-ലെ ഷാബാനു ബീഗം കേസ് വിധി മുസ്‌ലിം യാഥാസ്ഥിതികത്വത്തിന്റെ വിഷപ്പല്ലുകളിൽ ആഘാതമേല്പിച്ചതിന്റെ ചരിത്രം നമ്മുടെ മുൻപാകെയുണ്ട്. അതുപോലെ പരമോന്നത നീതിപീഠത്തിന്റെ പുതിയ നിരീക്ഷണവും പുരുഷമതത്തിന്റെ കോമ്പല്ലുകൾ നിർവീര്യമാക്കുന്നതിലാണ് ചെന്നെത്തുക. അമ്മട്ടിലുള്ള ഒരു നീതിന്യായ നിരീക്ഷണത്തെ പഴിക്കുന്നതിനു പകരം പർദയെക്കുറിച്ച് തെറ്റായ മതധാരണകൾ സ്ത്രീകളിൽ അടിച്ചേല്പിക്കുന്ന മധ്യകാല മനഃസ്ഥിതിക്കാരെ തുറന്നുകാട്ടുകയാണ് സ്ത്രീകൾ പൊതുധാരയുടെ ഭാഗമാകണമെന്ന് ആഗ്രഹിക്കുന്നവർ ചെയ്യേണ്ടത്.

സുപ്രീംകോടതി നിരീക്ഷണത്തെ മതവിശ്വാസത്തിന്റെ പേരിൽ വിമർശിക്കുന്നവരുടെ ആലോചനയിലേക്ക് ചെല്ലേണ്ട ഒരു സുപ്രധാന ചോദ്യം ഉണ്ടെന്നുകൂടി കൂട്ടത്തിൽ പറയട്ടെ. ഇന്ത്യയെപ്പോലുള്ള ഒരു സെക്കുലർ രാഷ്ട്രത്തിൽ മതവിശ്വാസങ്ങൾക്കോ മതസംഘടനകൾക്കോ വല്ല വിശേഷാവകാശങ്ങളുമുണ്ടോ? രാഷ്ട്രത്തിന്റെ മതേതര നിയമങ്ങളിൽനിന്ന് തങ്ങളെ ഒഴിച്ചു നിർത്തണമെന്ന് പറയാൻ മതവിശ്വാസികൾക്ക് അവകാശമുണ്ടോ?

അയിത്തവും അടിമത്തവും ഇന്ത്യയിലെ സെക്കുലർ നിയമങ്ങൾക്കെതിരാണ്. ബ്രാഹ്മണ്യത്തിന്റെ വക്താക്കൾക്കു വേണമെങ്കിൽ ജാതി വ്യവസ്ഥയും അതിന്റെ ഭാഗമായ അയിത്തവും തങ്ങളുടെ മതവിശ്വാസത്തിന്റെ ഭാഗമാണെന്നു വാദിക്കാം. തങ്ങൾ പോളിങ് ബൂത്തിൽ ചെല്ലുമ്പോൾ അവിടെ അയിത്തജാതിക്കാരായ വോട്ടർമാരോ തിരഞ്ഞെടുപ്പ് ഉദ്യോഗസ്ഥരോ ഉണ്ടാവുന്നത് തങ്ങളുടെ വിശ്വാസസ്വാതന്ത്ര്യത്തെ ഹനിക്കുമെന്നും അതിനാൽ അത്തരം സ്ഥിതിവിശേഷം ഒഴിവാക്കണമെന്നും മേൽജാതിക്കാർ ആവശ്യപ്പെട്ടാൽ മതവിശ്വാസത്തിന്റെ പേരിൽ അത് അനുവദിക്കണമെന്ന് ഡോ. മുഹമ്മദ് അലിയും കൂട്ടരും പറയുമോ?

ഇസ്‌ലാം അടിമത്തം നിരോധിച്ചിട്ടില്ല. നിരുത്സാഹപ്പെടുത്തിയിട്ടേയുള്ളൂ. വല്ലവരും അടിമകളെ നിലനിർത്തുന്നത് അനിസ്‌ലാമികമാണെന്ന് ഖുർആൻ പറയുന്നില്ല. അതുകൊണ്ടത്രെ പത്തൊൻപതാം നൂറ്റാണ്ടിന്റെ മദ്ധ്യത്തിൽ ആഫ്രിക്കൻ അടിമ വ്യാപാരത്തിൽ മുസ്‌ലിങ്ങൾ പങ്കാളികളാകരുത് എന്ന് ഓട്ടോമൻ ഭരണാധികാരികൾ നിർദ്ദേശിച്ചപ്പോൾ അന്നത്തെ മക്കയിലെ മുഖ്യപുരോഹിതൻ ആ നിർദ്ദേശത്തിനെതിരെ ഫത്‌വയുമായി രംഗത്തു വന്നത്. 'അടിമത്തം നിരോധിക്കുന്നത് വിശുദ്ധ

ശരീഅത്തിന് എതിരാണ്' എന്നായിരുന്നു മക്കാ പുരോഹിതന്റെ പ്രഖ്യാപനം. 'വിശുദ്ധ ശരീഅത്ത്' അനുവദിക്കുന്ന അടിമസമ്പ്രദായത്തിന്റെ വെളിച്ചത്തിൽ ഇന്ത്യയിലെ ഏതെങ്കിലും മുസ്‌ലിം പ്രമാണി മതവിശ്വാസം ഉയർത്തിക്കാട്ടി, തന്റെ അടിമകൾ തന്നെ പല്ലക്കിൽ ചുമന്ന് പോളിങ് ബൂത്തിലെത്തിക്കണമെന്നു പറഞ്ഞാൽ അത് അനുവദിച്ചുകൊടുക്കേണ്ടതാണെന്ന് മാന്യ ബ്ലോഗർ ശഠിക്കുമോ?

ഇല്ലെങ്കിൽ, മതവിശ്വാസത്തിന്റെ പേരു പറഞ്ഞ് മുഖം മറച്ച് വോട്ട് ചെയ്യാൻ മുസ്‌ലിം സ്ത്രീകൾക്ക് അവസരം നൽകണമെന്ന് മുസ്‌ലിം പുരുഷകേസരികൾ ആവശ്യപ്പെടുന്നതിനെ അനുകൂലിക്കുന്നതിൽ അർത്ഥമേതുമില്ല. രാഷ്ട്രത്തിലെ മതേതര നിയമങ്ങളും മതവിഭാഗങ്ങളുടെ നിയമങ്ങളും തമ്മിൽ സംഘർഷമുണ്ടാകുന്നിടത്ത് മതേതര നിയമങ്ങൾ ഉയർത്തിപ്പിടിക്കപ്പെടണം - പൗരാവകാശങ്ങളുടെയും ലിംഗസമത്വത്തിന്റെയും മറ്റും പ്രശ്നങ്ങളിൽ വിശേഷിച്ചും.

ഇനി ബ്ലോഗറുടെ മൂന്നാമത്തെ വാദത്തിലേക്കു ചെല്ലാം. ഈ ലേഖകനുമായി നേരിട്ടു ബന്ധപ്പെട്ട വിഷയമാണത്. പരാമൃഷ്ട കോടതി നിരീക്ഷണത്തെക്കുറിച്ച് കൈരളി പീപ്പിൾ ചാനൽ നടത്തിയ ചർച്ചയിൽ പങ്കെടുത്തുകൊണ്ട് പർദ അറേബ്യൻ സാംസ്കാരികാധിനിവേശത്തിന്റെ പ്രതിഫലനമാണെന്ന് ഞാൻ അഭിപ്രായപ്പെട്ടിരുന്നു. അതു കേട്ടപ്പോൾ തനിക്ക് ഓർമ്മ വന്നത് ആർ.എസ്.എസ്. പറയാറുള്ള അധിനിവേശത്തെക്കുറിച്ചാണെന്ന് മുഹമ്മദ് അലി എഴുതുന്നു. ഇസ്‌ലാം, ക്രിസ്തുമതം, കമ്യൂണിസം എന്നിവ വൈദേശിക അധിനിവേശങ്ങളാണെന്ന് എം.എസ്. ഗോൾവാൾക്കർ അഭിപ്രായപ്പെട്ടിട്ടുണ്ട് എന്ന് അദ്ദേഹം അനുസ്മരിക്കുകയും ചെയ്യുന്നു.

പക്ഷേ, ഗോൾവാൾക്കറും കൂട്ടരും രാഷ്ട്രീയ കാരണങ്ങളാൽ തങ്ങൾ ഇഷ്ടപ്പെടാത്ത അഭാരതീയ (വൈദേശിക) ദർശനങ്ങൾക്ക് അസ്പൃശ്യത കല്പിക്കുകയാണ് ചെയ്തതെന്ന വസ്തുത ബഹുമാന്യ ബ്ലോഗർ ഓർക്കാതെ വിട്ടു. ഞാനാകട്ടെ ഒരു ദർശനം എന്ന നിലയ്ക്ക് ഇസ്‌ലാമിനെയോ മറ്റേതെങ്കിലും വൈദേശിക മതത്തെയോ തള്ളിക്കളയണമെന്നല്ല പറഞ്ഞത്. ദർശനങ്ങൾ എന്ന നിലയ്ക്ക് മതങ്ങളുടെയും മതേതര ചിന്താപദ്ധതികളുടെയും ദേശാന്തര പ്രസക്തി അംഗീകരിക്കുമ്പോൾതന്നെ മതങ്ങളടക്കമുള്ള ദർശനങ്ങളുടെ സാംസ്കാരിക ഭാണ്ഡം ത്യാജ്യഗ്രാഹ്യ വിവേചനം കൂടാതെ ആരും പേറി നടക്കേണ്ടതില്ല എന്നതാണെന്റെ നിലപാട്.

മാർക്സിസം ഭൂമിയുടെ ഏതു കോണിൽ ജീവിക്കുന്നവർക്കും സ്വീകരിക്കാം. പക്ഷേ, ലോകത്തുടനീളമുള്ള മാർക്സിസ്റ്റുകൾ മാർക്സിന്റെ ഭാഷ(ജർമൻ)യും അദ്ദേഹത്തിന്റെ വേഷവിധാനവും ഭക്ഷണരീതിയും

സ്വീകരിച്ചേ മതിയാവൂ എന്നു വന്നാലോ? അത് മാർക്സിസമല്ല, ജർമൻ അധിനിവേശം മാത്രമാണ്. ഏഴാം നൂറ്റാണ്ടിൽ അറേബ്യയിൽ ജീവിച്ച മുഹമ്മദ് നബിയും അദ്ദേഹത്തിന്റെ അനുചരന്മാരും നോമ്പു തുറന്നത് കാരക്ക (ഈന്തപ്പഴം) കൊണ്ടാണെന്നും അതിനാൽ ഇരുപത്തിയൊന്നാം നൂറ്റാണ്ടിൽ ഇന്ത്യയിൽ ജീവിക്കുന്ന മുസ്ലിങ്ങളും കാരക്ക കൊണ്ടു തന്നെ വേണം നോമ്പു തുറക്കാനെന്നും പറഞ്ഞാൽ അത് മദ്ധ്യകാല അറേബ്യൻ സാംസ്കാരികാധിനിവേശത്തിന്റെ അടയാളമായേ ആലോചനാശീലം നഷ്ടപ്പെടാത്തവർ വിലയിരുത്തൂ. തികച്ചും അതുപോലെ, മധ്യശതകങ്ങൾതൊട്ട് അറബ് മേഖലയിൽ നിലനിന്നുപോരുന്ന പർദ ആ മേഖലയ്ക്കു വെളിയിലുള്ള സ്ത്രീകൾ ധരിച്ചുകൊള്ളണമെന്ന് വല്ലവരും വാശിപിടിക്കുകയാണെങ്കിൽ മദ്ധ്യകാല അറേബ്യൻ സംസ്കാരത്തിന്റെ അധിനിവേശത്തിനു വഴങ്ങുകയാണ് അവർ ചെയ്യുന്നതെന്ന് വിലയിരുത്തേണ്ടി വരും.

ഇത്തരം വഴങ്ങൽ സമകാലിക മുസ്ലിം സമൂഹത്തിൽ പല മേഖലകളിലുമുണ്ട്. അവയിൽ ചിലതു മാത്രം ഇവിടെ ചൂണ്ടിക്കാണിക്കാം. ഇസ്ലാം നിലവിൽ വന്നിട്ട് നൂറ്റാണ്ട് പതിന്നാലു പിന്നിട്ടെങ്കിലും ലോകത്ത് എല്ലായിടത്തുമുള്ള മുസ്ലിങ്ങൾ ഇപ്പോഴും അവരുടെ പ്രാർത്ഥന (അഞ്ചു നേരത്തെ നമസ്കാരം) നിർവഹിക്കുന്നത് അറബി ഭാഷയിലാണ്. മതവിശ്വാസപ്രകാരം സർവജ്ഞനാണ് അല്ലാഹു എന്ന ദൈവം. അദ്ദേഹത്തിന് അറബിഭാഷ മാത്രമല്ല, ഇംഗ്ലീഷും ഫ്രഞ്ചും ജർമനും ലാറ്റിനും സ്പാനിഷും റഷ്യനും ചൈനീസും ജാപ്പനീസും തൊട്ട് നമ്മുടെ മലയാളവും തമിഴും കന്നടയും മറാത്തിയും ബംഗാളിയും ഹിന്ദിയും വരെയുള്ള സകല ഭാഷകളും നന്നായി മനസ്സിലാവും. എന്നിട്ടും മലയാളി മുസ്ലിമും തമിഴ് മുസ്ലിമും മറാത്തി മുസ്ലിമുമൊക്കെ എന്തിനാണ് തങ്ങളുടെ മാതൃഭാഷ ഉപേക്ഷിച്ച് അറേബ്യക്കാരുടെ ഭാഷയിൽ പ്രാർത്ഥിക്കുന്നത്? കാരണം സുസ്പഷ്ടം: ഇന്ത്യയിലെയും മറ്റ് അനറേബ്യൻ രാജ്യങ്ങളിലെയും മുസ്ലിങ്ങൾ അറേബ്യയുടെ കൾച്ചറൽ ഇംപീരിയലിസത്തിന്, അറേബ്യൻ സാംസ്കാരികാധിനിവേശത്തിനു കീഴ്പ്പെടുന്നു.

ഇവിടെ അവശ്യമായി ഓർക്കേണ്ട ഒരു കാര്യമുണ്ട്. ഇന്ത്യയെ സംബന്ധിച്ചിടത്തോളം ഇസ്ലാമിനെപ്പോലെത്തന്നെ വൈദേശികോത്പത്തിയുള്ള മതമാണ് ക്രിസ്തുമതം. ആ മതത്തിന്റെ വേദമാണ് പുതിയ നിയമം (ന്യൂ ടെസ്റ്റമെന്റ്). ഗ്രീക്ക് ഭാഷയിലാണ് പുതിയ നിയമം ആദ്യം എഴുതപ്പെട്ടത്. പിന്നീട് വത്തിക്കാൻ പുരോഹിതർ ക്രിസ്തുമത പ്രാർത്ഥനകൾ ലാറ്റിൻ ഭാഷയിൽ വേണമെന്നു നിഷ്കർഷിച്ചു. അത് പഴയ കഥ. ഇപ്പോൾ ലോകത്തിന്റെ വിവിധ ഭാഗങ്ങളിലുള്ള ക്രൈസ്തവർ തങ്ങളുടെ മാതൃഭാഷകളിലാണ് സർവ പ്രാർത്ഥനകളും നിർവഹിക്കുന്നത്. മലയാളി മുസ്ലിം ഇപ്പോഴും അറബിയിലുള്ള ഖുർആൻ (അർത്ഥം

ഗ്രഹിക്കാതെ) ഓതുമ്പോൾ മലയാളി ക്രൈസ്തവൻ മലയാളത്തിലുള്ള ബൈബിൾ അർത്ഥം പൂർണമായി ഗ്രഹിച്ചുകൊണ്ട് ഓതുന്നു. അതായത്, ക്രൈസ്തവർ മറ്റു പല കാര്യങ്ങളിലുമെന്നപോലെ വത്തിക്കാന്റെയോ മറ്റേതെങ്കിലും വൈദേശിക മതകേന്ദ്രത്തിന്റെയോ സാംസ്കാരികാധിനിവേശത്തിൽനിന്ന് സ്വയംമോചിതരായിരിക്കുന്നു.

അറേബ്യൻ സംസ്കാരത്തിന്റെ അധിനിവേശം മുഴങ്ങി നിൽക്കുന്ന മറ്റൊരു മേഖലയാണ് മുസ്‌ലിങ്ങൾ അറബിയിൽ നിർവഹിക്കുന്ന ബാങ്ക് വിളി. പ്രാർത്ഥനയ്ക്കുള്ള ക്ഷണമാണ് ബാങ്ക്. ബാങ്കിലെ 'അയ്യ അല സ്വലാത്' എന്ന വരിയുടെ അർത്ഥം പ്രാർത്ഥനയ്ക്ക് വരൂ എന്നാണ്. 'അയ്യ അലൽ ഹലാഹ്' എന്നതിന്റെ അർത്ഥം മോക്ഷത്തിലേക്ക് വരൂ എന്നും. അറേബ്യയിൽ അന്നാട്ടിലെ ജനങ്ങളുടെ മാതൃഭാഷയായ അറബിയിൽതന്നെ വേണം ബാങ്ക്‌വിളി. പക്ഷേ, മലയാളക്കരയിൽ ജീവിക്കുന്ന മുസ്‌ലിം എന്തിനാണ് മലയാളത്തിനു പകരം അറബിയിൽ ബാങ്ക് വിളിക്കുന്നത്? തങ്ങൾക്കും ഇന്നാട്ടിലെ ഇതര മതക്കാർക്കും മനസ്സിലാകുന്ന ഭാഷയിൽ അത് നടത്തുന്നതല്ലേ ഏതു നിലയ്ക്കും കാമ്യം; എങ്ങനെ നോക്കിയാലും മനോഹരം?

മാതൃഭാഷയിൽ ബാങ്ക്‌വിളി നടത്തുന്നതിന്റെ കാമ്യതയ്ക്കും മനോഹാരിതയ്ക്കും ഇതാ ഒരു തെളിവ്. സൂര്യോദയത്തിനു മുൻപുള്ള സുബഹ് ബാങ്കിൽ മറ്റു ബാങ്കുകളിൽ ഇല്ലാത്ത ഒരു വരിയുണ്ട് 'അസ്സ്വലാത്തു ഖൈറും മിനന്നൗം' എന്നാണത്. ഉറക്കത്തേക്കാൾ ശ്രേഷ്ഠമാണ് പ്രാർത്ഥന എന്നാണ് അതിനർത്ഥം. കോളേജ് അദ്ധ്യാപികയായ ഒരു അമുസ്‌ലിം സുഹൃത്തിനോട് ഈ വരിയുടെ അർത്ഥം ഞാൻ പറഞ്ഞപ്പോൾ അവരുടെ പ്രതികരണം ഇങ്ങനെയായിരുന്നു: "എത്ര മനോഹരമാണ് ആ വരി! ബാങ്ക്‌വിളി മലയാളത്തിലായിരുന്നെങ്കിൽ ആ വരി കേട്ട് ഉറക്കമുപേക്ഷിച്ച് ഞാനും പോകുമായിരുന്നു പള്ളിയിലേക്ക്."

പ്രാർത്ഥനയിലും ബാങ്ക്‌വിളിയിലും മാത്രമല്ല, അഭിവാദനത്തിൽ പോലും നമ്മുടെ നാട്ടിലെ മുസ്‌ലിങ്ങളിൽ പലരും അറേബ്യൻ സംസ്കാരത്തിന്റെ അധിനിവേശത്തിനു വഴങ്ങുന്നു. 'അസ്സലാമു അലൈക്കും' എന്നത് അറബികളുടെ അഭിവാദനരീതിയാണ്. മലയാളം സംസാരിക്കുന്ന കേരളീയ മുസ്‌ലിം തത്തയെപ്പോലെ അറേബ്യൻ അഭിവാദനം ഉരുവിടേണ്ടതില്ല. മുസ്‌ലിമേതര മലയാളികളെപ്പോലെ മുസ്‌ലിം മലയാളിക്കും 'നമസ്തേ' കൊണ്ടോ 'നമസ്കാരം' കൊണ്ടോ കൂപ്പുകൈ കൊണ്ടോ ഒക്കെ നിർവ്വഹിക്കാവുന്നതേയുള്ളൂ അഭിവാദനം. അതിനു പകരം ചില മുസ്‌ലിം മതപ്രഭാഷകർ സദസ്യരെ അഭിവാദ്യം ചെയ്യുന്നതിങ്ങനെ: "അസ്സലാമു അലൈക്കും; അമുസ്‌ലിം സഹോദരന്മാർക്ക് നമസ്കാരം". മുസ്‌ലിം സഹോദരന്മാരെ കേരളീയമായ നമസ്കാരം എന്ന പദംകൊണ്ട് അഭിവദിച്ചുകൂടെന്ന് ഇത്തരം മതപ്രഭാഷകർ തീർപ്പു

കല്പിച്ചിരിക്കുന്നു. അറേബ്യൻ സംസ്കാരത്തോട് അവർക്കുള്ള അന്ധമായ വിധേയത്വമല്ലാതെ മറ്റൊന്നുമല്ല നാമിവിടെ കാണുന്നത്.

സാംസ്കാരിക ശീലങ്ങളിൽ മാത്രമല്ല കാഴ്ചപ്പാടുകളിലുമുണ്ട് അനറബി മുസ്‌ലിങ്ങൾക്ക് അറേബ്യൻ സംസ്കാരത്തോടുള്ള വിധേയത്വം. മരുഭൂമിയിലെ ഗോത്രീയ സംസ്കൃതി ഐക്യത്തിലല്ല, ഏകരൂപതയിലാണ് ഊന്നിയത്. പ്രാഗ് ഇസ്‌ലാമിക ഭൂതകാലത്തിന്റെ സാംസ്കാരികാവശിഷ്ടങ്ങൾ തല്ലിയുടയ്ക്കുന്നതിൽ (വിഗ്രഹ ധ്വംസനം നടത്തുന്നതിൽ) ഏഴാംനൂറ്റാണ്ടിലും തുടർന്നും അറബികൾ കാണിച്ച താത്പര്യം അതിന്റെ തെളിവാണ്. സാംസ്കാരിക വൈവിധ്യത്തിലും അചിരേണ രൂപപ്പെടുന്ന സാംസ്കാരിക സമന്വയത്തിലും ഐക്യത്തിലുമായിരുന്നില്ല, സാംസ്കാരിക ഏകരൂപത ഉറപ്പിക്കുന്നതിലായിരുന്നു അവർക്ക് ഉത്സാഹം. അഫ്ഗാനിസ്താനിൽ ബാമിയാനിലെ സഹസ്രാബ്ദത്തിലേറെ പഴക്കമുള്ള ബുദ്ധപ്രതിമകൾ ഇടിച്ചുനിരപ്പാക്കിയ താലിബാൻ പോരാളികളും അതേ മനസ്സാണ് പ്രദർശിപ്പിച്ചത്; മധ്യകാലഘട്ടത്തിലെ അറേബ്യൻ മനസ്സ്. അഫ്ഗാനിസ്താനിലെ പ്രാഗ് ഇസ്‌ലാമിക ഭൂതകാലത്തിന്റെ സാംസ്കാരിക പ്രതിനിധാനങ്ങൾ നാമാവശേഷമാക്കുക എന്ന ദൗത്യമാണ് ബുദ്ധ പ്രതിമാധ്വംസനം വഴി താലിബാൻ യോദ്ധാക്കൾ നിറവേറ്റിയത്.

കൾച്ചറൽ ഇംപീരിയലിസത്തിന്റെ ശക്തമായ മുഖമാണ് അമേരിക്ക. പക്ഷേ, സാംസ്കാരിക സാമ്രാജ്യത്വത്തിന് ആകെ ഒരു മുഖം മാത്രമേയുള്ളൂ എന്ന് ധരിക്കരുത്. കൾച്ചറൽ ഇംപീരിയലിസത്തിന് ഒരു അറേബ്യൻ മുഖംകൂടിയുണ്ട്. ഇന്ത്യയുൾപ്പെടെയുള്ള വിവിധ രാഷ്ട്രങ്ങളിലെ മുസ്‌ലിംസമൂഹങ്ങളെ ചിരകാലമായി കോളനൈസ് ചെയ്തുവെച്ചിരിക്കുന്നത് അറേബ്യൻ സാംസ്കാരിക സാമ്രാജ്യത്വമാണ്. സാംസ്കാരിക അധിനിവേശം അമേരിക്കയുടേതായാലും അറേബ്യയുടേതായാലും വർജ്യം തന്നെയാവണം. ഒന്നു ചീത്തയും മറ്റേത് നല്ലതും എന്ന സമീപനം ശരിയല്ല. അറേബ്യൻ സാംസ്കാരികാധിനിവേശത്തെക്കുറിച്ച് പറയുമ്പോൾ ഉടൻ ഗോൾവാൾക്കറിലേക്കും സംഘപരിവാറിലേക്കും ചാടി വീഴുന്നത് പ്രശ്നത്തിൽനിന്ന് ഒളിച്ചോടാൻ സഹായിച്ചേക്കും. ഒളിച്ചോട്ടമല്ല, പ്രശ്നത്തെ അഭിസംബോധന ചെയ്യാനുള്ള മനസ്സാണ് വേണ്ടത്.

(മാർച്ച്, 2010)

മാർക്സ് നിരാകരിച്ച മതവും നിരാകരിക്കാത്ത മതവും

രണ്ട് മുൻ സി.പി.ഐ.(എം) എം.പിമാർ മതവിശ്വാസ സ്വാതന്ത്ര്യത്തിന്റെ പേരു പറഞ്ഞ് പാർട്ടി വിട്ട സന്ദർഭത്തിൽ അവർ നൽകിയ വിശദീകരണങ്ങളിൽനിന്നു മതത്തെ അവർ എങ്ങനെ അഭിവീക്ഷിക്കുന്നു എന്നത് വ്യക്തമായിരുന്നു. കേവലം ഒരു അനുഷ്ഠാനവ്യവസ്ഥ എന്ന നിലയ്ക്കാണ് എ.പി. അബ്ദുല്ലക്കുട്ടിയും കെ.എസ്. മനോജും മതത്തെ കണ്ടത് (കാണുന്നത്). മതം അനുശാസിക്കുന്ന പ്രാർത്ഥന, ദേവാലയ സന്ദർശനം എന്നിവ ഉൾപ്പെടെയുള്ള ആചാരാനുഷ്ഠാനങ്ങൾക്ക് പാർട്ടി അംഗത്വം തടസ്സമാകുന്നു എന്നതായിരുന്നു അവരുടെ പരാതി.

പാർട്ടിയുമായുള്ള മനോജിന്റെയും അബ്ദുല്ലക്കുട്ടിയുടെയും ബന്ധ വിച്ഛേദത്തോട് സി.പി.ഐ.(എം) നേതൃത്വം പ്രതികരിച്ചപ്പോൾ അവരും പൊതുവിൽ മതത്തെ നോക്കിക്കണ്ടത് ഒരു അനുഷ്ഠാന വ്യവസ്ഥ എന്ന നിലയിൽത്തന്നെയാണ്. "തെറ്റുതിരുത്തൽ പ്രക്രിയയും മതവും" എന്ന തലക്കെട്ടിൽ പ്രകാശ് കാരാട്ട് ദേശാഭിമാനി(14-01-10)യിൽ എഴുതിയ ലേഖനത്തിൽ അതിന്റെ പ്രസ്ഫുടപ്രതിഫലനം കാണാം. മതവിശ്വാസികൾ പാർട്ടിയിൽ ചേരുന്നത് കമ്മ്യൂണിസ്റ്റ് പാർട്ടി തടയുന്നില്ല എന്നു വിശദീകരിച്ച സി.പി.ഐ.(എം) ജനറൽ സെക്രട്ടറി, പ്രമുഖരായ പാർട്ടി പ്രവർത്തകരും ജനപ്രതിനിധികളും മതപരമായ ചടങ്ങുകൾ സംഘടിപ്പിക്കുകയോ വ്യക്തിപരമായി മതാചാരങ്ങൾ അനുവർത്തിക്കുകയോ ചെയ്യരുതെന്നു നിർദ്ദേശിക്കുന്നു. അതായത്, മതം എന്നത് ചടങ്ങുകളും ആചാരങ്ങളും അനുഷ്ഠാനങ്ങളുമാണെന്ന വീക്ഷണം തന്നെയാണ് മനോജ്-അബ്ദുല്ലക്കുട്ടിമാരെപ്പോലെ പാർട്ടി നേതൃത്വത്തിനുമുള്ളത് എന്നു ചുരുക്കം.

ഇരുകൂട്ടരും കാണാതെ വിട്ട കാര്യം ഏത് മതത്തിനും രണ്ടു വശങ്ങളുണ്ട് എന്നതാണ്. അവയിലൊന്ന് ആചാരാനുഷ്ഠാന വ്യവസ്ഥയാണെങ്കിൽ രണ്ടാമത്തേത് മൂല്യവ്യവസ്ഥയാണ്. പൂജയും പ്രാർത്ഥനയും ആരാധനാലയ ക്രിയകളും ജനനവും വിവാഹവും മരണവും സംബന്ധിച്ചുള്ള മുറകളും വ്രതവും തീർത്ഥാടനവുമെല്ലാം അടങ്ങുന്ന ആചാരാനു

ഷ്ഠാനങ്ങൾ വാസ്തവത്തിൽ മതത്തിന്റെ പുറന്തോടാണ്. അവയെ മതത്തിന്റെ പ്രദർശനപരത (എക്സിബിഷനിസം) എന്നും ന്യായമായി വിളിക്കാം. മതത്തിന്റെ അകക്കാമ്പ് എന്നോ ആത്മാവ് എന്നോ വിശേഷിപ്പിക്കാവുന്നത് അതിന്റെ മൂല്യവ്യവസ്ഥയത്രേ. ആചാരാനുഷ്ഠാനങ്ങൾ പലപ്പോഴും പ്രതിമതഭിന്നമായിരിക്കും. പക്ഷേ, മൂല്യവ്യവസ്ഥയുടെ കാര്യത്തിൽ മതങ്ങൾ തമ്മിൽ കാര്യമായ വ്യത്യാസമില്ല. സത്യം, നീതി, സ്നേഹം, കരുണ, സാമൂഹികനന്മ തുടങ്ങിയ മൂല്യങ്ങൾ എല്ലാ മതങ്ങളും ഒരുപോലെ പങ്കുവെക്കുന്നു.

മതപ്രശ്നങ്ങൾ ചൂണ്ടിക്കാട്ടി മാർക്സിസ്റ്റ് പാർട്ടി വിട്ടവരോ അവരുടെ വിമർശനങ്ങളോട് പ്രതികരിച്ച പാർട്ടി മേധാവികളോ മതം ഒരു മൂല്യവ്യവസ്ഥ കൂടിയാണെന്ന വസ്തുതയിലേക്ക് കടന്നുവന്നതേയില്ല. ഒരു മൂല്യവ്യവസ്ഥ എന്ന നിലയ്ക്ക് മാർക്സിസം മതത്തെ നിരാകരിക്കുന്നുണ്ടോ? വ്യക്തിജീവിതത്തിലെയും പൊതുജീവിതത്തിലെയും സംശുദ്ധതയും മാനവസ്നേഹവും സാമൂഹികനീതിയും ബഹുജനക്ഷേമവും പൊതുവിൽ എല്ലാ മതങ്ങളും ഉയർത്തിപ്പിടിക്കുന്ന മൂല്യങ്ങളാണ്. അവയെ മാർക്സോ എംഗൽസോ ലെനിനോ ഒന്നും തള്ളിപ്പറഞ്ഞിട്ടില്ല എന്നു മാത്രമല്ല, ആ മൂല്യങ്ങളോടൊപ്പം മാർക്സിസ്റ്റുകാർ നിൽക്കണം എന്ന ഉറച്ച നിലപാട് അവർക്ക് ഉണ്ടായിരുന്നുതാനും.

ഈ യാഥാർത്ഥ്യം അംഗീകരിക്കുന്നുവെങ്കിൽ പാർട്ടി വിട്ട മുൻ എം.പി.മാരോട് ചോദിക്കാവുന്ന (ചോദിക്കേണ്ടുന്ന) ഒരു കാര്യമുണ്ട്: ഒരു മൂല്യവ്യവസ്ഥ എന്ന നിലയ്ക്ക് മതം അനുവർത്തിക്കരുത് എന്നു സി.പി.ഐ. (എം) അവരോട് ആവശ്യപ്പെട്ടോ? ഒന്നുകൂടി തെളിച്ചു ചോദിക്കാം: മതം നിഷിദ്ധമാക്കിയ കളവ്, കൊള്ള, കരിഞ്ചന്ത, കള്ളക്കടത്ത്, പൂഴ്ത്തിവെപ്പ്, കോഴവാങ്ങൽ, സാമ്പത്തിക ക്രമക്കേടുകൾ, മാഫിയാ പ്രവർത്തനം, ജനവഞ്ചന, സൈ്വരിത തുടങ്ങിയ കുറ്റകൃത്യങ്ങളിൽ വ്യാപൃതരാകാൻ പാർട്ടി അവരെ നിർബന്ധിച്ചോ? ഉണ്ടെങ്കിൽ, അവർ പാർട്ടിയോട് വിട പറഞ്ഞതിൽ ന്യായീകരണമുണ്ടെന്ന് ഒട്ടും അറച്ചു നിൽക്കാതെ സമ്മതിക്കാം. പക്ഷേ, അങ്ങനെയൊന്നും സംഭവിച്ചതായി ഒരിടത്തും അവർ പറഞ്ഞിട്ടില്ല. മതം നെഞ്ചേറ്റുന്ന മൂല്യങ്ങൾക്കുവേണ്ടിയല്ല, മതത്തിന്റെ ബാഹ്യാവരണം മാത്രമായ ആചാരാനുഷ്ഠാനങ്ങൾക്കുവേണ്ടിയാണ് അവർ മാർക്സിസം ഉപേക്ഷിച്ചത് എന്നു സാരം.

മതത്തോടുള്ള മാർക്സിസ്റ്റ് (സി.പി.ഐ.എം) സമീപനം വിശദീകരിക്കുന്ന നേതാക്കളെയും ഈ ദൗർബല്യം മറ്റൊരു വിധത്തിൽ പിടികൂടിയിട്ടുണ്ട്. കാരാട്ടിന്റെ മുകളിൽ പരാമർശിച്ച ലേഖനത്തിലടക്കം അത് പ്രകടമാണ്. അനുഷ്ഠാന വ്യവസ്ഥ എന്നതിലപ്പുറം ഒരു മൂല്യവ്യവസ്ഥയാണ് മതമെന്നും ആ മൂല്യവ്യവസ്ഥ മാർക്സിസ്റ്റ് മൂല്യവ്യവസ്ഥയ്ക്ക്

അന്യമല്ലെന്നും വിശദീകരിക്കാൻ സാധിച്ചാൽ മതസ്വാതന്ത്ര്യത്തിന്റെ പേരിൽ പാർട്ടിക്കു നേരെ ഉയർത്തപ്പെടുന്ന വിമർശനങ്ങളുടെ മുനയൊടിക്കാൻ നിഷ്പ്രയാസം സാധിക്കും. ആ തലത്തിലേക്ക് പാർട്ടി ജനറൽ സെക്രട്ടറിയോ മറ്റുള്ളവരോ കടക്കുന്നില്ല. അവരും മതത്തിന്റെ അനുഷ്ഠാനപരതയിൽ കറങ്ങുന്നു.

ഈ ഘട്ടത്തിൽ ഉയർത്തപ്പെടേണ്ട ഒരു ചോദ്യമുണ്ട്: മാർക്സ് നിരാകരിച്ച മതം ഏതാണ്? അഥവാ മതത്തിന്റെ ഏത് വശത്തെയാണ് മാർക്സ് തള്ളിക്കളഞ്ഞത്? മതങ്ങളുടെ ആശയവാദാധിഷ്ഠിത സമീപനങ്ങളും തജ്ജന്യമായ ലോകവീക്ഷണവും മാർക്സിനു സ്വീകാര്യമായിരുന്നില്ല. ദ്വന്ദ്വാത്മക ഭൗതികവാദത്തിന്റെ ലോകവീക്ഷണം മുന്നോട്ടുവെച്ച കാൾമാർക്സ് സമൂഹബാഹ്യമായ ശക്തികളിലല്ല, സമൂഹത്തിനകത്തു തന്നെയുള്ള ശക്തികളിലാണ് പരിവർത്തനത്തിന്റെ പ്രഭവകേന്ദ്രം ദർശിച്ചത്. അതിനർത്ഥം മതം എന്ന സാമൂഹ്യശക്തിയെ മാർക്സിസത്തിന്റെ ഉപജ്ഞാതാവ് അപ്പാടെ തള്ളിക്കളഞ്ഞു എന്നല്ല. മതത്തിന്റെ ആശയവാദജന്യമായ ദൗർബല്യങ്ങൾ ചൂണ്ടിക്കാണിക്കുമ്പോൾത്തന്നെ ആ സാമൂഹികോത്പന്നം പ്രസരിപ്പിക്കുന്ന മൂല്യബോധത്തിന് അസ്പൃശ്യത കൽപ്പിക്കാതിരിക്കാനും കാൾ മാർക്സും ഫ്രെഡറിക് എംഗൽസുമൊക്കെ ശ്രദ്ധിച്ചിട്ടുണ്ട്. കൃഷ്ണനോ ക്രിസ്തുവോ മുഹമ്മദോ ഉയർത്തിക്കാട്ടിയ മാനവിക മൂല്യങ്ങളോട് മാർക്സ് ഒരിക്കലും കലഹിച്ചിട്ടില്ല. "മനുഷ്യന്റെ മതപരമായ വ്യഥ ഒരേ സമയം മനുഷ്യന്റെ യഥാർത്ഥ വ്യഥയുടെ പ്രകാശനവും യഥാർത്ഥ വ്യഥയ്ക്കെതിരെയുള്ള പ്രതിഷേധവുമാണ്" എന്നു പറഞ്ഞപ്പോൾ, മതങ്ങൾ പൊക്കിപ്പിടിക്കുന്ന സാമൂഹിക നീതി എന്ന മൂല്യത്തിന്റെ അഭാവത്തിലേക്ക് കൈചൂണ്ടുകയത്രേ മാർക്സ് ചെയ്തത്. എന്നുവെച്ചാൽ, മതങ്ങൾ ശിരസ്സേറ്റിയ മൂല്യങ്ങളോട് (മൂല്യവ്യവസ്ഥ എന്ന നിലയ്ക്കുള്ള മതത്തോട്) മാർക്സിനു എതിർപ്പില്ല. അദ്ദേഹത്തിന്റെ എതിർപ്പ് ആ മൂല്യങ്ങൾ സാക്ഷാത്കരിക്കാൻ മതങ്ങൾ സ്വീകരിക്കുന്ന സഞ്ചാരപഥത്തോട് (ആശയവാദാധിഷ്ഠിത പ്രവർത്തനരീതിയിൽ അഭിരമിക്കുന്ന മതത്തോട്) ആണ്.

മാർക്സ് നിരാകരിച്ചിട്ടില്ലാത്ത മതം (മൂല്യവ്യവസ്ഥ എന്ന നിലയ്ക്കുള്ള മതം) ജീവിതത്തിൽ പകർത്തുന്നവർ വിരളമാണ്. വിശ്വാസികൾക്കിടയിലെ മഹാഭൂരിപക്ഷവും മതത്തെ അനുഷ്ഠാനവ്യവസ്ഥയായാണ് കാണുന്നതും ജീവിതത്തിൽ പകർത്തുന്നതും. അവർക്കു താത്പര്യം മതമൂല്യങ്ങളിലല്ല, മതചിഹ്നങ്ങളിലും മതപരമായ സ്വത്വത്തിലുമാണ്. അത്തരക്കാർക്കിടയിൽ നിന്നാണ് വർഗീയവാദികളും മതമൗലികവാദികളും പൊങ്ങിവരുന്നത്.

"ഇന്നത്തെ ഇന്ത്യൻ സാഹചര്യത്തിൽ സി.പി.ഐ.(എം) എതിർക്കുന്നത് മതത്തെയല്ല, മതപരമായ സ്വത്വത്തിന്റെ അടിസ്ഥാനത്തിലുള്ള

വർഗ്ഗീയതയെയാണ്" എന്നു പ്രകാശ് കാരാട്ട് തന്റെ ലേഖനത്തിൽ പറയുന്നുണ്ട്.

ജനുവരിയിൽ നടന്ന ഡി.വൈ.എഫ്.ഐ. സംസ്ഥാന സമ്മേളനത്തിൽ പ്രസംഗിക്കവെ മതത്തെയും മതവിശ്വാസത്തെയുമല്ല, വർഗ്ഗീയതയെയും മതമൗലികവാദത്തെയുമാണ് പാർട്ടി എതിർക്കുന്നതെന്ന് സംസ്ഥാന സെക്രട്ടറി പിണറായി വിജയനും വ്യക്തമാക്കിയിരിക്കുന്നു. (ദേശാഭിമാനി, 12-01-10). പക്ഷേ, സി.പി.ഐ.എമ്മിന്റെ സമീപഭൂതകാല പ്രവർത്തനങ്ങൾ പാർട്ടി നേതാക്കളുടെ ഈ അവകാശവാദത്തെ സാധൂകരിക്കാൻ പര്യാപ്തമാണോ? വർഗ്ഗീയതയെയും മതമൗലികവാദത്തെയും എതിർക്കുക എന്നതിനർത്ഥം സംഘപരിവാറിനെ മാത്രം എതിർക്കുക എന്നല്ലെങ്കിൽ, ഈ അവകാശവാദത്തിനു കേരളത്തിലെങ്കിലും നിലനിൽപ്പില്ല. ഒരു ദശാബ്ദത്തോളമായി ന്യൂനപക്ഷ സമുദായത്തിനകത്തെ വർഗ്ഗീയ-മതമൗലിക സ്വരൂപങ്ങളുമായി സി.പി.ഐ.(എം) ഒളിഞ്ഞും തെളിഞ്ഞും കൈ കോർക്കുന്നതിനു മാത്രമല്ല, അവയുടെ വർഗ്ഗീയ-മതമൗലിക വീക്ഷണങ്ങളോട് സാത്മ്യപ്പെടുന്നതിനും സംസ്ഥാനത്തിനു സാക്ഷിയാകേണ്ടി വന്നിട്ടുണ്ട്.

ഈ വൈപരീത്യത്തിനു വിശദീകരണം ഒന്നേയുള്ളൂ. സംഘടിത മതങ്ങളെ (അവയുടെ ധാർഷ്ട്യത്തെ) നേരിടുന്നതിൽ സി.പി.ഐ.(എം) കേരളത്തിലെങ്കിലും പരാജയപ്പെട്ടു. സംസ്ഥാനത്തെ രണ്ടു ന്യൂനപക്ഷമതങ്ങളും സംഘടിതമാണ്. അസംഘടിത ഭൂരിപക്ഷ മതത്തിലേക്കു കടന്നു ചെല്ലുന്നതുപോലെ അത്ര എളുപ്പമല്ല അവയിലേക്കു കടന്നുചെല്ലാൻ. എന്നാലോ ആഞ്ഞുപിടിച്ചാൽ അതത്ര പ്രയാസമുള്ള കാര്യമൊട്ടല്ല താനും. പക്ഷേ, ആഞ്ഞുപിടിക്കാൻ സി.പി.ഐ.(എം) ശ്രമിച്ചില്ല. എളുപ്പ വഴിയിലൂടെ ക്രിയ ചെയ്യുന്നതിലായിരുന്നു അവർക്കു താത്പര്യം. അതിന് അവലംബിച്ച മാർഗ്ഗമാകട്ടെ മാർക്സിസത്തിന്റെ ബാലപാഠങ്ങളോടെങ്കിലും കൂറുപുലർത്തുന്നവർ അവലംബിക്കാൻ പാടില്ലാത്ത മാർഗ്ഗവുമായിരുന്നു. ഒരുദാഹരണം മാത്രം ചൂണ്ടിക്കാട്ടാം. യു.എസ്. സാമ്രാജ്യത്വത്തിന്റെ വിചാരരീതികളെയും കർമ്മശൈലിയെയും മാർക്സിസ്റ്റ് കാഴ്ചപ്പാടിൽ വിലയിരുത്തുന്നതിനു പകരം ന്യൂനപക്ഷ സമുദായത്തിൽ സക്രിയമായ മതമൗലിക-മതതീവ്രവാദ സംഘടനകളുടെ പ്രതിലോമ കാഴ്ചപ്പാടിൽ വിലയിരുത്തുകയെന്ന അമാർക്സിസ്റ്റ് സമീപനം 2001 തൊട്ടെങ്കിലും സി.പി.ഐ.(എം) സ്വീകരിച്ചു. അടുത്ത തിരഞ്ഞെടുപ്പിൽ വല്ല വിധേനയും ജയിച്ചു കയറണമെന്ന ഒരേയൊരു വികാരത്തിനു അടിപ്പെടുകയായിരുന്നു പാർട്ടി.

കേരളത്തിലെ മാർക്സിസ്റ്റ് പാർട്ടി നടത്തിയ ഈദൃശ വ്യതിയാനങ്ങളിലേക്കൊന്നും കണ്ണയയ്ക്കാതെ കാരാട്ട് എഴുതിയ ലേഖനത്തിൽ

"വൈരുദ്ധ്യാധിഷ്ഠിത ഭൗതികവാദത്തിന്റെ അടിസ്ഥാനത്തിലുള്ള മാർക്സിസ്റ്റ് ലോകവീക്ഷണം നേതൃനിരയിലുള്ള കേഡർമാർ ഉൾക്കൊള്ളണമെന്നു പാർട്ടി പ്രതീക്ഷിക്കുന്നു" എന്നു രേഖപ്പെടുത്തിയത് കാണാം. മാർക്സിസ്റ്റ് ലോകവീക്ഷണം നേതൃനിരയിലുള്ള കേഡർമാർക്കു മാത്രമായി നീക്കിവെക്കുന്നതിലെ യുക്തിയെന്താണ്? താഴെത്തട്ടിലുള്ള കേഡർമാരും പ്രവർത്തകരും മാർക്സിസ്റ്റേതര ലോകവീക്ഷണത്തിൽ (മതാത്മക ലോകവീക്ഷണത്തിൽ എന്നു വായിക്കുക) നിലനിന്നുകൊള്ളട്ടെ എന്നാണോ? തുടക്കം പിഴച്ചാൽ തുടർച്ച എങ്ങനെ നന്നാവും? കാഞ്ഞിരം നട്ട് മാമ്പഴം പറിക്കാം എന്നത് വ്യാമോഹം മാത്രമാണെന്നു തിരിച്ചറിയാൻ പോലും സി.പി.ഐ.(എം) നേതൃത്വത്തിനു സാധിക്കാതെ പോകുന്നു. പ്രത്യയശാസ്ത്രപരമായ അവ്യവസ്ഥ മാത്രമല്ല പ്രവർത്തനശൈലി സംബന്ധിച്ച വ്യക്തതാരാഹിത്യവും ഇന്ത്യയിലെ ഏറ്റവും വലിയ കമ്മ്യൂണിസ്റ്റ് പാർട്ടിയെ പിടികൂടിയിരിക്കുന്നു എന്നേ പറയാനാവൂ.

(മാർച്ച്, 2010)

മതമൗലികവാദികളുടെ സാമ്രാജ്യത്വസേവ

മതമൗലികവാദികളായ ഇസ്‌ലാമിസ്റ്റുകൾക്കു സാമ്രാജ്യത്വവിരുദ്ധത യുടെ സർട്ടിഫിക്കറ്റ് നൽകുന്ന രണ്ട് കൂട്ടരുണ്ട് കേരളത്തിൽ. അവയിൽ ഒന്നു ഇസ്‌ലാമിസത്തിന്റെ വക്താക്കളും പ്രയോക്താക്കളുമായ മൗദൂദി സ്റ്റുകളാണെങ്കിൽ രണ്ടാമത്തേത് ഇടതുപക്ഷ സാംസ്കാരികക്കുപ്പായ മണിഞ്ഞു മതവലതുപക്ഷസേവ നടത്തുന്ന ചില എഴുത്തുകാരാണ്. രണ്ട് വിഭാഗവും ആവർത്തിച്ചു പ്രചരിപ്പിക്കുന്നത് ഇംപീരിയലിസത്തിന്റെ കടുത്ത പ്രതിയോഗിയാണ് ഇസ്‌ലാമിക ഫണ്ടമെന്റലിസം എന്നത്രേ.

ചരിത്രവസ്തുതകളുമായി ഒരു തരത്തിലും പൊരുത്തപ്പെടാത്ത അവ കാശവാദമാണിത്. കാര്യങ്ങളുടെ നിജസ്ഥിതി അറിയണമെങ്കിൽ രാഷ്ട്രീയ ഇസ്‌ലാം അഥവാ ഇസ്‌ലാമിസം രംഗപ്രവേശം ചെയ്യാനിട യായ സാഹചര്യങ്ങളിലേക്ക് ആദ്യം കണ്ണോടിക്കണം. മുതലാളിത്ത വളർച്ചയോടൊപ്പം ആധുനികത, ജനാധിപത്യം, മതനിരപേക്ഷത എന്നീ ആശയങ്ങളും കടന്നുവന്നു. ജ്ഞാനോദയവും ഫ്രഞ്ചുവിപ്ലവവുമൊക്കെ പ്രസ്തുത ആശയങ്ങളുടെ പ്രകാശനത്തിനു ശക്തി പകർന്നു. മധ്യകാല മതഅവബോധ-മൂല്യങ്ങൾ അക്ഷരാർത്ഥത്തിൽ വെല്ലുവിളിക്കപ്പെട്ടു. ആ സ്ഥിതി വിശേഷത്തോടുള്ള പ്രതികരണം എന്ന നിലയ്ക്കാണ് മറ്റു മത ങ്ങളിലെന്ന പോലെ ഇസ്‌ലാമിലും മതമൗലികവാദം തല പൊക്കിയത്. മോഡേണിറ്റിയും അതിന്റെ ഭാഗമായ മതനിരപേക്ഷതയും ജനാധിപ ത്യവും മതത്തിന്റെ ശത്രുപക്ഷത്ത് നിൽക്കുന്ന ആശയങ്ങളാണെന്നാ യിരുന്നു ഇസ്‌ലാമിസ്റ്റുകളുടെ വിലയിരുത്തൽ.

കൊളോണിയൽ ഭരണാധികാരികളായ സാമ്രാജ്യത്വശക്തികളെ സംബന്ധിച്ചിടത്തോളം ഏറെ പ്രയോജനകരമായിരുന്നു ഇസ്‌ലാമിസ്റ്റു കളുടെ നിലപാടുകൾ. മൊറോക്കോ തൊട്ട് അഫ്ഗാനിസ്താൻ വരെ യുള്ള രാജ്യങ്ങളിൽ കുറഞ്ഞും കൂടിയുമുള്ള അളവിൽ വളർന്നുവരുന്ന മതേതര ദേശീയ ജനാധിപത്യബോധം തങ്ങളുടെ താത്പര്യങ്ങൾക്ക് ഹാനികരമാണെന്നു സാമ്രാജ്യത്വശക്തികൾ വിലയിരുത്തി. ജ്ഞാനോ ദയമൂല്യങ്ങൾക്കും ഫ്രഞ്ച് വിപ്ലവത്തിന്റെ സ്വാധീനത്തിനും പുറമെ

റഷ്യയിലെ ബോൾഷെവിക് വിപ്ലവവും മൂന്നാം കമ്മ്യൂണിസ്റ്റ് ഇന്റർനാഷ ണലുമെല്ലാം മുസ്‌ലിം രാഷ്ട്രങ്ങളിൽ ഒരു വിഭാഗത്തെ ഗാഢമായി സ്വാധീ നിച്ചിട്ടുണ്ടെന്നും അത് ഭാവിയിൽ തങ്ങൾക്കു വിനയായി മാറുമെന്നും അവർ കണ്ടു. മോഡേണിറ്റിയെയും മതനിരപേക്ഷതയെയും ജനാധിപ ത്യത്തെയും മതവിരുദ്ധാശയങ്ങളായി വിലയിരുത്തുന്ന ശക്തികളെ പ്രോത്സാഹിപ്പിക്കുകയാണ് ഇതിനുള്ള പ്രതിവിധി എന്നവർ തീർച്ചപ്പെ ടുത്തി. ദേശീയ ജനാധിപത്യവാദികൾക്കെതിരെ സാമ്രാജ്യത്വവാദികളെ സേവിക്കുന്ന ഉത്തമദാസന്മാരായി ഇസ്‌ലാമിസ്റ്റുകൾ മാറി എന്നതായി രുന്നു ഫലം.

ഈജിപ്ഷ്യൻ അനുഭവം മികച്ച ഉദാഹരണമാണ്. 1920കളിൽ ഈജി പ്തിൽ പാർലമെന്ററി ജനാധിപത്യം ആദ്യമായി പരീക്ഷിക്കപ്പെട്ടു. സാമ്രാ ജ്യത്വവിരുദ്ധവും മതനിരപേക്ഷാനുകൂലവുമായ നിലപാടുള്ള വഫ്ദ് പാർട്ടിയായിരുന്നു പാർലമെന്ററി ജനാധിപത്യത്തിന്റെ ഉറച്ച വക്താക്കൾ. ബ്രിട്ടീഷ് സാമ്രാജ്യത്വവും രാജഭരണവാദികളും എതിർപക്ഷത്തായിരുന്നു. സെക്യൂലർ ഡെമോക്രസിയിൽ വിശ്വസിക്കുന്ന വഫ്ദിനെ തോൽപിക്കാൻ ബ്രിട്ടീഷുകാരും രാജാവും മതമൗലികവാദികളെ അകമഴിഞ്ഞു പ്രോത്സാ ഹിപ്പിച്ചു. ഈജിപ്തിലെ ഇസ്‌ലാമിസ്റ്റ് സംഘടനയായ മുസ്‌ലിം ബ്രദർഹുഡ് ബ്രിട്ടീഷ് സാമ്രാജ്യത്വത്തിന്റെ ആശീർവാദങ്ങളോടെ 1928ൽ സ്ഥാപിതമാകുന്നത് ഈ സാഹചര്യത്തിലാണ്. മതനിരപേക്ഷ സംഘട നയായ വഫ്ദിനെ അടിച്ചിരുത്താൻ ഹസനുൽ ബന്നയുടെ മുസ്‌ലിം ബ്രദർഹുഡ് തങ്ങളാലാവുന്ന സർവസഹായങ്ങളും ബ്രിട്ടീഷുകാർക്കും രാജാവിനും വാരിക്കോരി നൽകി.

ജമാൽ അബ്ദുൽ നാസറിന്റെ കാലത്ത് മുസ്‌ലിം ബ്രദർഹുഡ് നിരോ ധിക്കപ്പെട്ടു. സംഘടനയുടെ പ്രവർത്തകർ സൗദി അറേബ്യയിൽ അഭയം തേടി. നാസർ അന്തരിച്ചപ്പോൾ അവരെ സൗദിയിൽ നിന്നു തിരിച്ചുകൊ ണ്ടുവരാൻ മുൻകൈ എടുത്തത് അമേരിക്കയുടെ ചാരസംഘടനയായ സി.ഐ.എ. ആയിരുന്നു. സോവിയറ്റ് അനുകൂല നിലപാടുള്ള നാസറി സത്തിനെതിരെ നിലകൊള്ളാൻ ഇസ്‌ലാമിസ്റ്റുകളായ മുസ്‌ലിം ബ്രദർഹുഡിന്റെ പോരാളികൾ വേണം എന്നായിരുന്നു യു.എസ്. സാമ്രാജ്യത്വത്തിന്റെ വിലയിരുത്തൽ. ചുരുക്കിപ്പറഞ്ഞാൽ, ഈജിപ്തിലെ ഇസ്‌ലാമിസ്റ്റ് പ്രസ്ഥാനം ആദ്യഘട്ടത്തിൽ ബ്രിട്ടീഷ് സാമ്രാജ്യത്വത്തെയും പിന്നീട് അമേരിക്കൻ സാമ്രാജ്യത്വത്തെയും സേവിക്കുക എന്ന ദൗത്യ മാണ് നിർവഹിച്ചത്.

ഇസ്‌ലാമിസ്റ്റുകൾ നടത്തുന്ന സാമ്രാജ്യത്വസേവയുടെ മറ്റൊരു ചിത്ര മാണ് 1980കളിൽ അഫ്ഗാനിസ്താനിൽ കണ്ടത്. ആ രാഷ്ട്രത്തെ ആധുനി കീകരണത്തിന്റെ പന്ഥാവിലേക്ക് നയിച്ചത് കമ്മ്യൂണിസ്റ്റ് ഭരണമാണെ ന്നത് നിസ്തർക്കമാണ്. കമ്മ്യൂണിസ്റ്റുകാർ അവിടെ ഭൂപരിഷ്കരണം

നടപ്പാക്കി. ആൺ-പെൺ വ്യത്യാസമില്ലാതെ എല്ലാവർക്കും ആധുനിക വിദ്യാഭ്യാസം നൽകാനുള്ള സംവിധാനമൊരുക്കി. ഫ്യൂഡൽ മൂല്യ ങ്ങൾക്കെതിരെ ജനങ്ങളെ ബോധവത്കരിക്കാൻ മുന്നോട്ടു വന്നു. പക്ഷേ, അമേരിക്കൻ സാമ്രാജ്യത്വത്തിന്റെ ഭൂരാഷ്ട്രീയ താത്പര്യങ്ങൾക്കെതി രായിരുന്നു അഫ്ഗാനിസ്താനിലെ കമ്മ്യൂണിസ്റ്റ് ഭരണം. ഈജിപ്തിൽ എന്നപോലെ അഫ്ഗാനിസ്താനിലും മതമൗലികവാദികളെ സാമ്രാ ജ്യത്വം കൂട്ടുപിടിച്ചു. 'മതനിഷേധി'കളും സോവിയറ്റ് യൂണിയനോട് അനു ഭാവം പുലർത്തുന്നവരുമായ കമ്മ്യൂണിസ്റ്റുകളെ പുറന്തള്ളി ഇസ്ലാമിസ്റ്റ് ഭരണം സ്ഥാപിക്കാൻ ഒസാമ ബിൻ ലാദൻ ഉൾപ്പെടെയുള്ള മുസ്ലിം തീവ്രവാദികളെ വിവിധ രാഷ്ട്രങ്ങളിൽ നിന്നു റിക്രൂട്ട് ചെയ്ത് പാക്കി സ്താൻ വഴി അഫ്ഗാനിസ്താനിലെത്തിച്ചത് സി.ഐ.എ. ആയിരുന്നു. അതേ സി.ഐ.എയും പാക് ചാരസംഘടനയായ ഐ.എസ്.ഐയും ചേർന്നാണ് താലിബാൻ എന്ന മതാന്ധസംഘത്തെ സൃഷ്ടിക്കുകയും കാബൂളിൽ അധികാരത്തിൽ വാഴിക്കുകയും ചെയ്തത്.

ഇസ്ലാമിസവും ഇംപീരിയലിസവും തമ്മിലുള്ള കൈകോർക്കലു കൾ എന്ന ചരിത്ര യാഥാർത്ഥ്യം നിലനിൽക്കെയാണ് ഇസ്ലാമിസ്റ്റുകൾ സാമ്രാജ്യത്വ വിരുദ്ധരാണെന്ന ശുദ്ധനുണ ഇവിടെ ഇടതുപക്ഷ മുദ്ര നെറ്റിയിലൊട്ടിച്ച് നടക്കുന്ന ചിലരുൾപ്പെടെ പ്രചരിപ്പിച്ചുകൊണ്ടിരി ക്കുന്നത്. ഇസ്ലാമിസ്റ്റുകൾ സാമ്രാജ്യത്വത്തെ സേവിക്കുമ്പോൾ നെറ്റി യിൽ ഇടതുപക്ഷ മുദ്രയൊട്ടിച്ചു നടക്കുന്നവർ ഇസ്ലാമിസ്റ്റുകളെ സേവി ക്കുന്നു എന്ന വ്യത്യാസമേയുള്ളൂ. ഈ പരസ്പരസഹായസംഘത്തെ ഉദ്ബുദ്ധകേരളം വേണ്ടവിധത്തിൽ തിരിച്ചറിയുന്നുണ്ട് എന്നു ബന്ധപ്പെ ട്ടവർ മനസ്സിലാക്കിയാൽ കൊള്ളാം.

(ജൂലൈ, 2010)

ജീവകാരുണ്യ പ്രവർത്തനങ്ങളുടെ രാഷ്ട്രീയം

ദരിദ്രരെ പരിചരിക്കാൻ ജീവിതം ഉഴിഞ്ഞു വെച്ച മദർ തെരേസ ദാരിദ്ര്യത്തിന്റെ വേരുകൾ കണ്ടെത്താൻ ശ്രമിക്കുന്നില്ല എന്ന വിമർശനം ഉയർന്നിരുന്നത് ലാറ്റിനമേരിക്കയിൽ നിന്നാണ്. ലാറ്റിനമേരിക്കയിലെ ചില ക്രൈസ്തവ സഭകളാണ് കൽക്കത്തയിൽ തെരേസ നടത്തിയിരുന്ന ജീവകാരുണ്യപ്രവർത്തനങ്ങൾ ദാരിദ്ര്യത്തിനുള്ള പ്രതിവിധിയാകുന്നില്ലെന്നു അഭിപ്രായപ്പെട്ടത്. ദരിദ്രരുടെ ക്ഷേമത്തിലും വിമോചനത്തിലും താത്പര്യമുള്ളവർ ദാരിദ്ര്യത്തെ നിലനിർത്തുന്ന സാമൂഹികഘടനയ്ക്കെതിരിൽ പോരാടുകയാണ് ചെയ്യേണ്ടത് എന്നായിരുന്നു പ്രസ്തുത സഭകളുടെ വിലയിരുത്തൽ.

ദരിദ്രപക്ഷത്ത് നിന്നുകൊണ്ട് സമൂഹത്തെയും ലോകത്തെയും വീക്ഷിക്കുന്ന ലാറ്റിനമേരിക്കൻ സഭകളുടെ വിമർശനം മദർ തെരേസയിൽ യാതൊരു മാറ്റവുമുണ്ടാക്കിയില്ല. 1997 ഓഗസ്റ്റിൽ മരിക്കുന്നതുവരെ, 1950ൽ താനുണ്ടാക്കിയ 'മിഷനറീസ് ഓഫ് ചാരിറ്റി' എന്ന സ്ഥാപനം വഴി ദാരിദ്ര്യ ശുശ്രൂഷയിൽ ഏർപ്പെടുക മാത്രമാണ് അവർ ചെയ്തത്. ദാരിദ്ര്യത്തെ 'അനുഗൃഹീതാവസ്ഥ'യായി വീക്ഷിച്ച മദർ അഗതികളെയും അനാഥരെയും കുഷ്ഠരോഗികളെയും പരിചരിക്കുന്നതിൽ സായൂജ്യം കണ്ടെത്തി. എന്തുകൊണ്ട് അഗതികൾ എന്ന അസ്വാസ്ഥ്യജനകമായ ചോദ്യത്തിലേക്ക് അവർ കടന്നതേയില്ല.

'മിഷനറീസ് ഓഫ് ചാരിറ്റി'യിൽ അത്തരമൊരു ചോദ്യം ഒരിക്കലും ഉയർന്നുവന്നിട്ടില്ലെന്നതിന് മദർ തെരേസയുടെ പിൻഗാമിയായി വന്ന സിസ്റ്റർ നിർമലയുടെ വാക്കുകൾ തെളിവാണ്. അവർ പറയുകയുണ്ടായി: "ദാരിദ്ര്യം എല്ലാ കാലത്തും നിലനിൽക്കും. ദാരിദ്ര്യത്തെ ശരിയായ രീതിയിൽ മനസ്സിലാക്കുകയാണ് ദരിദ്രർ ചെയ്യേണ്ടത് - ദാരിദ്ര്യത്തെ അംഗീകരിക്കുകയും തങ്ങൾക്ക് ദൈവം നൽകുമെന്ന് വിശ്വസിക്കുകയും ചെയ്യുക." (ഇക്കണോമിക് ആൻഡ് പൊളിറ്റിക്കൽ വീക്ക്‌ലി, നവമ്പർ 8-14, 1997).

ദീനവത്സലതയിലും ജീവകാരുണ്യപ്രവർത്തനങ്ങളിലും ഏർപ്പെടുന്ന ഏതാണ്ടെല്ലാവരുടേയും പൊതു സമീപനം ഇതു തന്നെയാണ്. ദാരിദ്ര്യം

ഈശ്വരദത്തമായ ഒരവസ്ഥയായി കാണാനാണ് അവർ ജനങ്ങളെ പൊതുവിലും ദരിദ്രരെ വിശേഷിച്ചും പഠിപ്പിക്കുന്നത്. സ്വാഭാവികവും സ്ഥായിയുമായ ഒരവസ്ഥയായി ദാരിദ്ര്യം അംഗീകരിക്കപ്പെട്ടാൽ പിന്നെ ദാരിദ്ര്യത്തിനെതിരിൽ പോരാടേണ്ട ആവശ്യം വരുന്നില്ല. ദാരിദ്ര്യത്തിന്റെ ബാഹ്യലക്ഷണങ്ങളെ നേരിടാൻ ശ്രമിച്ചാൽ മാത്രം മതി.

ഇന്ത്യയിൽ മാത്രമല്ല ലോകത്തിലുടനീളം പ്രവർത്തിച്ചുവരുന്ന അഗതി-അനാഥ-ദരിദ്ര സംരക്ഷണ കേന്ദ്രങ്ങൾ ദാരിദ്ര്യത്തിന്റെ ബാഹ്യലക്ഷണങ്ങളെ ചികിത്സിക്കുകയാണ് യഥാർത്ഥത്തിൽ ചെയ്യുന്നത്. അശരണർക്ക് അവ അഭയം നൽകുന്നു. അവർക്ക് പട്ടിണി കൂടാതെ കഴിയാനുള്ള സൗകര്യം അവ ചെയ്തു കൊടുക്കുന്നു. ദാരിദ്ര്യം ശാശ്വതാവസ്ഥയല്ല എന്ന വസ്തുത അംഗീകരിക്കുകയോ ദാരിദ്ര്യത്തിന്റെ മൂലകാരണങ്ങൾ അന്വേഷിക്കുകയോ ചെയ്യാൻ ഇത്തരം സ്ഥാപനങ്ങൾ മുന്നോട്ടു വരുന്നില്ല എന്ന് എടുത്തു പറയേണ്ടിയിരിക്കുന്നു. ഇങ്ങനെയാവുമ്പോൾ വന്നുപെടുന്ന ഒരപകടമുണ്ട്. ദാരിദ്ര്യത്തിലും യാതനയിലും വിധേയത്വത്തിലും അധിഷ്ഠിതമായ ഒരു കൾട്ട് (cult) രൂപമെടുക്കുന്നു എന്നതാണത്. തത്ഫലമായി ധനിക വിഭാഗത്തിന്റെ ഭൂതദയയും ദീനാനുകമ്പയും പ്രകാശിപ്പിക്കാനുള്ള മാധ്യമങ്ങളോ അസംസ്കൃത വസ്തുക്കളോ ആയി ദരിദ്രർ മാറ്റപ്പെടുന്നു. പ്രതിഷേധിക്കാനോ പരാതി പറയാനോ അവർക്കാവില്ല. സമ്പന്നരുടെ ഔദാര്യത്തിൽ ജീവിക്കാൻ വിധിക്കപ്പെട്ടവരാണ് തങ്ങളെന്ന അപകർഷ ബോധം അവരെ അപമാനവീകരിക്കുന്നിടത്തോളം ചെന്നെത്താനുള്ള സാദ്ധ്യതയുണ്ടു താനും.

ദൈവകല്പിതമായ ഒരു സ്വാഭാവികാവസ്ഥയാണ് ദാരിദ്ര്യം എന്ന ധാരണ ഉറയ്ക്കുകയും അതിന്റെ ദുഷ്ഫലങ്ങൾ ലഘൂകരിക്കാൻ അഗതിമന്ദിരങ്ങൾ മതി എന്നംഗീകരിക്കുകയും ചെയ്യുമ്പോൾ ഉണ്ടാകാവുന്ന രണ്ടാമത്തെ അപകടം അഗതി-അനാഥ സംരക്ഷണം ഒരു ബിസിനസ്സായി മാറിയേക്കും എന്നതാണ്. ആദ്യകാലത്ത് ആർദ്രതയാലും മനുഷ്യസ്നേഹത്താലും പ്രചോദിതരായാണ് പലരും അഗതിമന്ദിരങ്ങളും അനാഥാലയങ്ങളും മറ്റും തുടങ്ങിയിരുന്നത് എന്നു സമ്മതിച്ചാൽ തന്നെ, പിൽക്കാലത്ത് ഇത്തരം സ്ഥാപനങ്ങളെ കച്ചവടതാത്പര്യങ്ങൾ പിടികൂടി എന്ന യാഥാർത്ഥ്യം നിഷേധിക്കാനാവില്ല.

സർക്കാരിൽനിന്നും പൊതുജനങ്ങളിൽനിന്നും വിദേശ ഏജൻസികളിൽനിന്നും ധനസഹായം സ്വീകരിച്ച് നടത്തപ്പെടുന്ന ഒട്ടേറെ ഭൂദദയാ സ്ഥാപനങ്ങൾ ഇന്ന് രാജ്യത്തുണ്ട്. അവ നടത്തിപ്പുകാർക്ക് സമൂഹത്തിൽ തങ്ങളുടെ 'പ്രതിച്ഛായ' വളർത്താൻ മാത്രമല്ല, സമ്പത്തുണ്ടാക്കാനും ഉപകരിക്കുന്നുണ്ട്. സർക്കാർ തലത്തിൽ തന്നെ സുതാര്യത ഇല്ലാത്ത നമ്മുടെ നാട്ടിൽ സ്വകാര്യ വ്യക്തികളോ ഏജൻസികളോ നടത്തുന്ന

ഇത്തരം സ്ഥാപനങ്ങളിൽ നിന്നു സുതാര്യത പ്രതീക്ഷിക്കാനേ വയ്യല്ലോ. അവരുടെ ധനവ്യവഹാരങ്ങളൊന്നും നാട്ടുകാരോ അധികൃതരോ അറിയുന്നില്ല. സർക്കാർ ഗ്രാന്റ് നൽകുന്നു എന്നല്ലാതെ, ഔദ്യോഗിക ഓഡിറ്റിംഗ് ഇത്തരം സ്ഥാപനങ്ങളിൽ നടത്തപ്പെടുന്നുമില്ല. ഏതായാലും ഒരു കാര്യം തീർച്ചയാണ്. വിദേശധനസഹായം ലഭിക്കുന്ന ഇത്തരം സ്ഥാപനങ്ങൾ അവയുടെ നടത്തിപ്പുകാരെ സാമ്പത്തികമായി അഭിവൃദ്ധിപ്പെടാൻ സഹായിക്കുന്നുണ്ട്.

ഒരു വശത്ത് ദാരിദ്ര്യം ഈശ്വരവിധിയാണെന്ന വിശ്വാസം; മറുവശത്ത് ദരിദ്രജനസംരക്ഷണം ഒരു വൻ ബിസിനസ്സായി മാറുന്ന അവസ്ഥ. ഇത്തരം ഒരു ചുറ്റുപാടിൽ ജീവകാരുണ്യ പ്രവർത്തനങ്ങളിലേർപ്പെടുന്നവരുടെ ഭാഗത്തു നിന്ന് ദാരിദ്ര്യത്തിന്റെ ഘടനാപരമായ കാരണങ്ങൾ അന്വേഷിക്കാനുള്ള ശ്രമങ്ങളുണ്ടാകുമെന്ന് പ്രതീക്ഷിക്കാവുന്നതല്ല. എന്തുകൊണ്ടെന്നാൽ ദീനവത്സലത (ചാരിറ്റി) എന്ന ബിസിനസ് നിലനിൽക്കണമെങ്കിൽ ദാരിദ്ര്യം നിലനിന്നേ തീരൂ. ബിസിനസ്സിനുള്ള മൂലധനം എങ്ങിനെയില്ലാതാക്കാം എന്ന് ഒരു ബിസിനസ്സുകാരനും അന്വേഷിക്കുകയില്ലല്ലോ.

സമ്പത്തിന്റെ അസമമായ വിതരണം ഉറപ്പു വരുത്തുന്ന ഒരു സാമൂഹിക ഘടനയിൽ നിന്നാണ് ദാരിദ്ര്യം പൊട്ടിമുളക്കുന്നത്. പരന്നു കിടക്കുന്ന ഭൂസ്വത്ത് പരിമിത എണ്ണം ആളുകളുടെ കൈവശമാകുമ്പോൾ ഭൂരിപക്ഷം ഭൂരഹിതരാകും; അവർ സമ്പന്നർക്ക് വിധേയരാകും. ശാസ്ത്രീയമായ രീതിയിൽ ഭൂപരിഷ്ക്കരണം നടപ്പിലാകട്ടെ, സ്ഥിതിയിൽ സമൂലമായ മാറ്റം വരും. സമ്പത്തിന്റെ വിവിധ രൂപങ്ങളുടെ ഉടമസ്ഥതയിലും സാമ്പത്തികാവസരങ്ങളുടെ ലഭ്യതയിലും പൊളിച്ചെഴുത്ത് നടക്കുമ്പോൾ ദാരിദ്ര്യം അനുഭവിക്കാനും ധനികരുടെ അനുകമ്പയിൽ കഴിയാനും 'വിധിക്കപ്പെട്ട' വിഭാഗം അനുക്രമം അപ്രത്യക്ഷമാകും.

ഈ വസ്തുത ഉൾക്കൊണ്ടുകൊണ്ടത്രേ ഘടനാപരമായ പരിവർത്തനമാണ് ജീവകാരുണ്യപ്രവർത്തനങ്ങളേക്കാൾ പ്രധാനമെന്ന് ലാറ്റിനമേരിക്കൻ ക്രൈസ്തവ സഭകൾ പറഞ്ഞത്. അവരുടെ നിലപാടിനു തീർച്ചയായും ഒരു രാഷ്ട്രീയമാനമുണ്ട്. നിലനിൽക്കുന്ന സാമൂഹിക ഘടനയെയും മൂല്യവ്യവസ്ഥയെയും നിരാകരിക്കുന്ന രാഷ്ട്രീയമാണ് അവർ പൊക്കിപ്പിടിക്കുന്നത്. ദാരിദ്ര്യം ഈശ്വര സ്രഷ്ടമല്ല, മനുഷ്യസ്രഷ്ടമാണെന്നും അത് പിഴുതെറിയാൻ ശരിയായ ദിശയിലുള്ള രാഷ്ട്രീയ സംഘാടനത്തിലൂടെ മനുഷ്യന് സാധിക്കുമെന്നുമാണവർ ചൂണ്ടിക്കാണിക്കുന്നത്. മറുഭാഗത്ത് സമൂഹത്തിന്റെ ഘടനാപരമായ പരിവർത്തനങ്ങളുടെ കാര്യം മിണ്ടാതെ, ജീവകാരുണ്യ പ്രവർത്തനങ്ങളിൽ അഭിരമിക്കുന്നവരുടെ ചെയ്തികൾക്കുമുണ്ടൊരു രാഷ്ട്രീയമാനം. ദാരിദ്ര്യത്തിന്റെ പാരാവാരവും സമ്പന്നതയുടെ തുരുത്തുകളും

ലോകത്തിന്റെ സഹജ സ്വഭാവമാണെന്നും അതു മാറ്റമില്ലാതെ നില നിൽക്കുമെന്നുമുള്ള കാഴ്ചപ്പാടിന്റെ രാഷ്ട്രീയം പിന്തുടരുന്നവരാണവർ. യഥാപൂർവ്വസ്ഥിതി (Status quo) നിലനിന്നു കാണാൻ അവരാഗ്രഹി ക്കുന്നു. അതുകൊണ്ടവർ ദാരിദ്ര്യത്തെ മഹത്വവത്കരിക്കുകയും യാതന കളുടെയും കഷ്ടപ്പാടുകളുടെയും 'കൾട്ട്' സൃഷ്ടിക്കുകയും ചെയ്യുന്നു. അഗതിമന്ദിരങ്ങളും അനാഥാലയങ്ങളുമല്ല, അഗതികളും അനാഥരുമി ല്ലാത്ത സമൂഹമാണ് സൃഷ്ടിക്കപ്പെടേണ്ടത് എന്ന സത്യമാണ് ഈ കൾട്ട് കൊണ്ട് അവർ മൂടിവെക്കുന്നത്.

ലോകത്തെ മാറ്റിമറിക്കാൻ കെല്പുള്ള സത്യങ്ങളെ മൂടിവയ്ക്കുന്ന രാഷ്ട്രീയം ചൂഷക വ്യവസ്ഥയെ താങ്ങിനിർത്തുന്ന രാഷ്ട്രീയമാണ്. ദാരിദ്ര്യത്തിന്റെ അടിവേരുകൾ മാന്താൻ ശ്രമിക്കാതെ, കേവലമായ ദീന വത്സലതകൊണ്ട് തൃപ്തിപ്പെടുന്നവർ അത്തരം രാഷ്ട്രീയത്തെയാണ് സഹായിക്കുന്നത്. ദാരിദ്ര്യത്തെ ശാശ്വതവത്കരിക്കുന്ന രാഷ്ട്രീയത്തെ സഹായിക്കുന്നവർ ദരിദ്രരെ സഹായിക്കാൻ കരുണാലയങ്ങൾ സ്ഥാപി ക്കുന്നതിലെ പന്തികേട് പ്രത്യേകം എടുത്തു പറയേണ്ടതില്ല.

(1998)

മനുഷ്യത്വം മതവിരുദ്ധമോ?

ഏഴാം ക്ലാസിലെ 'സാമൂഹ്യ ശാസ്ത്ര'ത്തിനെതിരെ നാട്ടിലെ മത-സാമുദായിക സംഘടനകൾ പലതും പടപ്പുറപ്പാട് നടത്തിയ സാഹചര്യത്തിൽ, ഈ ലേഖകൻ ആ പാഠപുസ്തകത്തിലൂടെ സശ്രദ്ധം കടന്നുപോയി. മതവിരുദ്ധമാണ് പുസ്തകം എന്നത്രേ മത സാമുദായിക സംഘടനകളുടെ ആക്ഷേപം. ആ നിലയ്ക്ക് കുട്ടികളെ ആരോഗ്യകരമായ സാമൂഹിക ജീവിതത്തിൽ നിന്നു വ്യതിചലിപ്പിക്കുന്ന പാഠങ്ങൾ ആ പുസ്തകത്തിൽ കണ്ടേക്കുമെന്ന പ്രതീക്ഷയോടെയാണ് ഞാൻ വായിച്ചത്. കുട്ടികളേ, നിങ്ങൾ കളവു പറയണം, കക്കണം, കരിഞ്ചന്ത നടത്തണം, കള്ളക്കടത്ത് നടത്തണം, കൈക്കൂലി വാങ്ങണം, കുഴൽ പണമിടപാടിൽ ഏർപ്പെടണം, ജനങ്ങളെ വഞ്ചിക്കണം, ലൈംഗിക ചൂഷണം നടത്തണം, ആളുകളെ കൊല്ലണം എന്നെല്ലാമുള്ള 'ഉപദേശങ്ങൾ' മുഴുവനുമില്ലെങ്കിലും ചിലതെങ്കിലും പുസ്തകത്തിൽ കാണുമെന്നു കരുതി. പക്ഷേ, അമ്മാതിരി യാതൊന്നും അവിടെ കണ്ടില്ല. മതങ്ങൾ ഉയർത്തിപ്പിടിക്കുന്ന മൂല്യങ്ങളിൽ ഒന്നിനെപ്പോലും വിവാദവിധേയമായ പാഠപുസ്തകം നിരാകരിക്കുന്നില്ല.

എന്നിട്ടും നമ്മുടെ മത-സമുദായ സംഘടനകൾക്ക് ആ പുസ്തകമെങ്ങനെ മതവിരുദ്ധമായി? ഇന്ത്യയുടെ പ്രഥമ പ്രധാനമന്ത്രി ജവഹർലാൽ നെഹ്റുവിന്റെ മരണപത്രത്തിൽ നിന്ന് ഒരു ഭാഗം പുസ്തകത്തിൽ ചേർത്തിട്ടുണ്ട്. തന്റെ മരണശേഷം മതപരമായ യാതൊരു കർമങ്ങളും നടത്തേണ്ടതില്ലെന്നും അത്തരം ചടങ്ങുകളിലൊന്നും താൻ വിശ്വസിക്കുന്നില്ലെന്നുമാണ് നെഹ്റു അതിൽ പറയുന്നത്. മതസംഘടനകൾക്കു രുചിക്കാത്ത ഒരു ഭാഗം ഇതാണെന്നാണ് റിപ്പോർട്ടുകളിൽ നിന്നു ലഭിക്കുന്ന സൂചന.

മിശ്രവിവാഹിതരായ ദമ്പതികൾ തങ്ങളുടെ കുട്ടിയെ സ്കൂളിൽ ചേർക്കുന്ന ഒരു രംഗം പുസ്തകത്തിലുണ്ട്. മുസ്ലിം സമുദായത്തിൽപെട്ട അച്ഛനും ഹിന്ദുസമുദായത്തിൽപ്പെട്ട അമ്മയ്ക്കും പിറന്ന കുട്ടിയിൽ കൃത്രിമമായി മതവും ജാതിയും ആരോപിക്കേണ്ടതില്ലാത്തതിനാൽ കുട്ടിയുടെ മതവും ജാതിയുമൊന്നും രജിസ്റ്ററിൽ ചേർക്കേണ്ടെന്ന നിലപാടാണ് രക്ഷിതാക്കൾ സ്വീകരിക്കുന്നത്. കുട്ടി മുതിരുമ്പോൾ വല്ല

മതവും വേണമെന്ന് അവനു തോന്നുന്നുവെങ്കിൽ അവനിഷ്ടമുള്ള മതം തിരഞ്ഞെടുക്കാമെന്ന തികച്ചും ജനാധിപത്യപരമായ നിലപാട് അവർ കൈക്കൊള്ളുകയും ചെയ്യുന്നു. ഏഴാം ക്ലാസിലെ 'സാമൂഹ്യ ശാസ്ത്ര' ത്തിൽ മതവിരുദ്ധത ആരോപിക്കാൻ ബന്ധപ്പെട്ട സംഘടനകളെ പ്രേരിപ്പിച്ച മറ്റൊരു ഭാഗം ഇതാണ്.

ഇപ്പറഞ്ഞ പരാമർശങ്ങളുടെ പേരിൽ പാഠപുസ്തകം മതവിരുദ്ധമാണെന്നു വിലയിരുത്തുന്നവർ തങ്ങളുടെ എടുത്തുചാട്ടത്തിനു മുൻപ് ആ രണ്ട് പാഠഭാഗങ്ങളെയും ഇന്ത്യൻ ഭരണഘടനയുടെ വെളിച്ചത്തിൽ വീക്ഷിക്കാൻ ശ്രദ്ധിക്കണമായിരുന്നു. തന്റെ മരണശേഷം തനിക്കു വേണ്ടി മതകർമ്മങ്ങൾ നടത്തരുതെന്ന നെഹ്റുവിന്റെ അഭിലാഷം ഇന്ത്യൻ ജനത അംഗീകരിച്ച ഭരണഘടനയ്ക്ക് അനുസൃതമാണ്. മതപരമായ ചടങ്ങുകൾ വ്യക്തികളിലോ സംഘങ്ങളിലോ അടിച്ചേല്പിക്കാൻ ഇവിടെ ആർക്കും അവകാശമില്ല. ഭരണഘടന നൽകുന്ന ഈ സ്വാതന്ത്ര്യം മതവിരുദ്ധമാണെന്ന് ഏതെങ്കിലും മതസംഘടനയ്ക്ക് അഭിപ്രായമുണ്ടെങ്കിൽ ഇന്ത്യൻ ഭരണഘടന മതവിരുദ്ധമാണെന്നും അതിനു വിധേയമായി ജീവിക്കാൻ തങ്ങൾ തയ്യാറല്ലെന്നും പ്രഖ്യാപിക്കുകയാണ് ആദ്യം അവർ ചെയ്യേണ്ടത്. അഥവാ, രാജ്യത്തിന്റെ ഭരണഘടന അവർ അംഗീകരിക്കുന്നുവെങ്കിൽ, ഭരണഘടനാപരമായി ശരിയായ ഒരു കാര്യം വിദ്യാർത്ഥികളെ പഠിപ്പിച്ചുകൂടെന്നു പറയാൻ തങ്ങൾക്കവകാശമില്ലെന്നു അവർ മനസ്സിലാക്കണം.

മിശ്രവിവാഹിതർക്കു ജനിച്ച മതമില്ലാത്ത കുട്ടിയെ സംബന്ധിച്ച പാഠഭാഗവും ഭരണഘടനാപരമായി പൂർണാർത്ഥത്തിൽ ശരിയാണ്. മതത്തിൽ വിശ്വസിക്കാനും മതം ആചരിക്കാനും മാത്രമല്ല, വിശ്വസിക്കാതിരിക്കാനും ആചരിക്കാതിരിക്കാനും കൂടി പൗരന്മാർക്ക് സ്വാതന്ത്ര്യം നൽകുന്ന ഭരണഘടനയാണ് നമുക്കുള്ളത്. അതുപ്രകാരം മിശ്രവിവാഹവും മതരഹിത ജീവിതവും മതജീവിതം പോലെത്തന്നെ ശരിയാണ്. മതരഹിത ജീവിതം അനുവദിക്കുന്ന ഇന്ത്യൻ ഭരണഘടന മതവിരുദ്ധമല്ലെങ്കിൽ, മതരഹിത ജീവിതത്തെ സംബന്ധിച്ച പാഠഭാഗം എങ്ങനെ മതവിരുദ്ധമാകും?

മതമില്ലാത്ത കുട്ടിയെ സംബന്ധിച്ച പാഠഭാഗം മതസങ്കുചിതത്വങ്ങൾക്കു മുകളിൽ മനുഷ്യനെ സ്ഥാപിക്കുകയെന്ന ശ്രേഷ്ഠകൃത്യമാണ് ചെയ്യുന്നതെന്ന കാര്യവും മതസമുദായ സംഘങ്ങളെ നയിക്കുന്ന മനസ്സിടുക്കക്കാരുടെ തലയിൽ കയറിയില്ല. മുസ്‌ലിം ലീഗ് അദ്ധ്യക്ഷന്റെ കാർമികത്വത്തിൽ പാഠപുസ്തക വിരുദ്ധ പ്രക്ഷോഭത്തിന് ആഹ്വാനം നൽകിയ മുസ്‌ലിം സംഘടനാ പ്രതിനിധികൾ 'മതവിഷയത്തിൽ നിർബന്ധമില്ല' എന്ന ഖുർആൻ വചനമെങ്കിലും ഓർക്കണമായിരുന്നു. നമ്മുടെ കാലഘട്ടത്തിൽ ജീവിച്ച അറബ് തത്ത്വചിന്തകനായ അബ്ദുൽ

റഹ്മാൻ ബദവി (1917-2002) ഇസ്ലാമിലെ നിരീശ്വരവാദ സരണിയെക്കുറിച്ചെഴുതിയ 'മിൻ താരിഖുൽ ഇൽഹാദ് ഫിൽ ഇസ്ലാം' എന്ന ഗ്രന്ഥം അവർ മറിച്ചുനോക്കേണ്ടതുമുണ്ടായിരുന്നു. സ്വതന്ത്ര ചിന്തകൾക്ക് ഇസ്ലാമിന്റെ ചരിത്രത്തിലുള്ള സ്ഥാനം അടയാളപ്പെടുത്തുന്ന ആ കൃതി യുക്തിവിചാരമാണ് ഇസ്ലാമിന്റെ സത്തയെന്ന് വെളിപ്പെടുത്തുന്നുണ്ട്. കൂടാതെ, മതയാഥാസ്ഥിതികത്വത്തെ ചോദ്യം ചെയ്ത ഇബ്നുൽ മുഖഫ, ഇബ്നുൽ റവാൻദി, റാസി, ജാബി റിബ്ൻ ഹയ്യാൻ, അബ്ദുൽ അതാഹിയ്യ, അബുനുവാസ് തുടങ്ങിയവർ ഇസ്ലാമിലെ സ്വതന്ത്ര ചിന്തയ്ക്ക് നൽകിയ സംഭാവനകളും ബദവിയുടെ ഗ്രന്ഥത്തിൽ കാണാം. മനുഷ്യത്വമാണ്, മതസങ്കുചിതത്വമല്ല മുസ്ലീങ്ങളെ നയിക്കേണ്ടത് എന്ന സന്ദേശമാണ് ആ പുസ്തകം നൽകുന്നത്.

പാഠപുസ്തകത്തിൽ മതവിരുദ്ധത ആരോപിക്കുന്നവർ മതത്തെ നോക്കിക്കാണുന്നിടത്തും ഗുരുതരമായ തകരാറുകളുണ്ട്. മതത്തിന്റെ പുറന്തോടിലേ അവരുടെ ദൃഷ്ടി ചെന്നെത്തുന്നുള്ളൂ. മതങ്ങൾക്കു രണ്ടു തലങ്ങളുണ്ടെന്ന വസ്തുത വിസ്മരിക്കപ്പെടുന്നു. എല്ലാ മതങ്ങൾക്കും ബാഹ്യതലമായ പുറന്തോടും ആന്തരതലമായ അകക്കാമ്പുമുണ്ട്. മതങ്ങൾ മുന്നോട്ടുവെക്കുന്ന ആചാരവ്യവസ്ഥയാണ് അവയുടെ പുറന്തോട്. മതങ്ങളുടെ അകക്കാമ്പ് മതങ്ങൾ പ്രക്ഷേപിക്കുന്ന മൂല്യവ്യവസ്ഥയാണ്. പുറന്തോടല്ല, അകക്കാമ്പാണ് പ്രധാനം. ആചാരവ്യവസ്ഥയായ പുറന്തോടില്ലെങ്കിലും മതങ്ങൾ നിലനിൽക്കും. എന്നാൽ മൂല്യവ്യവസ്ഥയെന്ന അകക്കാമ്പിന്റെ അഭാവത്തിൽ മതങ്ങൾക്ക് നിലനില്പില്ല. ജപവും സ്തോത്രവും പ്രാർത്ഥനയുമടക്കമുള്ള അനുഷ്ഠാനങ്ങളിലല്ല, സമൂഹത്തിന്റെ ആത്യന്തിക നന്മലക്ഷ്യമിടുന്ന മൂല്യങ്ങളിലും അവയുടെ പ്രയോഗവത്കരണത്തിലുമാണ് മതത്തിന്റെ ആത്മാവ് കുടികൊള്ളുന്നത്.

മതസംഘടനകളുടെ പ്രക്ഷോഭത്തിനാധാരമായ പാഠപുസ്തകത്തിൽ മേൽചൊന്ന മൂല്യങ്ങളെ തിരസ്കരിക്കുന്ന ഒരു പരാമർശംപോലും കാണാനില്ല. ഒന്നാം ഖണ്ഡികയിൽ പറഞ്ഞത് പോലെ, വിദ്യാർത്ഥികളെ അസത്യകഥനത്തിലേക്കോ മോഷണത്തിലേക്കോ കള്ളക്കച്ചവടത്തിലേക്കോ കൈക്കൂലിയിലേക്കോ ജനവഞ്ചനയിലേക്കോ ലൈംഗിക അരാജകത്വത്തിലേക്കോ മാഫിയക്കൂട്ടത്തിലേക്കോ നയിക്കുന്നയാതൊന്നും പുസ്തകത്താളുകളിലില്ല. ഉള്ളത്, പോയകാലത്ത് മതത്തിന്റെയും ജാതിയുടെയും പേരിൽ നിലനിന്ന ദുരാചാരങ്ങളെക്കുറിച്ചുള്ള വിമർശനാത്മക പരാമർശങ്ങളാണ്. അധ്യേതാക്കളെ മനുഷ്യത്വത്തിന്റെ നന്മയിലേക്കും വെളിച്ചത്തിലേക്കും നയിക്കാൻ ഉതകുന്നവയാണവ. മനുഷ്യത്വം എന്ന നന്മ മതവിരുദ്ധമാണോ എന്ന ചോദ്യമാണ് പാഠപുസ്തകവിരുദ്ധ സമരക്കാർ ആദ്യം ഉയർത്തേണ്ടത്. മത-സമുദായ സംഘത്തലവന്മാരുടെ തലതിരിഞ്ഞ ആഹ്വാനം ചെവിക്കൊണ്ട് ബഹളം

വെക്കുന്ന അനുയായികൾ ഒരു മൂല്യവ്യവസ്ഥ എന്ന നിലയ്ക്ക് മതത്തെ തങ്ങളും തങ്ങളുടെ നേതാക്കളും സ്വജീവിതത്തിൽ എത്രമാത്രം പകർത്തുന്നുണ്ട് എന്ന ആത്മപരിശോധന നടത്തുന്നതും കൊള്ളാം. സാമ്പത്തിക കുറ്റകൃത്യങ്ങൾ തൊട്ട് ലൈംഗിക കുറ്റകൃത്യങ്ങൾ വരെ യുള്ള തിന്മകളുടെ മേഖലകളിൽ മുൻനിരയിലുള്ളവരിൽ പലരും മത-സമുദായ സംഘടനകളുമായി ബന്ധപ്പെട്ടവരാണെന്ന യാഥാർത്ഥ്യം നില നിൽക്കെ, അത്തരമൊരു പരിശോധന ഇനിയും വൈകിക്കൂടാ.

(ജൂലൈ, 2008)

വന്ദേമാതരം:
ഒഴിവാക്കേണ്ട വിവാദം

ബംഗാളി നോവലിസ്റ്റ് ബങ്കിംചന്ദ്ര എഴുതിയ 'ആനന്ദമഠ്' എന്ന നോവലിൽ വരുന്ന 'വന്ദേമാതരം' എന്ന ദേശ പ്രേമഗീതത്തെക്കുറിച്ചുള്ള വിവാദത്തിന് ഏഴു പതിറ്റാണ്ടിലേറെ പഴക്കമുണ്ട്. 1937ൽ മുസ്‌ലിം ലീഗാണ് ആദ്യമായി വന്ദേമാതരത്തെ എതിർത്ത് രംഗത്തു വന്നത്. ആ വർഷം ലഖ്നോയിൽ നടന്ന സമ്മേളനത്തിൽ ലീഗ് അംഗീകരിച്ച പ്രമേയത്തിൽ വന്ദേമാതരം 'ഇസ്‌ലാം വിരുദ്ധവും വിഗ്രഹാരാധനാപരവു'മാണെന്നു വിലയിരുത്തപ്പെട്ടു. ഏറെത്താമസിയാതെ മുഹമ്മദലി ജിന്ന വന്ദേമാതരം ആലപിക്കുന്ന പതിവ് കോൺഗ്രസുകാർ ഉപേക്ഷിക്കണമെന്ന ആവശ്യവുമായി മുന്നോട്ടു വന്നു.

വന്ദേമാതരം വർഗീയവത്കരിക്കപ്പെടുകയും വിവാദം കൊഴുക്കുകയും ചെയ്തപ്പോൾ മഹാത്മാഗാന്ധി എങ്ങനെ പ്രതികരിച്ചു എന്നു നോക്കാവുന്നതാണ്. ജിന്നയും മുസ്‌ലിംലീഗും ബങ്കിംചന്ദ്രയുടെ ഗീതത്തിനു നേരെ ചന്ദ്രഹാസമിളക്കിയപ്പോൾ ഗാന്ധിജി 1939 ജൂലായ് 1ന് 'ഹരിജനി'ൽ എഴുതി: 'ആനന്ദമഠത്തെപ്പറ്റിയോ ബങ്കിമിനെപ്പറ്റിയോ ഒന്നും അറിഞ്ഞുകൂടാതിരുന്ന കുട്ടിക്കാലത്ത് വന്ദേമാതരം എന്നെ പിടിച്ചുനിർത്തിയിരുന്നു; അത് ചൊല്ലിക്കേട്ടപ്പോൾ ഞാൻ കോരിത്തരിക്കയുണ്ടായി. അതൊരു ഹിന്ദുഗീതമാണെന്നോ ഹിന്ദുക്കൾക്കുമാത്രം ഉദ്ദേശിക്കപ്പെട്ടതാണെന്നോ എനിക്കു തോന്നിയിട്ടില്ല.'

മതനിരപേക്ഷതയുടെ ഉറച്ച വക്താവായിരുന്ന ജവഹർലാൽ നെഹ്റുവിന്റെ അക്കാലത്തെ പ്രതികരണവും ശ്രദ്ധിക്കാം: 'നമ്മുടെ മാതൃഭൂമിയുടെ സൗന്ദര്യം മനോഹരമായ ഭാഷയിൽ വർണിക്കുന്ന വന്ദേമാതരത്തിന്റെ ആദ്യത്തെ രണ്ട് ശ്ലോകങ്ങളിൽ എതിർക്കപ്പെടേണ്ട യാതൊന്നുമില്ല' എന്നത്രേ നെഹ്റു പറഞ്ഞത്. ആ ശ്ലോകങ്ങൾ ചൊല്ലിക്കൊണ്ടാണ് രാജ്യസ്നേഹികളായ ഒട്ടേറെ സ്വാതന്ത്ര്യസമരപ്പോരാളികൾ മരണത്തെ നേരിട്ടതെന്നും അദ്ദേഹം വിമർശകരെ ഓർമ്മിപ്പിക്കുകയുണ്ടായി.

എൺപതുകളുടെ രണ്ടാംപാദത്തിൽ അയോധ്യാപ്രശ്നം കത്തിനിൽക്കുന്ന സന്ദർഭത്തിൽ വന്ദേമാതരം വീണ്ടും ചൂടും പുകയുമുയർത്തി.

ആ കാലത്താണ് പാർലമെന്റ് സമ്മേളനം വന്ദേമാതരം കൊണ്ട് തുടങ്ങുകയും ജനഗണമനകൊണ്ട് അവസാനിപ്പിക്കുകയും ചെയ്യണമെന്ന് പാർലമെന്ററി സമിതി നിർദ്ദേശിച്ചത്. പ്രസ്തുത നിർദ്ദേശം നടപ്പാക്കണമെന്ന ആവശ്യവുമായി ബി.ജെ.പി. മുന്നോട്ടു വന്നു. മുസ്ലിം ലീഗിന്റെ അക്കാലത്തെ അഖിലേന്ത്യാ സാരഥിയും എം.പിയുമായ സുലൈമാൻ സേട്ടുവും മറ്റൊരു മുസ്ലിം എം.പി. സയ്യിദ് ശിഹാബുദ്ദീനും വിട്ടുകൊടുക്കാൻ തയ്യാറായിരുന്നില്ല. പാർലമെന്ററി സമിതിയുടെ നിർദ്ദേശത്തെ നിശിതമായി എതിർത്തുകൊണ്ട് അവർ രംഗത്തിറങ്ങി. 1930കളിൽ എന്ന പോലെ 1980കളിലും ലീഗുകാരും മറ്റു മുസ്ലിം സംഘടനകളും വന്ദേമാതരത്തിനെതിരിൽ അണിനിരന്നത് മതത്തിന്റെ പേരു പറഞ്ഞായിരുന്നു.

അമ്മയ്ക്ക് വന്ദനം എന്ന് അർത്ഥം വരുന്ന വന്ദേമാതരം അമ്മയെ (ഭാരതത്തെ) ആരാധിക്കാനാണ് ആഹ്വാനം നൽകുന്നതെന്നായിരുന്നു വിമർശകരുടെ പക്ഷം. അല്ലാഹുവിനെയല്ലാതെ മറ്റാരെയും ആരാധിക്കാൻ മുസ്ലിമിന് സാധിക്കില്ലെന്നും വന്ദേമാതരം ആലപിക്കുക വഴി ഇസ്ലാമിന്റെ മൂലക്കല്ലായ ഏകേശ്വരവിശ്വാസത്തിനു കടകവിരുദ്ധമായ നിലപാടെടുക്കാൻ മുസ്ലിമിനെ ആരും നിർബന്ധിച്ചു കൂടെന്നുമായിരുന്നു അവരുടെ വാദം. വന്ദിക്കുന്നതും ആരാധിക്കുന്നതും രണ്ടാണെന്ന ലളിതമായ വസ്തുത തമസ്കരിച്ചുകൊണ്ട് പ്രശ്നത്തെ വർഗ്ഗീയവത്കരിക്കാനാണ് അന്നു സേട്ടുവും ശഹാബുദ്ദീനും ശ്രമിച്ചത്. മുസ്ലിം വർഗ്ഗീയ യാഥാസ്ഥിതിക കേന്ദ്രങ്ങൾ വന്ദേമാതരത്തിനു നേരെ സ്വീകരിച്ച അപക്വസമീപനത്തിൽ നിന്നു പരമാവധി മുതലെടുക്കാൻ അക്കാലത്ത് ബി.ജെ.പിക്കാരും ഉത്സാഹിച്ചു.

ഇപ്പോഴിതാ വീണ്ടും ഒരു മുസ്ലിം കേന്ദ്രം വന്ദേമാതരത്തിനെതിരിൽ പ്രമേയവുമായി അരങ്ങിലെത്തിയിരിക്കുന്നു. 'ജംഇയ്യത്തുൽ ഉലമാ ഹിന്ദ്' എന്ന മുസ്ലിം മതപണ്ഡിതസഭയാണ് വന്ദേമാതരം ഇസ്ലാം വിരുദ്ധമാണെന്ന പഴയ ആരോപണം ഉന്നയിച്ചിരിക്കുന്നത്. നവംബർ 30ന് ഉത്തർപ്രദേശിലെ ദിയൂബന്ദിൽ ചേർന്ന സമ്മേളനത്തിൽ അംഗീകരിച്ച പ്രമേയത്തിൽ മൂന്നു വർഷം മുമ്പ് ദിയൂബന്ദിലെ ദാറുൽ ഉലും വന്ദേമാതരത്തെക്കുറിച്ച് നൽകിയ ഫത്വയെ പിന്താങ്ങുകയത്രേ ജംഇയ്യത്തുൽ ഉലമ ചെയ്തിരിക്കുന്നത്. മുസ്ലിങ്ങൾ വന്ദേമാതരം ആലപിക്കുന്നത് തെറ്റാണ് എന്നതത്രേ ഫത്വയുടെ ഉള്ളടക്കം.

ഇപ്പോഴും പഴയ ദേശവിരുദ്ധ നിലപാടിൽ ഉറച്ചുനിൽക്കുന്നതിന്റെ തെളിവായി അവർ ഫത്വയെയും പ്രമേയത്തെയും എടുത്തുകാട്ടി. വന്ദേമാതരം ആലപിക്കാൻ ആരും ആരേയും നിർബന്ധിക്കുന്നില്ല എന്നിരിയ്ക്കെ ദേശീയഗീതമായി അംഗീകരിക്കപ്പെട്ട വരികളോടുള്ള അസഹിഷ്ണുത ദേശപ്രേമരാഹിത്യമായി ചിത്രീകരിക്കാനാണ് അവർ തുനിഞ്ഞത്.

നവംബർ 3ന് നടന്ന ജംഇയ്യത്തുൽ ഉലമാ ഹിന്ദിന്റെ മുപ്പതാം സമ്മേളനത്തിൽ വന്ദേമാതരം സംബന്ധിച്ച പ്രമേയം മാത്രമല്ല അംഗീകരിക്കപ്പെട്ടത്. വേറെ ഇരുപത് പ്രമേയങ്ങൾ കൂടിയുണ്ട്. അവയിലൊന്ന് നിരപരാധികളെ കൊന്നൊടുക്കുന്ന ഭീകരവാദത്തെ അപലപിക്കുന്നതാണ്. ഭീകരവാദപന്ഥാവിലേക്ക് വഴുതുന്ന ചെറുപ്പക്കാരെ മുഖ്യധാരയിലേക്ക് വീണ്ടെടുക്കേണ്ട ആവശ്യകതയിൽ ആ പ്രമേയം ഊന്നുകയും ചെയ്യുന്നു. പക്ഷേ, ഈ ഭീകരവാദവിരുദ്ധ പ്രമേയത്തിന്റെ പ്രഭയത്രയും ചോർത്താനാണ് വന്ദേമാതര വിരുദ്ധപ്രമേയം ഉപകരിച്ചത്. ദുർഗ എന്ന ഹിന്ദു ദേവതയെ പരാമർശിക്കുന്ന വരികൾ ഒഴിവാക്കിക്കൊണ്ടാണ് സ്വതന്ത്ര ഇന്ത്യയിൽ വന്ദേമാതരം ആലപിക്കപ്പെട്ടുപോരുന്നതെന്ന വസ്തുതയെങ്കിലും പ്രമേയത്തിനു മുൻകൈ എടുത്തവർ ഓർക്കണമായിരുന്നു. ഭൂരിപക്ഷ വർഗ്ഗീയവാദികളെ പ്രകോപിപ്പിക്കുന്നതിൽപരം യാതൊരു നേട്ടവും ആ പ്രമേയം വഴി ന്യൂനപക്ഷത്തിനു കൈവരിക്കാനാവില്ലെന്ന യാഥാർത്ഥ്യം കാണാനും അവർക്ക് സാധിക്കേണ്ടതായിരുന്നു.

പോയ നൂറ്റാണ്ടിന്റെ പ്രഥമപാദം തൊട്ട് തുടങ്ങിയ വന്ദേമാതരം വിവാദം അവസാനിപ്പിക്കേണ്ട കാലം വൈകി. മുസ്‌ലിം സംഘടനകൾ വൈകാരിക പ്രശ്നങ്ങളിൽ കടിച്ചുതൂങ്ങുന്നത് 'അപരസംസ്കാര'ത്തിന്റെ വാഹകരായി മുസ്‌ലിങ്ങളെ അടയാളപ്പെടുത്തുന്ന ഹിന്ദുത്വാശക്തികളെയാണ് രാഷ്ട്രീയമായി സഹായിക്കുന്നത് എന്നതിന് തെളിവുകൾ ധാരാളമുണ്ട്. മുസ്‌ലിം വ്യക്തിനിയമം, ബാബറി മസ്ജിദ്, അലിഗർ സർവകലാശാലയുടെ ന്യൂനപക്ഷപദവി തുടങ്ങിയ പ്രശ്നങ്ങളെ വൈകാരികമായും അപക്വമായും മുസ്‌ലിം സംഘടനകൾ സമീപിച്ചപ്പോഴൊക്കെ നേട്ടം കൊയ്തത് സംഘപരിവാറാണ്. ഒഴിവാക്കാവുന്നതും ഒഴിവാക്കേണ്ടതുമായ വിവാദമാണ് വന്ദേമാതരത്തെ സംബന്ധിക്കുന്നത് എന്ന തിരിച്ചറിവ് ജംഇയ്യത്തു ഉലമാ ഹിന്ദ് പോലുള്ള സംഘടനകൾക്ക് എന്നാണ് കൈവരിക?

(നവംബർ, 2009)

ബുദ്ധിജീവികളുടെ സമുദായം

'മുസ്ലിം ബുദ്ധിജീവികളുടെ നിസ്സംഗത' എന്ന തലക്കെട്ടിൽ, ഏതാണ്ട് അഞ്ചു മാസം മുൻപ് ഒരു മലയാള വാരികയിൽ ഞാനെഴുതിയ ലേഖനത്തിലെ 'മുസ്ലിം ബുദ്ധിജീവി' എന്ന പ്രയോഗത്തിന്റെ അർത്ഥകല്പനകളെക്കുറിച്ചും സാധുതയെക്കുറിച്ചും ആഴ്ചപ്പതിപ്പിൽ നടന്നുവരുന്ന വാദവിവാദങ്ങൾ താത്പര്യപൂർവമാണ് ശ്രദ്ധിച്ചുപോന്നത്. മുസ്ലിം ബുദ്ധിജീവി എന്ന പ്രയോഗം തെറ്റാണെന്നും എന്റെ ആലോചനക്കുറവിന്റെ ഫലമാണതെന്നും വിവാദത്തിന് തുടക്കമിട്ട എം.എൻ. കാരശ്ശേരി ഉൾപ്പെടെ ഒരു വിഭാഗം വിലയിരുത്തുമ്പോൾ, വ്യാകരണശുദ്ധിയുടെയോ ശൈലീഭംഗത്തിന്റെയോ പേരിൽ ആ ലേഖനം മുന്നോട്ടുവെക്കുന്ന ആശയങ്ങളിൽനിന്ന് കുതറിമാറുന്നത് ന്യായമല്ലെന്ന് മറ്റൊരു വിഭാഗം ചൂണ്ടിക്കാട്ടുന്നു. ഈ കേസിൽ 'പ്രതി'യായ എനിക്ക് പറയാനുള്ളത് ഞാനിതുവരെ പറഞ്ഞിട്ടില്ല. അതിവിടെ കുറിച്ചുകൊള്ളട്ടെ.

വാക്കുകളെ വായിക്കേണ്ടത് ഒരു നിശ്ചിത സാമൂഹിക സന്ദർഭത്തിൽ വെച്ചുകൊണ്ട് വേണം എന്നത് ചിഹ്നവിജ്ഞാനീയ (സെമിയോട്ടിക്സ്) ത്തിലെ പ്രാഥമിക തത്ത്വമാണ്. വാക്കുകൾക്കോ പ്രയോഗങ്ങൾക്കോ പാഠങ്ങൾക്കോ സാർവലൗകികവും സാർവകാലികവുമായ അർത്ഥവിവക്ഷകളില്ല. പാഠം (text) എപ്പോഴും സന്ദർഭ(context)വുമായി ബന്ധപ്പെട്ടു കിടക്കുന്നു. ഒരേ പാഠം വ്യത്യസ്ത സാമൂഹിക സന്ദർഭങ്ങളിൽ വ്യത്യസ്തമായ അർത്ഥങ്ങൾക്ക് ജന്മം നൽകും. അതുകൊണ്ട് നിഘണ്ടു നോക്കി അർത്ഥം പറഞ്ഞാൽ പലപ്പോഴും പല പദങ്ങളുടേയും അർത്ഥം ശരിയായിക്കൊള്ളണമെന്നില്ല. ഉദാഹരണത്തിന്, അടിയന്തരാവസ്ഥ എന്ന വാക്കിന് നിഘണ്ടു നൽകുന്ന അർത്ഥവുമായി മുന്നോട്ടുപോയാൽ മുപ്പത് വർഷം മുൻപ് ഇന്ദിരാഗാന്ധി ഇന്ത്യയ്ക്കുമേൽ അടിച്ചേൽപ്പിച്ച അടിയന്തരാവസ്ഥയുടെ അകപ്പൊരുൾ പിടികിട്ടില്ല. അതുപോലെ, രഥയാത്ര എന്ന പ്രയോഗത്തിന് ശബ്ദകോശത്തിൽ പറയുന്ന അർത്ഥവുമായി നടന്നുനീങ്ങിയാൽ പതിനഞ്ചു വർഷം മുൻപ് അദ്വാനി നടത്തിയ രഥയാത്രയുടെ സാരം ഗ്രഹിക്കാനാവില്ല. ആ രണ്ട് പ്രയോഗങ്ങളേയും അവയുടെ സാമൂഹിക-രാഷ്ട്രീയ സന്ദർഭങ്ങളിൽ നിർത്തിവേണം വായിക്കാൻ.

അങ്ങനെ ചെയ്യുമ്പോൾ 'അടിയന്തരാവസ്ഥ' എന്ന വാക്കിന് തന്റെ സ്വേച്ഛാധിപത്യം നിലനിർത്താൻ ഇന്ദിരാഗാന്ധി പ്രയോഗിച്ച അതി നിഷ്ഠുരമായ രാഷ്ട്രീയായുധം എന്നും 'രഥയാത്ര'യ്ക്ക് തങ്ങളുടെ പാർട്ടി യുടെ അധികാരാരോഹണം ലക്ഷ്യമിട്ട് അദ്വാനിയും കൂട്ടരും പ്രയോഗിച്ച പരമനീചമായ വർഗ്ഗീയായുധം എന്നുമുള്ള അർത്ഥങ്ങളാണ് ലഭിക്കുക.

നിഘണ്ടുവിനേയും ശബ്ദോത്പത്തിശാസ്ത്ര(എറ്റിമോളജി)ത്തേയും ആശ്രയിച്ച് 'മുസ്‌ലിം ബുദ്ധിജീവി'യെ വിശകലനം ചെയ്യാൻ പോയി എന്ന താണ് എം.എൻ. കാരശ്ശേരിക്ക് പറ്റിയ ഒന്നാമത്തെ പിഴവ്. ആരാണ് ബുദ്ധിജീവി എന്ന ചോദ്യം ഉയർത്തിക്കൊണ്ട് അദ്ദേഹം 'വിശേഷബുദ്ധി', 'മന്ദബുദ്ധി', 'ഭ്രാന്തൻ', 'ബുദ്ധിമാൻ/ബുദ്ധിമതി', 'വിഡ്ഢി', 'ഇന്റലിജന്റ്', 'ഇൻറലക്ചൽ', 'പണ്ഡിതൻ' എന്നീ പദങ്ങളുടെ അർത്ഥപരിശോധന നടത്തുന്നു. ഒടുവിൽ, 'ആശയലോകത്ത് വലുതോ ചെറുതോ ആയ ചലനം ഉണ്ടാക്കുന്ന ആൾ' എന്ന് ബുദ്ധിജീവിയെ നിർവചിക്കുകയും ചെയ്യുന്നു. സംഭവം വളരെ ലളിതം; പ്രൈമറിതലത്തിൽ പഠിക്കുന്ന വിദ്യാർത്ഥികൾക്കുപോലും എളുപ്പം മനസ്സിലാക്കാൻ സാധിക്കുമാറ് സരളം.

പക്ഷേ, ബുദ്ധിജീവികളെ മറ്റു പലരും നിർവചിക്കുകയും വിലയിരു ത്തുകയും ചെയ്തത് വേറെ വിധത്തിലാണ്. പ്രഖ്യാത ഇറ്റാലിയൻ മാർക്സിസ്റ്റ് ചിന്തകനായ അന്റോണിയോ ഗ്രാംഷിയുടെ ഇഷ്ടപ്രമേയ ങ്ങളിലൊന്നായിരുന്നു 'ബുദ്ധിജീവികൾ'. അദ്ദേഹം തന്റെ പ്രശസ്തമായ 'പ്രിസൺ നോട്ട്ബുക്സി'ൽ എഴുതിയ പ്രഥമ പ്രകരണത്തിന്റെ ശീർഷകംതന്നെ 'ദി ഇന്റലക്ചൽസ്' (ബുദ്ധിജീവികൾ) എന്നാണ്. സമൂഹത്തിന്റെ ഉപരിഘടനയിലെ കാര്യനിർവാഹകരായാണ് ഗ്രാംഷി ബുദ്ധിജീവികളെ കാണുന്നത്. സമൂഹത്തിൽ ആധിപത്യം വഹിക്കുന്ന ആശയങ്ങൾ സമൂഹത്തിൽ ആധിപത്യമുള്ള വർഗ്ഗത്തിന്റെ ആശയങ്ങ ളാണെന്ന മാർക്സിയൻ വീക്ഷണം വികസിപ്പിച്ചുകൊണ്ട് സാമൂഹിക അധീശത്വം (social hegemony) എന്ന പരികല്പന മുന്നോട്ടുവയ്ക്കുന്ന ഗ്രാംഷി, പ്രസ്തുത അധീശത്വത്തിന്റെ പ്രതിപുരുഷന്മാരായി ബുദ്ധിജീ വികൾ മാറുന്നു എന്ന് കണ്ടെത്തുന്നു. സമൂഹത്തിൽ മേധാവിത്വം വഹി ക്കുന്ന വിഭാഗത്തിന്റെ/വർഗ്ഗത്തിന്റെ പ്രത്യയശാസ്ത്രം വിപുലീകരിക്കു കയും ബലപ്പെടുത്തുകയും ചെയ്യുക എന്നതാണവരുടെ ജോലി.

ബുദ്ധിജീവികളെ ഗ്രാംഷി ജൈവ ബുദ്ധിജീവികൾ (organic intellectuals), പരമ്പരാഗത ബുദ്ധിജീവികൾ (traditional intellectuals) എന്നിങ്ങനെ രണ്ടായി തരംതിരിക്കുന്നുണ്ട്. ജൈവ ബുദ്ധിജീവികൾ തങ്ങൾ പ്രതിനിധാനം ചെയ്യുന്ന സാമൂഹിക വിഭാഗവും സമൂഹത്തിന്റെ ഉപരിഘടനയും തമ്മിലുള്ള ജൈവബന്ധം നിലനിർത്തുന്നവരാണ്. കാലോചിത മാറ്റങ്ങൾ ഉൾക്കൊള്ളാനും സമൂഹത്തിന്റെ പുരോഗതി

ഉന്നമിടുന്ന വിഭാഗത്തിന്റെ വീക്ഷണങ്ങളും ആശയാഭിലാഷങ്ങളുമായി സാത്മ്യം പ്രാപിക്കാനും അവർക്കു കഴിയും. എന്നാൽ യാഥാസ്ഥിതിക പുരോഹിതരും മതപണ്ഡിതരും മറ്റുമടങ്ങിയ പരമ്പരാഗത ബുദ്ധിജീവി വൃന്ദം, സമൂഹത്തിൽ എത്രതന്നെ വിപ്ലവകരമായ മാറ്റങ്ങൾ സംഭവിച്ചാലും പഴമകൾ ഉപേക്ഷിക്കാൻ വൈമുഖ്യം കാണിക്കുന്നവരാണ്. (പണ്ഡിതർ ബുദ്ധിജീവികളിൽപ്പെടില്ലെന്ന് പറയുന്നവർ, ഗ്രാംഷി പണ്ഡിതരേയും ബുദ്ധിജീവികളിൽപ്പെടുത്തുന്നു എന്നത് പ്രത്യേകം ശ്രദ്ധിക്കുക). ഒരു പുതിയ അധീശത്വ വ്യവസ്ഥ (hegemonic system) സൃഷ്ടിക്കാൻ വെമ്പുന്ന വിഭാഗമോ വർഗ്ഗമോ തങ്ങളുടെ ലക്ഷ്യം സഫലീകരിക്കണമെങ്കിൽ, ഗ്രാംഷിയുടെ അഭിപ്രായത്തിൽ, പരമ്പരാഗത ബുദ്ധിജീവികളെ സ്വാംശീകരിക്കുകയോ അതല്ലെങ്കിൽ അവരെ പ്രത്യയശാസ്ത്രപരമായി കീഴടക്കുകയോ ചെയ്യുകയും ഒപ്പം തങ്ങളുടേതായ ജൈവ ബുദ്ധിജീവികളുടെ കൂട്ടായ്മ വിപുലീകരിക്കുകയും വേണം.

ഗ്രാംഷി ജൈവബുദ്ധിജീവികൾ എന്ന് വ്യവഹരിക്കുന്ന ബുദ്ധിജീവി വിഭാഗം മറ്റു ദേശങ്ങളിലെന്നപോലെ ഇന്ത്യയിലുമുണ്ടായിട്ടുണ്ട്. ഇന്ത്യൻ നവോത്ഥാനത്തിന്റെ പിതാവായി അറിയപ്പെടുന്ന രാജറാം മോഹൻറോയ് ആധുനിക ഇന്ത്യയിലെ ജൈവബുദ്ധിജീവി പരമ്പരയിലെ ആദ്യപഥികരിലെ പ്രമുഖനാണ്. ആ പരമ്പരയിലെ പ്രധാനികളിൽ മറ്റൊരാളത്രെ സർ സയ്യിദ് അഹമ്മദ്ഖാൻ. രണ്ടുപേരും തങ്ങളുടെ കാലഘട്ടങ്ങളിൽ തങ്ങളുടെ സമുദായങ്ങൾക്കകത്ത് നിലനിന്ന മതപരവും സാമൂഹികവുമായ അധീശത്വത്തിന്റെ സ്ഥാനത്ത് മതപരവും സാമൂഹികവുമായ ഒരു പ്രത്യധീശത്വം കൊണ്ടുവരാൻ ശ്രമിച്ചവരാണ്. രാജാറാം മോഹൻറോയ് ഹിന്ദുക്കൾക്കിടയിലെ ദുരാചാരങ്ങളായ സതിയേയും വിധവാവിവാഹ നിരോധത്തേയും ചോദ്യം ചെയ്തപ്പോൾ, അഹമ്മദ്ഖാൻ മുസ്‌ലിംകൾക്കിടയിലെ ആധുനിക വിദ്യാഭ്യാസത്തോടുള്ള നിഷേധഭാവത്തെ ചോദ്യം ചെയ്തു. അക്കാലത്ത് അവരെ എതിർത്ത മതപുരോഹിത-മതപണ്ഡിത വിഭാഗങ്ങൾ ഇരു സമുദായങ്ങളിലുമുണ്ടായിരുന്നു. ഗ്രാംഷിയുടെ ഭാഷയിൽ പരമ്പരാഗത ബുദ്ധിജീവി വിഭാഗത്തിൽപ്പെടുന്നവരാണ് ഈ പൗരോഹിത്യ-മതപണ്ഡിതവൃന്ദം.

ജൈവ ബുദ്ധിജീവികൾ എന്ന ഗ്രാംഷിയൻ പരികല്പന മനസ്സിൽ വെച്ചുകൊണ്ട് എഴുതപ്പെട്ടതാണ് 'മുസ്‌ലിം ബുദ്ധിജീവികളുടെ നിസ്സംഗത' എന്ന വിവാദവിധേയമായ എന്റെ ലേഖനം. ജൈവ-പരമ്പരാഗത ബുദ്ധിജീവികളുണ്ടെന്നത് ശരി, പക്ഷേ, മുസ്‌ലിം ബുദ്ധിജീവികൾ എന്ന ഒരു വിഭാഗമുണ്ടോ എന്നതാവും ഇപ്പോൾ ഉയരുന്ന ചോദ്യം. വിമർശകന് പറ്റിയ രണ്ടാമത്തെ പിഴവ് ഇവിടെയാണ്. പദപ്രയോഗവും സാമൂഹിക സന്ദർഭവും തമ്മിലുള്ള ബന്ധം അദ്ദേഹം കണക്കിലെടുത്തില്ല. പരാമൃഷ്ട ലേഖനത്തിൽ ഞാൻ ചർച്ച ചെയ്യുന്ന മുഖ്യപ്രമേയം മുസ്‌ലിം

സമുദായത്തിൽ അറുപതുകൾ തൊട്ട് ഉയർന്നുവന്ന ഉൽപതിഷ്ണു വിഭാഗം മത-സാമുദായിക വിഷയങ്ങളിൽ സ്വീകരിച്ച ലിബറൽ സമീപനത്തിന് തൊണ്ണൂറുകളുടെ മധ്യം തൊട്ട് കണ്ടുതുടങ്ങിയ ക്ഷയവും അതിന്റെ കാരണങ്ങളുമാണ്. മുസ്ലിം സമുദായത്തിൽപ്പെടുന്ന പുരോഗമനവാദികൾ ഇന്ത്യയിൽ പൊതു പൗര നിയമം വേണമെന്ന നിർദ്ദേശം 1964ൽ ശക്തമായി മുന്നോട്ടുവെച്ചത് ആ ലേഖനത്തിൽ പരാമർശിക്കപ്പെടുന്നു. ഡൽഹിയിൽ നടന്ന പൗരസ്ത്യവാദികളുടെ അന്താരാഷ്ട്ര സമ്മേളനത്തിൽ അധ്യക്ഷത വഹിച്ച അന്നത്തെ കേന്ദ്ര വിദ്യാഭ്യാസമന്ത്രി മുഹമ്മദ് കരീം ഛഗ്ലയായിരുന്നു നിർദ്ദേശകൻ.

അക്കാലത്ത് ഛഗ്ലയുടെ വിചാരങ്ങൾ പങ്കിടുന്ന പ്രൊഫ. എം. ഹബീബ്, പ്രൊഫ. റഷീദുദ്ദീൻ ഖാൻ, ഡോ. മോയിൻ ശക്കീർ, ഡോ. എസ്. ജീലാനി, ഹമീദ് ദൽവായ്, ഡോ. യാസിൻ, ഡോ. അത്തർ അബ്ബാസ് റിസ്‌വി, അൻവർ മുഅസ്സം, ആലം ഖുൻദ്മിരി, എ.എ.എ. ഫൈസി, എൻ.പി. മുഹമ്മദ് തുടങ്ങി ഒട്ടേറെ ജൈവ ബുദ്ധിജീവികൾ മുസ്ലിം സമുദായത്തിനകത്തുണ്ടായിരുന്നു. മതവും സമുദായവുമൊക്കെ കാലോചിതമായി പരിഷ്ക്കരിക്കപ്പെടണമെന്ന വീക്ഷണം ഉയർത്തിപ്പിടിച്ച ഈ വിഭാഗത്തെ അന്നു കടിച്ചുകീറിയത് മുസ്ലിം പുനരുത്ഥാനവാദികളും അവരുടെ നിയന്ത്രണത്തിലുള്ള റിവൈവലിസ്റ്റ് പ്രസ്സുമാണ്. മുസ്ലിം സമുദായത്തിൽ കാലോചിതമാറ്റങ്ങൾ കൊതിക്കുന്ന ഒരു വിഭാഗവും സർവമാറ്റങ്ങളേയും പ്രതിരോധിക്കുന്ന മറ്റൊരു വിഭാഗവും തമ്മിലുള്ള ആശയപരമായ ഏറ്റുമുട്ടലുകളാണു അന്നു നടന്നത്.

ഒരു ഉപപ്രമേയം എന്ന നിലയ്ക്ക് എന്റെ ലേഖനത്തിൽ വരുന്ന മറ്റൊരു വിഷയം ഇന്ത്യയിലെ ബഹുസമൂഹത്തിൽ ചരിത്രപരമായി രൂപം കൊണ്ട സമന്വയാത്മക സംസ്കാര(Syncretic culture)ത്തോട് മുസ്ലിം മതമൗലികവിഭാഗങ്ങൾ സ്വീകരിക്കുന്ന നിഷേധാത്മകമായ നിലപാടാണ്. ഹിന്ദു-മുസ്ലിം സമുദായങ്ങൾ തമ്മിലുള്ള ദീർഘകാല വേഴ്ചകളിലൂടെ ഇവിടെ ഹിന്ദുക്കളും മുസ്ലിംകളും തമ്മിൽ സാംസ്കാരിക സമന്വയാത്മകത മാത്രമല്ല, ഒരുതരം സഹജീവകബന്ധം (symbiotic relationship) പോലും വികസിച്ചു വന്നിട്ടുണ്ട്. തന്നെയുമല്ല, സാമൂഹികശാസ്ത്രപരമായും നരവംശശാസ്ത്രപരമായും ഇന്ത്യയിലെ മുസ്ലിംകൾ കൂടുതൽ അടുത്തുനിൽക്കുന്നത് പരദേശങ്ങളിലെ മുസ്ലിങ്ങളുമായല്ല, ഇന്നാട്ടിലെ ഹിന്ദുക്കൾ ഉൾപ്പെടെയുള്ള അമുസ്ലിംകളുമായാണ്. സാമൂഹികശാസ്ത്രപരവും നരവംശശാസ്ത്രപരവും സാംസ്കാരികവുമായ ഈ അടുപ്പം തമസ്കരിക്കുകയോ ചെറുക്കുകയോ ചെയ്യാനുള്ള പ്രവണത മുസ്ലിം പ്രതിലോമവിഭാഗങ്ങളിൽ ഏറി വരുന്നു.

മേൽച്ചൊന്ന (തൊട്ടുമുകളിലെ രണ്ടു ഖണ്ഡികകളിൽ പറഞ്ഞ) സാമൂഹിക-രാഷ്ട്രീയ സന്ദർഭങ്ങളിൽ വെച്ചുവേണം 'മുസ്ലിം

ബുദ്ധിജീവി' എന്ന എന്റെ പ്രയോഗത്തിന്റെ സാധുത പരിശോധിക്കാൻ. ഒരേ സമുദായത്തിൽപ്പെട്ട പുരോഗമനാശയക്കാരും പ്രതിലോമാശയക്കാരും തമ്മിൽ വൈരുദ്ധ്യം മൂർച്ഛിക്കുകയും അവർ തമ്മിൽ ആശയപരമായ ഏറ്റുമുട്ടലുകൾ ആവശ്യമായിത്തീരുകയും ചെയ്യുന്ന സന്ദർഭങ്ങളെ പരാമർശിക്കുന്ന ഒരു ലേഖനത്തിൽ ആ സമുദായത്തിലെ ജൈവ ബുദ്ധിജീവികളെ പ്രത്യേകം എടുത്തുകാണിക്കേണ്ടി വരും, അവരെ പ്രത്യേകം അടയാളപ്പെടുത്തേണ്ടി വരും. ഈ ചുറ്റുപാടിലാണ് മുസ്‌ലിം ബുദ്ധിജീവി എന്ന പ്രയോഗം ആ ലേഖനത്തിൽ പ്രസക്തി കൈവരിക്കുന്നത്. മുസ്‌ലിം സമുദായത്തിനുള്ളിലെ പിന്തിരിപ്പൻ ശക്തികളെ നേരിടുന്ന/നേരിടേണ്ട ആ സമുദായത്തിനകത്ത് തന്നെയുള്ള പുരോഗമനേച്ഛുക്കളായ ബുദ്ധിജീവികൾ എന്നേ അതിനർത്ഥമുള്ളു.

ഇപ്പോൾ ചോദിക്കാം: മുസ്‌ലിം ബുദ്ധിജീവികൾക്ക് മുസ്‌ലിം സമുദായത്തിനകത്തുള്ള പ്രതിലോമതകളെ പ്രതിരോധിക്കാൻ മാത്രമേ ബാദ്ധ്യതയുള്ളൂ? തീർച്ചയായും അല്ല. പക്ഷേ, ഏത് ബുദ്ധിജീവിയും സമീപ ചുറ്റുപാടുകളോടാണ് ആദ്യം പ്രതികരിക്കുക. നേരത്തെ സൂചിപ്പിച്ചത് പോലെ, ഹിന്ദുസമുദായത്തിൽപെട്ട രാജാറാം മോഹൻറോയ് ഹിന്ദുസമുദായത്തിലെ ദുരാചാരമായ സതി നിരോധിക്കണമെന്നാണ് ആവശ്യപ്പെട്ടത്. അക്കാലത്ത് മുസ്‌ലിംകൾക്കിടയിൽ ദുരാചാരങ്ങൾ ഇല്ലാതിരുന്നിട്ടല്ല. തനിക്കു കൂടുതൽ പരിചയമുള്ള ജനവിഭാഗങ്ങളിൽ കാണുന്ന തിന്മയെ അദ്ദേഹം ചോദ്യം ചെയ്തു എന്നു മാത്രം. അതുപോലെ സയ്യിദ് അഹമ്മദ്ഖാൻ ആധുനിക വിദ്യാഭ്യാസത്തോട് മുസ്‌ലിങ്ങൾ കാണിക്കുന്ന പരാങ്മുഖതയെ ചോദ്യം ചെയ്തപ്പോൾ അദ്ദേഹം തന്റെ സമീപ ചുറ്റുപാടുകളോട് പ്രതികരിക്കുകയായിരുന്നു. കേരളത്തിൽ വി.ടിയും ഇ.എം.എസ്സുമൊക്കെ തങ്ങളുടെ സമുദായത്തിലെ നീചാചാരങ്ങളോടാണ് പ്രഥമഘട്ടത്തിൽ കലഹിച്ചത്. അതത് സമുദായങ്ങളിലെ പ്രതിലോമ ചിന്തകളോട് കലഹിക്കുന്ന ജൈവ ബുദ്ധിജീവികൾ വിവിധ സമുദായങ്ങളിൽ വളരുകയും അവർ ഒരു പ്രബലശക്തിയായി മാറുകയും ചെയ്യുമ്പോൾ സമീപ ചുറ്റുപാടുകൾ വിട്ട്, സമുദായ വ്യത്യാസമില്ലാതെ പൊതുസമൂഹത്തിലെ പിന്തിരിപ്പൻ ശക്തികൾക്കെതിരിൽ ശബ്ദിക്കുന്ന ജൈവ ബുദ്ധിജീവി വിഭാഗം രൂപപ്പെടുന്നു.

അത്തരം അവസ്ഥ എൺപതുകളിൽ കേരളത്തിലുണ്ടായി. മുസ്‌ലിം വ്യക്തിനിയമങ്ങളിലെ സ്ത്രീവിരുദ്ധതയ്ക്കെതിരിൽ ഇ.എം.എസ്സിനെപ്പോലുള്ളവർ ആഞ്ഞടിച്ച സാമൂഹിക പശ്ചാത്തലം അതായിരുന്നു. മറ്റു സമുദായങ്ങളിലെന്ന പോലെ മുസ്‌ലിം സമുദായത്തിലും ഉയർന്നുവന്ന ജൈവ ബുദ്ധിജീവികളുടെ പിൻബലത്തിലാണ് ഇ.എം.എസ്. ഉൾപ്പെടെയുള്ളവർ അക്കാലത്ത് മുസ്‌ലിം വ്യക്തിനിയമ പരിഷ്കരണം ആവശ്യപ്പെട്ടത്.

പിൽക്കാലത്ത് ഈ സ്ഥിതിവിശേഷത്തിൽ മാറ്റം വന്നുവെന്നും അറുപതുകളിൽ അഖിലേന്ത്യാ തലത്തിലും എൺപതുകളിൽ കേരളത്തിലും മുസ്‌ലിം സമുദായത്തിൽ പെടുന്ന ബുദ്ധിജീവികൾ കാണിച്ച വീറും ഉശിരും ഇന്നവരിൽ പലർക്കും കൈമോശം വന്നിരിക്കുന്നു എന്നുമാണ് എന്റെ ലേഖനത്തിൽ ഞാൻ ചൂണ്ടിക്കാണിച്ചത്. മറ്റു കാരണങ്ങളോടൊപ്പം, സംസ്ഥാനത്ത് മുസ്‌ലിം യാഥാസ്ഥിതിക-മതമൗലിക വിഭാഗങ്ങൾ സമീപകാലത്ത് ആർജ്ജിച്ച അഭൂതപൂർവമായ സാമ്പത്തിക കരുത്ത് ഈ പിൻമടക്കത്തിനു ഹേതുവായിട്ടുണ്ടെന്നും ഞാനെഴുതുകയുണ്ടായി. എത്ര ചേകന്നൂർ മൗലവിമാർ കൊല്ലപ്പെട്ടാലും ഭർതൃപിതാക്കന്മാരുടെ ബലാത്സംഗത്തിനിരയാകുന്ന എത്ര ഇംറാനമാരുടെ കുടുംബജീവിതം മതസഭകളാൽ കശക്കിയെറിയപ്പെട്ടാലും 'ഞാനൊന്നുമറിഞ്ഞില്ല രാമനാരായണ' എന്ന മാളത്തിൽ അഭയം തേടാനാണ് കേരളത്തിലെ മുസ്‌ലിം ബുദ്ധിജീവികളിൽ വലിയ ഒരു വിഭാഗത്തിനു ഇപ്പോൾ താത്പര്യം. (ഗ്രാംഷിയൻ മട്ടിൽ പറഞ്ഞാൽ, സമൂഹത്തിന്റെ ഉപരിഘടനയിലെ കാര്യനിർവാഹകരിൽ ഒരു പ്രബലഗ്രൂപ്പിനെ പ്രതിലോമവിഭാഗം വിഴുങ്ങുകയും അതുവഴി ആ വിഭാഗത്തിന്റെ സാമൂഹിക അധീശത്വം അറക്കിട്ടുറപ്പിക്കപ്പെടുകയും ചെയ്തിരിക്കുന്നു).

മുസ്‌ലിം സമുദായത്തിൽപെടുന്ന ഈ ബുദ്ധിജീവികളെ മുസ്‌ലിം ബുദ്ധിജീവികൾ എന്നു വിളിക്കുമ്പോൾ, വിമർശകൻ ആരോപിക്കുന്നതു പോലെ അവരുടെ മതത്തിലല്ല, അവരുടെ സമുദായത്തിലാണ് ഊന്നൽ വരുന്നത്. ഊന്നൽ മതത്തിലാണെങ്കിൽ മുസ്‌ലിം ബുദ്ധിജീവികൾ എന്നല്ല, ഇസ്‌ലാം മത ബുദ്ധിജീവികൾ എന്നു പറയണം. ഊന്നൽ രാഷ്ട്രീയ ഇസ്‌ലാമിനെ പ്രതിനിധാനം ചെയ്യുന്ന ഇസ്‌ലാമിസത്തിലാവുമ്പോൾ കടന്നുവരുന്നതാണ് ഇസ്‌ലാമിസ്റ്റ് ബുദ്ധിജീവി എന്ന സംജ്ഞ. അതുപോലെ രാഷ്ട്രീയ ഹിന്ദുമതത്തെ പ്രതിനിധാനം ചെയ്യുന്ന ഹിന്ദുത്വത്തിന്റെ മേഖലയിലുള്ള ബുദ്ധിജീവികളെ കുറിക്കാൻ ഹിന്ദുത്വ ബുദ്ധിജീവികൾ എന്ന സംജ്ഞയാണുപയോഗിക്കേണ്ടത്. ബുദ്ധിജീവികളെ പരാമർശിക്കുമ്പോൾ എന്തിനു സമുദായത്തിൽ ഊന്നുന്നു എന്നാണ് ചോദ്യമെങ്കിൽ, വിശകലന വിധേയമാകുന്ന വിഷയവും അതിന്റെ സന്ദർഭവും അത്തരം ഊന്നൽ ആവശ്യപ്പെടുന്നു എന്നാണുത്തരം.

(ജൂലൈ, 2005)

പാരീസിൽ ഒരു തസ്‌ലീമ

ഓർക്കുന്നുണ്ടോ തിയോ വാൻഗോഘിനെ? നെതർലെൻഡ്സുകാര നായ ആ ചലച്ചിത്ര നിർമ്മാതാവ് 2004ൽ ഇസ്‌ലാമിക തീവ്രവാദികളാൽ കൊല്ലപ്പെട്ടു. മുസ്‌ലിം സമൂഹത്തിൽ സ്ത്രീകൾക്കെതിരെ നില നിൽക്കുന്ന വിവേചനം പ്രമേയമാക്കി സിനിമയുണ്ടാക്കി എന്നതായിരുന്നു വാൻഗോഘിൽ ആരോപിക്കപ്പെട്ട 'കുറ്റം'. തീവ്രവാദികളെ പ്രകോപിപ്പിച്ച സിനിമയുടെ പേര് 'സബ്മിഷൻ.'

ആ ചലച്ചിത്രത്തിന് തിരക്കഥ എഴുതിയത് അയാൻ ഹിർസി അലി എന്ന മുസ്‌ലിം സ്ത്രീയായിരുന്നു. സോമാലിയയിൽ ജനിച്ച്, നെതർലാൻഡ്സിലേക്ക് കുടിയേറിയ ഹിർസി അലി ഇസ്‌ലാമിനെ സമീപിച്ചത് വിമർശനാത്മകമായാണ്. മതത്തിലെ ആൺകോയ്മയെ അവർ നിശിതമായി ചോദ്യം ചെയ്തു. അക്കാരണത്താൽ തന്നെ മതതീവ്രവാദികളുടെ കണ്ണിൽ അവർ കൊടിയ ശത്രുവായി. 'സബ്മിഷ'ന്റെ പേരിൽ വാൻഗോഘിനെ കൊല ചെയ്തവർ അദ്ദേഹത്തിന്റെ മൃതദേഹത്തിൽ ഉപേക്ഷിച്ച കുറിപ്പിൽ തങ്ങളുടെ അടുത്ത ഇര ഹിർസിയാണെന്ന് വ്യക്തമാക്കിയിരുന്നു.

വധഭീഷണി ഹിർസിയെ കൊണ്ടെത്തിച്ചത് അമേരിക്കയിലാണ്. അവിടെ വാഷിങ്ടണിൽ ജോലി ചെയ്യവെ തന്റെ സുരക്ഷിതത്വ സംവിധാനത്തിനുള്ള ചെലവു വഹിക്കാൻ ഡച്ചു ഗവൺമെന്റോ യുഎസ് ഗവൺമെന്റോ തയ്യാറാവാത്ത സാഹചര്യത്തിൽ, അവരിപ്പോൾ പാരീസിൽ അഭയം തേടിയിരിക്കുന്നു. ചില ഫ്രഞ്ച് ബുദ്ധിജീവികളുടെ പിന്തുണയോടെയാണ് ഹിർസി അലി ഫ്രാൻസിന്റെ തലസ്ഥാന നഗരിയിലെത്തിയത്. അവരുടെ ആവശ്യങ്ങൾ രണ്ടാണ്: ഒന്ന്, ഫ്രഞ്ച് പൗരത്വം; രണ്ട്, തന്റെ സുരക്ഷിതത്വ സംവിധാനത്തിന് യൂറോപ്യൻ യൂനിയന്റെ സഹായം.

ബെർണാഡ് ഹെൻറി ലെവിയെപ്പോലുള്ള ഫ്രഞ്ച് ദാർശനികരുടെയും നിക്കളസ് സർകോസി ഗവൺമെന്റിൽ പ്രമുഖസ്ഥാനം വഹിക്കുന്ന ചില മന്ത്രിമാരുടെയും സഹായ സഹകരണങ്ങൾ ഹിർസിക്കുണ്ടെങ്കിലും വധഭീഷണിയുടെ നിഴലിൽ കഴിയുന്ന അവരുടെ മാനസികാവസ്ഥ തസ്‌ലീമാ

നസ്റിന്റെ മാനസികാവസ്ഥയ്ക്ക് സമാനമാണ്. രണ്ടു പേരും മതഭ്രാന്ത രാൽ വേട്ടയാടപ്പെടുന്നു. ഇരുവർക്കും ഒരിടത്തും സ്വസ്ഥത ലഭിക്കുന്നില്ല. ഫെബ്രുവരി 17ന് അവസാനിക്കുന്ന, തസ്ലീമയുടെ വിസാ കാലാവധി നീട്ടാൻ ഇന്ത്യാ ഗവൺമെന്റ് സമ്മതിച്ചതായാണ് ഇതെഴുതുമ്പോഴുള്ള റിപ്പോർട്ട്. ഡൽഹിയിൽ എവിടെയോ ഏകാന്തവാസത്തിന് വിധേയയാ ക്കപ്പെട്ട അവർക്കു തന്റെ ഭാഷാപരിസരം നിലനിൽക്കുന്ന പശ്ചിമ ബംഗാ ളിലേക്കു പോകാൻ കഴിയുമോ എന്ന് ഇതുവരെ വ്യക്തമാക്കപ്പെട്ടിട്ടില്ല. 'ജനങ്ങളുടെ മതവികാരം വ്രണപ്പെടുത്താതിരിക്കാൻ പ്രത്യേകം ശ്രദ്ധി ക്കണം' എന്ന താക്കീതോടെയാണ് അവരുടെ വിസ നീട്ടിക്കൊടുക്കുന്നത്. ലിംഗസമത്വം, മതേതര മാനവികത, സ്ത്രീകളുടെ അവകാശങ്ങൾ തുടങ്ങിയ വിഷയങ്ങളിൽ തന്റേതായ വീക്ഷണങ്ങളുള്ള തസ്ലീമ നാവ ടക്കിയിരുന്നുകൊള്ളണം എന്നാണ് അതിന്റെ നേർക്കുനേരെയുള്ള അർത്ഥം. ഇന്ത്യൻ പൗരത്വത്തിനുള്ള ശ്രീമതി നസ്റിന്റെ അഭ്യർത്ഥന ചെവിക്കൊള്ളാൻ കേന്ദ്രസർക്കാർ തയ്യാറായിട്ടുമില്ല.

ഇന്ത്യയിൽനിന്നു വ്യത്യസ്തമാണ് ഫ്രാൻസിലെ സാമൂഹിക-രാഷ്ട്രീ യാന്തരീക്ഷം. 1789ൽ ആ രാജ്യത്ത് നടന്ന വിപ്ലവം മാനവചരിത്രത്തിലെ അവിസ്മരണീയമായ അത്യുജ്ജ്വല അദ്ധ്യായമാണ്. സ്വാതന്ത്ര്യം, സമ ത്വം, സാഹോദര്യം എന്ന സ്പൃഹണീയ മുദ്രാവാക്യം മാനവരാശിയുടെ തിരുമുമ്പിൽ സമർപ്പിച്ച രാജ്യമാണ് ഫ്രാൻസ്. 'പാവങ്ങളു'ടെ കർത്താ വായ വിക്റ്റർ ഹ്യൂഗോവിന്റെ നാടാണത്. സ്വാഭിപ്രായപ്രകാശനത്തിന്റെ പേരിൽ വേട്ടയാടപ്പെടുന്നവർക്ക് അഭയവും സുരക്ഷിതത്വവും നൽകാൻ ആ രാജ്യത്തിന് കഴിയുന്നില്ലെങ്കിൽ, മനുഷ്യ സ്വാതന്ത്ര്യത്തിന്റെ മന്ത്ര ധ്വനി മുഴക്കിയ റൂസോ-വാൾട്ടയർ-മൊണ്ടെസ്ക്യൂ ത്രയത്തോട് നീതി പുലർത്തുന്നതിൽ ആധുനിക ഫ്രാൻസ് പരാജയപ്പെട്ടു എന്നു ചരിത്രം വിധിയെഴുതും.

ഫ്രാൻസിൽ നിന്നു വ്യത്യസ്തമാണ് ഇന്ത്യയിലെ സ്ഥിതി. മത ഭ്രാന്തിനെ ചോദ്യം ചെയ്യാനോ ധീരമായി നേരിടാനോ ഉള്ള ഇച്ഛാശക്തി പ്രകടിപ്പിക്കാത്ത ഭരണവർഗ്ഗമാണ് ഇവിടെയുള്ളത്. തസ്ലീമ നസ്റിന്റെ കാര്യത്തിലായാലും എം.എഫ്. ഹുസൈന്റെ കാര്യത്തിലായാലും മത മൗലികശക്തികളുടെ മുമ്പിൽ മുട്ടുമടക്കുന്ന നയമത്രേ പൊതുവിൽ കേന്ദ്ര -സംസ്ഥാന ഭരണകൂടങ്ങൾ സ്വീകരിക്കുന്നത്. ജനാധിപത്യത്തിന്റെ ആത്മാവ് കുടികൊള്ളുന്നത് ജനങ്ങളുടെ വിയോജനസ്വാതന്ത്ര്യത്തിലാ ണെന്ന തത്ത്വം മുറുകെ പിടിക്കാൻ അധികാര ദുർമോഹത്തിന് കീഴട ങ്ങുന്ന നമ്മുടെ ഭരണകർത്താക്കളും രാഷ്ട്രീയ പാർട്ടികളും തയ്യാറാവു ന്നില്ല. മതപിന്തിരിപ്പൻ വിഭാഗങ്ങളെ വിമർശന ബുദ്ധ്യാ സമീപിക്കുന്ന വരെ ശബ്ദിക്കാൻ അനുവദിച്ചാൽ തങ്ങളുടെ ചെങ്കോലും കിരീടവും

നഷ്ടപ്പെടുമെന്ന് അവർ ഭയക്കുന്നു. മതോന്മാദികളാവട്ടെ, തങ്ങൾക്കു വ്യക്തികളെ കൊല്ലാൻ കഴിയുമെങ്കിലും അവരുത്പാദിപ്പിക്കുന്ന ആശയങ്ങളെ കൊല്ലാൻ കഴിയില്ലെന്ന ലളിതസത്യം ഗ്രഹിക്കുന്നുമില്ല.

ഈ സങ്കീർണ്ണ ചുറ്റുപാടുകളിൽ അയാൻ ഹിർസി അലി മുന്നോട്ടു വെക്കുന്ന ഒരു നിർദ്ദേശം ശ്രദ്ധേയമാണ്. മതതീവ്രവാദികളാലും രാഷ്ട്രീയ തീവ്രവാദികളാലും വേട്ടയാടപ്പെടുന്ന എഴുത്തുകാർ (എഴുത്തുകാർ അല്ലാത്തവരും) ലോകത്തുണ്ട്. ജനാധിപത്യത്തിലും അഭിപ്രായ പ്രകടനസ്വാതന്ത്ര്യത്തിലും വിശ്വസിക്കുന്ന ജനസമൂഹങ്ങളുടെയും രാഷ്ട്രങ്ങളുടെയും ഒഴിവാക്കാനാവാത്ത ബാദ്ധ്യതയാണ് അവർക്കു സംരക്ഷണവും പൂർണ്ണ സുരക്ഷിതത്വവും ഉറപ്പുവരുത്തുക എന്നത്. അതിന് ഒരു രാഷ്ട്രാന്തരീയ ഫണ്ട് സ്വരൂപിക്കപ്പെടണം. യൂറോപ്യൻ യൂണിയനിലാണ് ഹിർസി അലി പ്രതീക്ഷയർപ്പിക്കുന്നത്. തുർക്കി സാഹിത്യകാരൻ ഒർഹാൻ പാമുകും സൽമാൻ റുഷ്ദിയും തസ്ലീമാ നസ്റിനും എം. എഫ്. ഹുസൈനും ഉൾപ്പെടെ ലോകത്തിന്റെ വ്യത്യസ്ത കോണുകളിൽ ഉന്മൂലന ഭീഷണിയുടെ കരിനിഴലിൽ കഴിയുന്നവർക്ക് സമ്പൂർണ സുരക്ഷ ഉറപ്പാക്കാനുള്ള ഒരു സംവിധാനവും അതിനു മതിയായ ഫണ്ടും കൂടിയേ തീരൂ. ഹിർസി അലി അഭിപ്രായപ്പെട്ടതു പോലെ, തുടക്കം എന്ന നിലയ്ക്ക് യൂറോപ്യൻ യൂണിയന് ഇക്കാര്യത്തിൽ മുൻകൈയ്യെടുക്കാം. യൂറോപ്പിനു വെളിയിൽ ഏഷ്യയിലും അമേരിക്കയിലും ഇതര മേഖലകളിലും അത്തരം സംവിധാനം ഉയർന്നുവരേണ്ടതുണ്ട്.

വിയോജനത്തിന്റെ സ്വയംഭരണം ആദരിക്കപ്പെടണമെന്നാവശ്യപ്പെട്ടത് വാൾട്ടയറാണ്. വ്യക്തികളുടെ അഭിപ്രായ വിയോജനത്തിൽ മറ്റുള്ളവർ കൈകടത്തരുത് എന്നാണ് വാൾട്ടയർ പറഞ്ഞതിനർത്ഥം. ഹിർസി അലിയുടെ, പാമുകിന്റെ, റുഷ്ദിയുടെ, തസ്ലീമയുടെ, ഹുസൈന്റെ, അങ്ങനെ നിരവധി നിരവധി പേരുടെ വിയോജന സ്വാതന്ത്ര്യത്തിൽ മത -രാഷ്ട്രീയ കശ്മലരെ കൈകടത്താൻ അനുവദിച്ചുകൂടാ. ജനാധിപത്യത്തോട് പ്രതിജ്ഞാബദ്ധതയുള്ള ഭരണകൂടങ്ങൾ എന്തു വിലകൊടുത്തും അത് ചെറുക്കണം. അങ്ങനെ ചെറുക്കുമ്പോഴും, തങ്ങളിഷ്ടപ്പെടാത്ത ആശയങ്ങൾക്കു പ്രകാശനം നൽകുന്നവരെ ഒളിഞ്ഞും പാർത്തും വേട്ടയാടുന്ന ദുശ്ശക്തികൾ നിലനിൽക്കും. അവരുടെ ആക്രമണങ്ങളിൽ നിന്ന് ബന്ധപ്പെട്ടവർക്കു പൂർണ സുരക്ഷ ഉറപ്പാക്കുന്നതിനെക്കുറിച്ച് ജനാധിപത്യവാദികൾ ഗൗരവപൂർവം ആലോചിക്കേണ്ടതിന്റെ ആവശ്യകതയിലേക്കാണ് ഹിർസി അലിയുടെ നിർദ്ദേശം (അഭ്യർത്ഥന) കൈചൂണ്ടുന്നത്.

(ഫെബ്രുവരി, 2008)

മാറേണ്ടത് മനോഭാവം

ദാരിദ്ര്യരേഖയ്ക്കു താഴെയുള്ള മുന്നാക്ക സമുദായ വിദ്യാർത്ഥികൾക്ക് ഗവ. കോളേജുകളിലും സർവകലാശാലാ വകുപ്പുകളിലും പ്രവേശനത്തിന് സംവരണം നിർദ്ദേശിക്കുന്ന സർക്കാർ ഉത്തരവ്, നിലവിൽ സംവരണാനുകൂല്യമനുഭവിക്കുന്ന ഒരു വിഭാഗത്തെയും പ്രതികൂലമായി ബാധിക്കുന്നതല്ല. കാരണം പുതുതായി സാമ്പത്തിക സംവരണം ഏർപ്പെടുത്തുമ്പോൾ അതിന് ആനുപാതികമായി സീറ്റ് വർദ്ധിപ്പിക്കുമെന്ന് വ്യക്തമാക്കിയിട്ടുണ്ട്. സാമ്പത്തിക സംവരണം മൂലം സാമുദായിക സംവരണക്കാരുടെ സീറ്റ് കുറയുന്ന പ്രശ്നമില്ല എന്നർത്ഥം.

എന്നിട്ടും കേരള മുസ്ലിം ജമാ അത്ത് കൗൺസിൽ ബന്ധപ്പെട്ട ഉത്തരവിനെ ഹൈക്കോടതിയിൽ ചോദ്യം ചെയ്തു. പക്ഷേ, ചീഫ് ജസ്റ്റിസ് എസ്.ആർ. ബന്നൂർമഠും ജസ്റ്റിസ് എ.കെ. ബഷീറും ഉൾപ്പെട്ട ഡിവിഷൻ ബെഞ്ച് കൗൺസിലിന്റെ ഹർജി തള്ളുകയാണ് ചെയ്തത്. ജനുവരി 13ന് പുറപ്പെടുവിച്ച വിധിയിൽ മുന്നാക്ക ദരിദ്ര വിദ്യാർത്ഥികൾക്ക് ആശ്വാസം നൽകുന്ന സർക്കാർ നടപടി ശരിവെച്ച ഹൈക്കോടതി സംവരണത്തെക്കുറിച്ച് ശ്രദ്ധേയമായ ചില നിരീക്ഷണങ്ങൾ നടത്തുകയും ചെയ്തിട്ടുണ്ട്.

വിദ്യാഭ്യാസവും തൊഴിലും ഉൾപ്പെടെയുള്ള രംഗങ്ങളിൽ സംവരണം ക്രമേണ കുറച്ചുകൊണ്ടുവരാനും മത്സരിച്ചു മുന്നേറുക എന്ന തത്ത്വം നടപ്പാക്കാനും സമയമായി എന്നതാണ് അവയിലൊന്ന്. ആറ് പതിറ്റാണ്ടോളമായി നിലനിന്നുവരുന്ന സംവരണംമൂലം സംസ്ഥാനത്ത് പിന്നാക്ക സമുദായക്കാരുടെ നില ഏറെ മെച്ചപ്പെട്ടിട്ടുണ്ട് എന്നതാണ് മറ്റൊരു നിരീക്ഷണം.

സംവരണം സംബന്ധിച്ച് ഹൈക്കോടതി നടത്തിയ നിരീക്ഷണങ്ങളോടുള്ള പ്രതികരണമാണോ എന്നറിയില്ല, 'പോപ്പുലർ ഫ്രണ്ട് ഓഫ് ഇന്ത്യ' സംസ്ഥാന സമിതി വക ഒരു പോസ്റ്റർ വിവിധ ഭാഗങ്ങളിൽ പ്രത്യക്ഷപ്പെട്ടിട്ടുണ്ട്. 'സംവരണം വേണ്ട, ആളെണ്ണത്തിനൊത്ത പങ്ക് മതി' എന്നത്രെ പോസ്റ്ററിലെ തലവാചകം. കേരള ശാസ്ത്ര സാഹിത്യ പരിഷത്ത് 2006-ൽ പുറത്തിറക്കിയ 'കേരളപഠനം' എന്ന പുസ്തകത്തിൽ

സർക്കാർ ഉദ്യോഗത്തിൽ വിവിധ സമുദായങ്ങളുടെ പ്രാതിനിധ്യം സംബന്ധിച്ചു ചേർത്ത കണക്ക് പോസ്റ്ററിൽ ഉദ്ധരിച്ചിരിക്കുന്നു.

സംസ്ഥാന ജനസംഖ്യയിൽ 26.9 ശതമാനം വരുന്ന മുസ്ലിംകൾക്കു സർക്കാർ ഉദ്യോഗത്തിലുള്ള പ്രാതിനിധ്യം 11.4 ശതമാനമാണെന്ന് പോസ്റ്റർ വെളിപ്പെടുത്തുന്നു. സർക്കാർ ജോലിയിൽ ജനസംഖ്യാനുപാതികമായി അർഹതപ്പെട്ടത് മുസ്ലിംകൾക്ക് ലഭിച്ചിട്ടില്ല എന്നും ആളെണ്ണത്തിനൊത്ത പങ്ക് കിട്ടേണ്ടതുണ്ട് എന്നുമാണ് പോപ്പുലർ ഫ്രണ്ട് ആവശ്യപ്പെടുന്നത്.

ഒരു ജനാധിപത്യ വ്യവസ്ഥയിൽ സമുദായഭേദമെന്യേ എല്ലാ ജനവിഭാഗങ്ങൾക്കും അർഹതപ്പെട്ടത് ലഭിച്ചേ മതിയാവൂ എന്നത് ന്യായമാണ്. പട്ടികവർഗ്ഗക്കാർക്കും പട്ടികജാതിക്കാർക്കും ഹിന്ദുക്കൾക്കിടയിലെ മറ്റു പിന്നാക്ക ജാതിക്കാർക്കും ജനസംഖ്യാനുപാതികമായി വിദ്യാഭ്യാസ, തൊഴിൽ മേഖലകളിൽ പ്രാതിനിധ്യം കിട്ടണം. അതുപോലെത്തന്നെ മുസ്ലിങ്ങൾക്കും കിട്ടണം. പക്ഷേ, ആദ്യം പറഞ്ഞ വിഭാഗങ്ങളും മുസ്ലിങ്ങളും തമ്മിലുള്ള ഒരു വ്യത്യാസം ഇവിടെ കാണാതിരുന്നുകൂടാ. ജാതിവ്യവസ്ഥയുടെയും തജ്ജന്യമായ ക്രൂരവിവേചനങ്ങളുടെയും ഇരകളായിരുന്നു സമീപകാലംവരെ കേരളത്തിൽ ആദ്യം പറഞ്ഞ വിഭാഗങ്ങൾ. മുസ്ലിങ്ങൾ അങ്ങനെയായിരുന്നില്ല. ജാതിപ്പിശാചിന്റെ ദ്രോഹ മേൽക്കാതെ ക്രൈസ്തവരെപ്പോലെ വളരാൻ ഇവിടെ മുസ്ലിങ്ങൾക്കും അവസരമുണ്ടായിരുന്നു.

ന്യൂനപക്ഷമായ ക്രൈസ്തവർ വിദ്യാഭ്യാസ, തൊഴിൽരംഗങ്ങളിൽ ഭൂരിപക്ഷ സമുദായത്തിൽപ്പെട്ട മുന്നാക്കക്കാരെപ്പോലും വെല്ലുംവിധം വളർന്നപ്പോൾ മറ്റൊരു ന്യൂനപക്ഷമായ മുസ്ലിങ്ങൾ പിറകോട്ടുപോയി. അതിനു കാരണം അപര മതക്കാരോ അപര സമുദായക്കാരോ അതതു കാലത്ത് നാട് ഭരിച്ചവരോ ഒന്നുമല്ല. മുസ്ലിം പിന്നാക്കാവസ്ഥയുടെ കാരണം തേടേണ്ടത് ആ സമുദായത്തിനകത്തു തന്നെയാണ്. ആ സമുദായത്തെ നിയന്ത്രിച്ച യാഥാസ്ഥിതിക മനോഭാവങ്ങളിലാണ്.

പക്ഷേ, മറ്റു പല മുസ്ലിം സംഘടനകളെയുംപോലെ പോപ്പുലർ ഫ്രണ്ടും അതുമാത്രം ചെയ്യുന്നില്ല. വിദ്യാഭ്യാസ, ഉദ്യോഗ തലങ്ങളിൽ മുസ്ലിങ്ങൾ നേരിടുന്ന പിൻസ്ഥിതിയുടെ ഉത്തരവാദിത്വം അപര സമുദായങ്ങളിലോ സർക്കാറിലോ കെട്ടിവെക്കാനാണ് അവരും ഉത്സാഹിക്കുന്നത്. ആ രീതി സമുദായവികാരം ഇളക്കാനും കത്തിക്കാനും ഉതകും. പക്ഷേ, പിന്നാക്കാവസ്ഥയുടെ യഥാർത്ഥ കാരണങ്ങൾ കണ്ടെത്താനോ പരിഹാര നടപടികൾ സ്വീകരിക്കാനോ സഹായിക്കില്ല.

ജനസംഖ്യയുടെ 26.9 ശതമാനം വരുന്ന മുസ്ലിങ്ങൾക്ക് സർക്കാർ ജോലിയിൽ 11.4 ശതമാനം മാത്രം പ്രാതിനിധ്യം ലഭിക്കുന്ന ദുരവസ്ഥ

എങ്ങനെ വന്നുപെട്ടു? ഉദ്യോഗത്തിന് നിശ്ചിത വിദ്യാഭ്യാസം വേണം. അതുവേണ്ടെന്നുവെച്ചത് മുസ്‌ലിങ്ങൾതന്നെയാണ്. 19-ാം നൂറ്റാണ്ടിന്റെ രണ്ടാംപാതി തൊട്ട് സ്കൂൾ വിദ്യാഭ്യാസത്തിലേക്ക് കാലെടുത്തുവെച്ച കേരളത്തിൽ ഹൈന്ദവ മേൽജാതിക്കാരും ക്രൈസ്തവരും പുതിയ വിദ്യാഭ്യാസം സ്വീകരിച്ചപ്പോൾ മുസ്‌ലിങ്ങൾ അത് ബഹിഷ്കരിച്ചു.

തങ്ങൾക്ക് മതവിദ്യാഭ്യാസം മതിയെന്ന് അവർ തീരുമാനിച്ചു. മലബാർ കളക്ടറായിരുന്ന വില്യം ലോഗൻ 1887ൽ എഴുതിയത് ശ്രദ്ധിക്കാം: "ഒരു സമുദായം എന്ന നിലയിൽ അവർ (മുസ്‌ലിങ്ങൾ).... മിക്കവാറും എല്ലാവരുംതന്നെ നിരക്ഷരരാണ്. അവർക്കു കിട്ടുന്ന ഒരേയൊരു വിദ്യാഭ്യാസം അറബിഭാഷയിലുള്ള ഖുറാൻ ഗ്രന്ഥത്തിലെ ചില വചനങ്ങൾ മാത്രമാണ്... ഹിന്ദുക്കളുടെ പള്ളിക്കൂടങ്ങളിൽച്ചെന്ന് തങ്ങളുടെ കുട്ടികൾ പഠിക്കുന്നതിനെ മുസ്‌ലിം രക്ഷിതാക്കൾ അനുവദിക്കുകയില്ല" (വില്യം ലോഗൻ, മലബാർ മാന്വൽ, പരി: വി.ടി. കൃഷ്ണൻ, പു. 212).

ആധുനിക വിദ്യാഭ്യാസത്തോടുള്ള ഈ അനാഭിമുഖ്യം വലിയ മാറ്റമൊന്നുമില്ലാതെ 1970കൾ വരെ തുടർന്നു. സ്കൂളുകളും കോളേജുകളും സ്ഥാപിക്കാനും വിദ്യാഭ്യാസ കാര്യത്തിൽ ശ്രദ്ധിക്കാനും ഇടയ്ക്ക് ചില മുസ്‌ലിം കൂട്ടായ്മകൾ മുന്നോട്ടു വന്നുവെന്നത് ശരിയാണ്. പക്ഷേ, അപ്പോഴും സ്ത്രീകളുടെ വിദ്യാഭ്യാസത്തിൽ നിഷേധാത്മകമായ നിലപാടാണ് പൊതുവിൽ സ്വീകരിക്കപ്പെട്ടത്. സമുദായത്തിന്റെ പാതിവരുന്ന സ്ത്രീകൾ പ്രൈമറി തലത്തിനപ്പുറം പോകുന്നത് നിരുത്സാഹപ്പെടുത്തപ്പെട്ടു. ഉദ്യോഗങ്ങളിലെ മുസ്‌ലിം പ്രാതിനിധ്യം പരിശോധിക്കുമ്പോൾ കണക്കിലെടുക്കേണ്ട ഒരു ഘടകമാണിത്.

വിദ്യാഭ്യാസത്തിൽ പെൺപങ്കാളിത്തം കുറവാകുമ്പോൾ, സ്വാഭാവികമായി ഉദ്യോഗത്തിലും പെൺപങ്കാളിത്തം കുറവായിരിക്കും. വിദ്യാഭ്യാസത്തിൽ ആൺ-പെൺ പങ്കാളിത്തം ഉറപ്പുവരുത്തിയ സമുദായങ്ങളോടൊപ്പം ഉദ്യോഗതലത്തിൽ മുസ്‌ലിങ്ങൾ എത്തിയിട്ടില്ലെങ്കിൽ അതിനുള്ള പ്രധാനപ്പെട്ട ഒരു കാരണം സമുദായത്തെ നയിക്കുകയും നിയന്ത്രിക്കുകയും ചെയ്തവർ സ്ത്രീ വിദ്യാഭ്യാസത്തിൽ കാണിച്ച അക്ഷന്തവ്യമായ അലംഭാവമാണ്.

ഈ അലംഭാവം പല രംഗങ്ങളിലും ഇപ്പോഴും തുടരുന്നു. ക്രൈസ്തവർ ഉൾപ്പെടെയുള്ള പല സമുദായങ്ങളിലെയും സ്ത്രീകൾ തൊഴിൽ സമ്പാദനത്തിന് ധാരാളമായി ആശ്രയിക്കുന്ന മേഖലയാണ് നഴ്സിങ്. സ്വദേശത്തും വിദേശത്തും ഏറെ ജോലിസാദ്ധ്യതയുള്ള മേഖലകൂടിയാണിത്. പക്ഷേ, മുസ്‌ലിം സമുദായത്തിലെ സ്ത്രീകൾ ഈ തൊഴിൽ തുറയിൽ നിന്ന് സമീപകാലംവരെ മാറ്റി നിർത്തപ്പെട്ടു. ഇപ്പോഴും അവർക്കിടയിൽ നഴ്സിങ്ങിനോടുള്ള 'അലർജി' തുടരുന്നു.

കായിക, കലാരംഗങ്ങളിലേക്കു കടക്കുമ്പോൾ മുസ്ലിം പെൺകുട്ടി കളുടെ സ്ഥിതി കൂടുതൽ പരിതാപകരമാണ്. സംസ്ഥാനത്തെ മുസ്ലിം സമുദായത്തിൽനിന്ന് ഒരു പി.ടി. ഉഷയോ ഷൈനി വിൽസണോ അഞ്ജു ബോബി ജോർജോ ചിത്ര സോമനോ ടിന്റു ലൂക്കയോ കെ.എസ്. ചിത്രയോ റിമി ടോമിയോ ഒന്നും ഇന്നേവരെ ഉയർന്നുവന്നിട്ടില്ല. മുസ്ലിം പെൺകുട്ടികൾക്ക് ഓടാനും ചാടാനും പാടാനും കഴിയാഞ്ഞിട്ടല്ല. അന്യ സമുദായക്കാരോ സർക്കാരോ തടഞ്ഞിട്ടുമില്ല. മുസ്ലിം മനോഭാവ രൂപ വത്കരണത്തിൽ നിർണ്ണായക സ്വാധീനം ചെലുത്തുന്നത് ഇപ്പോഴും പഴഞ്ചൻ മതനേതൃത്വമാണ് എന്നതാണ് കാരണം. അങ്ങ് ഹൈദരാബാ ദിൽ ഒരു സാനിയ മിർസ ടെന്നീസ് കോർട്ടിൽ അദ്ഭുതം കാട്ടിയപ്പോൾ ആ കായികതാരമണിഞ്ഞ ഉടുപ്പിലെ 'മതവിരുദ്ധത' ചൂണ്ടിക്കാട്ടുന്നതി ലായിരുന്നു അത്തരക്കാർക്ക് താത്പര്യം.

സർക്കാർ ജോലികളിൽ മുസ്ലിം സമുദായത്തിന് 'ആളെണ്ണത്തി നൊത്ത പങ്ക്' ആവശ്യപ്പെടുന്നവർ ആളെണ്ണത്തേക്കാൾ കവിഞ്ഞ പങ്ക് നേടിയെടുത്ത ക്രൈസ്തവ സമുദായത്തിന്റെ മാതൃകയാണ് സ്വീകരി ക്കേണ്ടത്. വിദ്യാഭ്യാസ, തൊഴിൽ സംബന്ധ മേഖലകളിലൊന്നും അവർ മതാന്ധതയ്ക്കോ യാഥാസ്ഥിതികത്വത്തിനോ കീഴ്പ്പെട്ടില്ല. കാലത്തി നൊത്ത് ഉയരാനും കാലത്തോടൊപ്പം മാറാനുമുള്ള ഇച്ഛാശക്തിയും നിശ്ച യദാർഢ്യവും സ്ഥിരോത്സാഹവുമാണ് ക്രൈസ്തവരെ മുൻനിരയിലെ ത്തിച്ചത്. സമുദായവികാരോദ്ദീപനമാർഗ്ഗം വെടിഞ്ഞ് മനോഭാവ പരി വർത്തനത്തിന് സ്വയം വിധേയരായാൽ മുസ്ലിങ്ങൾക്കും നേടാവുന്ന തേയുള്ളൂ ആ പദവിയും ഉയരവും.

(ജനുവരി, 2010)

ഭീകരതയ്ക്കെതിരെ പ്രമേയം മതിയോ?

സാർവദേശീയ തലത്തിലെന്ന പോലെ ഇന്ത്യയിലും മുസ്ലിങ്ങൾക്കിടയിലെ ഒരു ന്യൂനപക്ഷം മതതീവ്രവാദത്തിന്റെയും ഭീകരവാദത്തിന്റെയും സ്വാധീനവലയങ്ങളിലമർന്നിരിക്കുന്നു എന്നത് നിഷേധിക്കാനാവാത്ത വസ്തുതയാണ്. ഏതാനും വർഷങ്ങൾ മുമ്പ് വരെ ഭീകരവാദ ശൃംഖലകൾ ജമ്മു-കാശ്മീരിൽ ഒതുങ്ങുന്നു എന്നാണ് കരുതപ്പെട്ടിരുന്നത്. രാജ്യത്തിന്റെ ഇതരഭാഗങ്ങളിലെ മുസ്ലിങ്ങളെ സ്വാധീനിക്കാൻ തീവ്രവാദ ഭീകരവാദ സംഘങ്ങൾക്കു സാധിച്ചിട്ടില്ലെന്ന വിശ്വാസം പൊതുവിലുണ്ടായിരുന്നു. എന്നാൽ സമീപകാലത്ത് ഡൽഹിയിലും മുംബൈയിലും അക്ഷർധാമിലും ബാംഗ്ലൂരിലുമൊക്കെയുണ്ടായ സ്ഫോടനങ്ങളും ആക്രമണങ്ങളും ഭീകരവാദം കാശ്മീരിനു വെളിയിൽ ഇന്ത്യയുടെ മറ്റു ഭാഗങ്ങളിലേയ്ക്കു കൂടി വ്യാപിച്ചിരിക്കുന്നു എന്നു വ്യക്തമാക്കി. കേരളത്തിൽ തന്നെ അടുത്ത കാലത്ത് റിപ്പോർട്ട് ചെയ്യപ്പെട്ട ചില സംഭവങ്ങളും പിടികൂടപ്പെട്ട ചില വ്യക്തികളും മതഭീകരതയുടെ കേരളീയ സാന്നിധ്യം വെളിപ്പെടുത്തുന്നതായിരുന്നു.

ന്യൂയോർക്കിലും ലണ്ടനിലും മാഡ്രിഡിലും ചെച്നിയയിലും ബെസ്ലാനിലും കറാച്ചിയിലും ജക്കാർത്തയിലുമൊക്കെ സംഭവിച്ചത് പോലെ ഇന്ത്യയിലെ ചില നഗരങ്ങളിലും മുസ്ലിം ചാവേറുകൾ സ്ഫോടനങ്ങൾ നടത്തിയപ്പോൾ മുസ്ലിങ്ങൾ സമം ഭീകരവാദികൾ എന്ന ഒരു 'ഇക്വേഷൻ' പൊടുന്നനെ നിലവിൽ വന്നു. പൊതുസമൂഹവും ഇന്റലിജൻസ് വിഭാഗവും ചില മാധ്യമങ്ങളുമെല്ലാം ആ സമവാക്യത്താൽ സ്വാധീനിക്കപ്പെടുന്ന സ്ഥിതിവിശേഷം സംജാതമായി. ഉത്തരേന്ത്യയിൽ അതിന്റെ തീവ്രത വളരെ കൂടുതലായിരുന്നു. വിഭജനവുമായി ബന്ധപ്പെട്ട ചരിത്ര പശ്ചാത്തലവും ആവാസകേന്ദ്രങ്ങളിൽ പോലും വടക്കേ ഇന്ത്യയിൽ നിലനിൽക്കുന്ന സാമുദായിക വേർതിരിവുകളുമൊക്കെയാവാം അതിനു കാരണം. അതെന്തായാലും, തങ്ങൾ അകാരണമായി സംശയിക്കപ്പെടുകയും സമാധാനപൂർണമായ ജീവിതം നയിക്കാനാഗ്രഹിക്കുന്ന തങ്ങൾ തീവ്രവാദികളായി മുദ്രകുത്തപ്പെടുകയും ചെയ്യുന്നു എന്ന ഒട്ടും

ആശാസ്യമല്ലാത്ത അവസ്ഥാവിശേഷമാണ് ഇന്ന് ഉത്തരേന്ത്യൻ മുസ്‌ലിങ്ങൾ പൊതുവിൽ അഭിമുഖീകരിക്കുന്നത്.

ഈ പശ്ചാത്തലമാവണം ഉത്തർപ്രദേശിൽ സഹറാൻപൂർ ജില്ലയിലെ ദിയൂബന്ദ് ദാറുൽ ഉലൂമിൽ ഒരു ഭീകരവാദവിരുദ്ധ സമ്മേളനം സംഘടിപ്പിക്കാൻ ചില മുസ്‌ലിം സംഘടനകളെ പ്രേരിപ്പിച്ചത്. ജംഇയ്യത്തുൽ ഉലമയും ജമാഅത്തെ ഇസ്‌ലാമിയുമടക്കമുള്ള സംഘടനകളുടെ പ്രതിനിധികൾ, ഫെബ്രുവരി 25ന് ചേർന്ന, ഈ സമ്മേളനത്തിൽ സംബന്ധിക്കുകയുണ്ടായി. ഭീകരവാദാക്രമണങ്ങളുടെ പേരിൽ വിവേചനരഹിതമായി പോലീസും ബ്യൂറോക്രസിയും നടത്തുന്ന മുസ്‌ലിംവേട്ടയെ ശക്തമായി അപലപിച്ച സമ്മേളനം ഭീകരവാദത്തെ തുറന്നെതിർക്കുന്ന പ്രമേയം അംഗീകരിക്കുകയും ചെയ്തിരിക്കുന്നു. 'ദക്ഷിണേഷ്യൻ ഇസ്‌ലാമിസത്തിന്റെ കേന്ദ്രം' എന്നു ചിലരും 'ജിഹാദികളുടെ മതമീമാംസാതൊട്ടിൽ' എന്നു വേറെച്ചിലരും വിശേഷിപ്പിക്കുന്ന ദിയൂബന്ദ് ദാറുൽ ഉലൂമിൽ നടന്ന ഏകദിന സമ്മേളനം പാസ്സാക്കിയ പ്രമേയത്തിൽ പറയുന്നു: 'എല്ലാവിധ മർദ്ദനത്തേയും ഹിംസയേയും ഭീകരവാദത്തേയും ഇസ്‌ലാം ശക്തമായി അപലപിക്കുന്നു.' ഭീകരവാദത്തിനെതിരിൽ നിരന്തരം പ്രചാരണത്തിന് രാജ്യത്തിന്റെ ഇതര ഭാഗങ്ങളിൽ ഇത്തരം സമ്മേളനങ്ങൾ നടത്തേണ്ടതുണ്ടെന്ന് പ്രമേയം നിരീക്ഷിക്കുകയും ചെയ്യുന്നു.

ഇസ്‌ലാം സർവവിധ ഹിംസയ്ക്കും ഭീകരവാദത്തിനുമെതിരാണെന്ന് പ്രഖ്യാപിക്കുന്ന പ്രമേയം അംഗീകരിക്കാൻ ദിയൂബന്ദ് സമ്മേളനം മുന്നോട്ടു വന്നത് അഭിനന്ദനീയം തന്നെ. പക്ഷേ, ആ പ്രമേയം കൊണ്ടും അതുപോലുള്ള സമ്മേളനങ്ങൾ കൊണ്ടും മാത്രം പ്രതിരോധിക്കാവുന്ന പ്രതിഭാസമാണോ ഇസ്‌ലാമിക തീവ്രവാദവും ഭീകരവാദവും? ഭീകരവാദത്തിന് അടിത്തറയായി വർത്തിക്കുന്ന പ്രത്യയശാസ്ത്രം ഏതെന്ന് തിരിച്ചറിയുകയും അത് തിരസ്കരിക്കാൻ മുസ്‌ലിങ്ങളെ പ്രേരിപ്പിക്കുകയും ചെയ്യാതെ ഭീകരവാദശൃംഖലകളുടെ വേരറുക്കാൻ കഴിയുമോ?

ഒരു സമഗ്രാധിപത്യ പ്രത്യയശാസ്ത്രമായി ഇസ്‌ലാമിനെ അവതരിപ്പിച്ച സംഘടനകൾ ഇരുപതാം നൂറ്റാണ്ടിലുണ്ടായിട്ടുണ്ട്. ഈജിപ്തിലെ മുസ്‌ലിം ബ്രദർഹുഡ്ഡും ഇന്ത്യാ ഉപഭൂഖണ്ഡത്തിലെ ജമാഅത്തെ ഇസ്‌ലാമിയും അത്തരം സംഘടനകളാണ്. 'ശരീഅത്ത്' എന്ന ഇസ്‌ലാമിക നിയമവ്യവസ്ഥ ഈശ്വരദത്തമാണെന്നും അതാണ്, അതു മാത്രമാണ്, മാനവരാശി സ്വീകരിക്കേണ്ടതെന്നും അവ സിദ്ധാന്തിക്കുന്നു. ഈ പ്രത്യയശാസ്ത്രം ഒരു ദേശരാഷ്ട്രത്തിൽ പ്രയോഗിക്കുമ്പോഴാണ് 'ഇസ്‌ലാമിക രാഷ്ട്രം' എന്ന സങ്കല്പനമുണ്ടാകുന്നത്. അതോടെ ഇസ്‌ലാം പൂർണ്ണാർത്ഥത്തിൽ ഒരു രാഷ്ട്രീയ പ്രത്യയശാസ്ത്രമായി മാറുന്നു. ജമാഅത്തെ ഇസ്‌ലാമിയുടെ സ്ഥാപകനായ മൗദൂദിയും മുസ്‌ലിം ബ്രദർഹുഡ്ഡിന്റെ സൈദ്ധാന്തികനായ സയ്യിദ് ഖുത്തുബും രാഷ്ട്രീയ

പ്രത്യയശാസ്ത്രമായി ഇസ്‌ലാമിനെ വീക്ഷിച്ചവരാണ്. ഓരോ രാഷ്ട്രത്തിൽ മാത്രമല്ല, ലോകത്താകമാനം ഇസ്‌ലാമിന്റെ രാഷ്ട്രീയാധിപത്യം സ്ഥാപിക്കുകയാണ് മുസ്‌ലിമിന്റെ കടമ എന്നു സിദ്ധാന്തിച്ചവരാണ് മൗദൂദിയും ഖുത്തുബും. അവർ ഇസ്‌ലാമിനു നൽകിയ രാഷ്ട്രീയ വ്യാഖ്യാനമാണ് ഇസ്‌ലാമിക തീവ്രവാദത്തിന്റെ പ്രഭവകേന്ദ്രം. ഇസ്‌ലാമിന്റെ ആധിപത്യം ഭൂമിയിൽ സ്ഥാപിക്കുക എന്നതിൽ കുറഞ്ഞ മറ്റൊന്നുകൊണ്ടും മുസ്‌ലിങ്ങൾ തൃപ്തിപ്പെട്ടുകൂടാ എന്ന വീക്ഷണം ഇസ്‌ലാമിനുവേണ്ടി കൊല്ലാനും ചാവാനുമുള്ള മനഃസ്ഥിതി ഒരു വിഭാഗം മുസ്‌ലിങ്ങളിൽ സൃഷ്ടിച്ചിട്ടുണ്ട്.

ഇസ്‌ലാമിനുവേണ്ടിയുള്ള 'പരിശുദ്ധയുദ്ധ'മായി 'ജിഹാദി'നെ കാണുന്ന സമീപനരീതിയും ഈ വീക്ഷണത്തിന്റെ പരിണതിയാണ്. ചാവേർ ആക്രമണമുൾപ്പെടെയുള്ള കൊടും ഹിംസയ്ക്ക് ഇസ്‌ലാമിന്റെ വേദഗ്രന്ഥമായ ഖുർആനിലെ ചില വാക്യങ്ങൾ സന്ദർഭനിരപേക്ഷമായി ഉപയോഗിക്കുന്നതിലേയ്ക്ക് ഭീകരവാദികളെ കൊണ്ടെത്തിച്ചതിൽ മേൽവീക്ഷണത്തിനുള്ള പങ്കു നിഷേധിക്കാവതല്ല. അമേരിക്കയിലെ സെപ്റ്റംബർ 11 ആക്രമണമടക്കം ലോകത്തിന്റെ വിവിധ ഭാഗങ്ങളിൽ നടത്തപ്പെട്ട ചാവേർ സ്ഫോടനങ്ങളെ തീവ്രവാദികൾ ന്യായീകരിച്ചത് ഖുർആനിലെ മൂന്നാം അദ്ധ്യായത്തിലെ 149-ാം വാക്യത്തിന്റെ ബലത്തിലാണ്. 'അവിശ്വാസികളുടെ ഹൃദയങ്ങളിൽ നാം ഭീകരത പടർത്തും' എന്ന ആ വാക്യത്തിന് മുഹമ്മദ് നബിയുടെ കാലത്ത് നടന്ന ഉഹ്ദ് യുദ്ധത്തിൽ അവസാനിക്കുന്ന പ്രസക്തിയേയുള്ളൂ. അതിന് സർവകാല പ്രസക്തി നൽകി ഇന്ന് ലോകത്ത് ജീവിക്കുന്ന 'അവിശ്വാസികളിൽ' ഭീകരത പടർത്തുകയാണ് ജിഹാദികൾ ചെയ്യുന്നത്. "അല്ലാഹുവിന്റെ ഭൂമിയിൽ അല്ലാഹുവിന്റെ ഭരണം സ്ഥാപിക്കണം" എന്ന മൗദൂദിയൻ ചിന്ത അതിന് പ്രചോദകവും ഉത്തേജകവുമായി വർത്തിക്കുകയും ചെയ്യുന്നു.

മൗദൂദിയൻ ചിന്തകൾ പിന്തുടരുകയും പ്രചരിപ്പിക്കുകയും ചെയ്യുന്ന ജമാഅത്തെ ഇസ്‌ലാമി കൂടി സജീവമായി പങ്കെടുത്ത സമ്മേളനമാണ് ദിയൂബന്ദിൽ ഭീകരവാദ വിരുദ്ധ പ്രമേയം പാസ്സാക്കിയത്. തീവ്രവാദ-ഭീകരവാദ ആശയങ്ങൾക്കു ജീവവായു പകരുന്ന പ്രത്യയശാസ്ത്രം സ്വയം കൊണ്ടു നടക്കുന്നവർക്ക് എങ്ങനെ ഭീകരവാദം തടയാൻ കഴിയും? ഒരേസമയം ഇസ്‌ലാമിന് മൗദൂദി നൽകിയ രാഷ്ട്രീയ വ്യാഖ്യാനം കക്ഷത്ത് വെക്കുകയും ആ വ്യാഖ്യാനത്തിൽ നിന്ന് ഊർജ്ജമുൾക്കൊണ്ട് ഭീകരതയുടെ പാത സ്വീകരിക്കുന്നവരെ പിന്തിരിപ്പിക്കുകയും ചെയ്യാൻ ജമാഅത്തെ ഇസ്‌ലാമിക്കാർക്കു കഴിയുമോ?

ജമാഅത്തെ ഇസ്‌ലാമിക്കു പുറമെ ദിയൂബന്ദ് സമ്മേളനത്തിൽ സംബന്ധിച്ച മറ്റു മുസ്‌ലിം സംഘടനകളുടെ കൂടി ചിന്തയ്ക്ക് വിഷയീഭവിക്കേണ്ട

ഒരു കാര്യമുണ്ട്. ഇസ്ലാമാണ് പരമസത്യം എന്നും മറ്റെല്ലാം വർജ്യമാണെന്നുമുള്ള ആക്രാമക വിശ്വാസത്തിനുടമകളാണ് തീവ്രവാദ-ഭീകരവാദ കൂട്ടായ്മകൾ. തങ്ങളുടെ വിഭാവനയിലുള്ള ഇസ്ലാമിനു വെളിയിൽ നിൽക്കുന്നതിനെയൊക്കെ പരമ പുച്ഛത്തോടെ വീക്ഷിക്കുന്നവരാണവർ. ഏറിയും കുറഞ്ഞുമുള്ള അളവിൽ ഈ വീക്ഷണം പങ്കിടുന്നവർ സാധാരണ മുസ്ലിങ്ങൾക്കിടയിലും ഒട്ടും കുറവല്ല. തീവ്രവാദ-ഭീകരവാദ ചിന്തകളെ പ്രതിരോധിക്കുന്നവർ ഈ ചിന്താഗതിയ്ക്കെതിരെ മുസ്ലിങ്ങളെ ഉണർത്തിയേ മതിയാവൂ. സിയാവുദ്ദീൻ സർദാർ അഭിപ്രായപ്പെട്ടത് പോലെ, സത്യത്തിന്റെയോ ഏത് ശരി ഏത് തെറ്റ് എന്നതിന്റെയോ നീതിയുടെയോ ഈ മൂല്യങ്ങളെ വളർത്തുന്ന ബൗദ്ധിക-ധാർമ്മിക ഘടകങ്ങളുടെയോ ഒന്നും കുത്തക തങ്ങൾക്കില്ല എന്ന ലളിത സത്യത്തിൽ നിന്നു വേണം മുസ്ലിങ്ങൾ തുടങ്ങാൻ. ദിയൂബന്ദിലെ ദാറുൽ ഉലൂമിൽ സമ്മേളിച്ച മൗലാനമാർ ആ വിനയം സ്വയം കാണിക്കുകയും മറ്റുള്ളവർക്ക് അതു പകർന്നു കൊടുക്കുകയും ചെയ്യുമോ?

(മാർച്ച്, 2008)

ഭാഷാഭീകരത വളരുമ്പോൾ

കാശ്മീരിൽ അമർനാഥ് ക്ഷേത്ര ബോർഡിന് വനഭൂമി നൽകുന്നതിന്റെ പേരിലും ഒറീസയിൽ വി.എച്ച്.പി. നേതാവ് ലക്ഷ്മണാനന്ദ സരസ്വതി കൊല്ലപ്പെട്ടതിന്റെ പേരിലും വ്യത്യസ്ത ബ്രാൻഡുകളിൽ പെട്ട മതഭീകരർ നടത്തിയ തേർവാഴ്ചയ്ക്ക് അറുതിവരും മുമ്പെ മഹാരാഷ്ട്രയുടെ തലസ്ഥാന നഗരിയിൽ ഭാഷാഭീകരർ ഒരിളകിയാട്ടത്തിനു കോപ്പ് കൂട്ടുകയുണ്ടായി. യുദ്ധോത്സുക മറാത്തി രാഷ്ട്രീയത്തിന്റെ അപ്പോസ്തലനായ ബാൽ താക്കറെയുടെ അനന്തരവൻ രാജ് താക്കറെയാണിപ്പോൾ മുംബൈയിലെ ഏറ്റവും വലിയ ഭാഷാഭീകരൻ. ശിവസേനയിൽ നിന്ന് തെറ്റിപ്പിരിഞ്ഞ് താനുണ്ടാക്കിയ മഹാരാഷ്ട്ര നവനിർമാൺ സേന (എം.എൻ.എസ്)യ്ക്ക് പിടിച്ചു നിൽക്കണമെങ്കിൽ ഭാഷാ-പ്രദേശഭ്രാന്തിൽ അമ്മാവനെ കടത്തിവെട്ടണമെന്ന് മരുമകനറിയാം. കഴിഞ്ഞ ഫെബ്രുവരിയിൽ രാജ്താക്കറെ ആ ദിശയിൽ ഒരു തെരുവുയുദ്ധത്തിനു നേതൃത്വം നൽകുകയുണ്ടായി. ഉത്തരേന്ത്യൻ സംസ്ഥാനങ്ങളിൽനിന്ന് ദശകങ്ങൾക്കു മുമ്പ് മുംബൈയിലേക്കു കുടിയേറിയവർക്കെതിരെയും പ്രശസ്ത നടൻ അമിതാഭ് ബച്ചനെതിരെയും ചന്ദ്രഹാസമിളക്കിയായിരുന്നു അന്നത്തെ പടപ്പുറപ്പാട്. ഹിന്ദി സംസാരിക്കുന്ന സാധാരണക്കാരെ മഹാരാഷ്ട്ര നവനിർമാൺ സേനക്കാർ ആ കാലയളവിൽ തെരുവുകളിൽ വേട്ടയാടി. തന്റെ മാതൃസംസ്ഥാനമായ ഉത്തർപ്രദേശിൽ ഒരു വനിതാ കോളേജ് സ്ഥാപിക്കാൻ പുറപ്പെട്ട ബച്ചനോട് രാജ്താക്കറെ ആജ്ഞാപിച്ചത് ബോളിവുഡ്ഡിൽ നിന്ന് കാശുണ്ടാക്കിയ ചലച്ചിത്രനടൻ ബോളിവുഡ്ഡ് സ്ഥിതി ചെയ്യുന്ന സംസ്ഥാനത്തു തന്നെ മുതലിറക്കണം എന്നായിരുന്നു.

ഭാഷാജ്വരം മൂർച്ഛിപ്പിച്ചുകൊണ്ട് മഹാരാഷ്ട്രയുടെ 'നവനിർമാണം' നടത്തുന്ന നേതാവിന്റെ വിക്രിയകൾ അവിടെ അവസാനിച്ചില്ല. കടകളുടെയും സ്ഥാപനങ്ങളുടെയും നെയിം ബോർഡുകളിലാണ് രാജ് താക്കറെ പിന്നെ കയറിപ്പിടിച്ചത്. മുംബൈയിലെ എല്ലാ നെയിം ബോർഡുകളും മറാത്തിയിലായിരിക്കണമെന്ന് അയാൾ ഉത്തരവിട്ടു. അതിന് അയാൾ ഒരു തിയ്യതി നിശ്ചയിക്കുകയും ചെയ്തു – 2008 ആഗസ്റ്റ് 28. പ്രസ്തുത

തിയ്യതിയ്ക്കകം നെയിംബോർഡുകൾ മറാത്തിയിലാക്കാത്ത കടയുടമകളും സ്ഥാപന ഉടമകളും 'വിവരമറിയു'മെന്ന ഭീഷണിയും എം.എൻ. എസ്. നേതാവിൽ നിന്നുണ്ടായി. നെയിം ബോർഡുകളിൽ രണ്ട് ഭാഷ ഉപയോഗിക്കുന്നുവെങ്കിൽ പ്രാമുഖ്യം മറാത്തിക്കായിരിക്കണമെന്ന് നിഷ്കർഷിക്കപ്പെടുകയും ചെയ്തു. അത്തരം നിബന്ധനയ്ക്കെതിരെ ഹൈക്കോടതിയുടെ സ്റ്റേ ഉണ്ടെന്ന കാര്യം പോലും രാജ് താക്കറെ കണക്കിലെടുത്തില്ല. അനുയായികളിൽ അന്ധമായ മറാത്തി വികാരം ആളിക്കത്തിച്ച് താനിച്ഛിക്കുംവിധം കാര്യങ്ങൾ നടപ്പാക്കുകയെന്ന സമഗ്രാധിപത്യ രീതിയാണ് ഭാഷോന്മാദനായ ഈ രാഷ്ട്രീയക്കാരൻ പിന്തുടർന്നത്.

നെയിംബോർഡ് രാഷ്ട്രീയം ചൂടുപിടിച്ചുകൊണ്ടിരിക്കെയാണ് മറ്റൊരു അവസരം എം.എൻ.എസ്. സാരഥിക്കു വീണുകിട്ടിയത്. അമിതാഭ് ബച്ചന്റെ ഭാര്യയും ചലച്ചിത്ര താരവുമായ ജയാബച്ചൻ ഒരു ചടങ്ങിൽ സംബന്ധിക്കവെ, താൻ തന്റെ മാതൃഭാഷയായ ഹിന്ദിയിൽ സംസാരിക്കാൻ ആഗ്രഹിക്കുന്നു എന്നു പറഞ്ഞു പോയി. ബോളിവുഡ്ഡിൽ നിന്ന് ചലച്ചിത്ര നടിയായി ഉയർന്ന ജയാബച്ചൻ മറാത്തി ഭാഷയെ അപമാനിച്ചിരിക്കുന്നു എന്നായിരുന്നു രാജ് താക്കറെയുടെ ആക്രോശം. അമ്മയുടെ മുലപ്പാലിനോടൊപ്പം കുഞ്ഞ് സ്വാംശീകരിക്കുന്ന ഭാഷയെയാണ് മാതൃഭാഷ എന്നു വിളിക്കുന്നതെന്നും ഏതൊരാൾക്കും അയത്നമായി കൈകാര്യം ചെയ്യാൻ സാധിക്കുന്ന ഭാഷ അതായിരിക്കുമെന്നുമുള്ള പ്രാഥമിക വസ്തുത പോലും മറാത്തി ഭ്രാന്ത് രാഷ്ട്രീയ മൂലധനമാക്കിയ ഭാഷാഭീകരൻ ഓർമ്മിച്ചില്ല. തനിക്ക് മറാത്തി ഭാഷ എന്താണോ അതാണ് ജയാബച്ചന് ഹിന്ദിയെന്നു തിരിച്ചറിയാനുള്ള വിവേകം പോലും പരഭാഷാദ്വേഷത്തിൽ അഭിരമിക്കുന്ന താക്കറെക്ക് ഇല്ലാതെ പോയി.

സാർവദേശീയതലത്തിൽ അറിയപ്പെട്ടിരുന്ന വി.കെ. കൃഷ്ണമേനോനെപ്പോലുള്ളവർ നേരത്തേ നിഷ്ക്രമിച്ചത് അവരുടെ ഭാഗ്യമെന്നു പറയണം. ഭാഷാസ്വാതന്ത്ര്യം പൗരന്മാരുടെ മൗലികാവകാശങ്ങളിൽ പെടുന്നു എന്ന് അംഗീകരിക്കാത്ത ശിവസേനയേയും മഹാരാഷ്ട്രാ നവനിർമാൺ സേനയേയും പോലുള്ള ഭാഷാഭീകരസംഘടനകൾ കരുത്താർജ്ജിക്കുന്നതിനു മുമ്പ് അവർ തിരോധാനം ചെയ്തിരുന്നില്ലെങ്കിൽ താക്കറെ പ്രകൃതികൾ അവരെയും പിടികൂടുമായിരുന്നു എന്നത് കട്ടായം. മുംബൈയിൽ ആയാലും മറ്റെവിടെയായാലും ഇംഗ്ലീഷിൽ സംസാരിക്കുന്ന കൃഷ്ണമേനോനെപ്പോലുള്ളവരെ അവർ തെരുവിൽ കയ്യേറ്റം ചെയ്തേനെ. മറാത്തക്കാരുടെ നാട്ടിൽ വന്ന് മറാത്തിയേതര ഭാഷയിൽ പ്രസംഗിക്കുന്നവർ എത്ര പ്രഗത്ഭരായാലും അവർക്കെതിരിൽ ഭാഷോന്മാദികളെ തിരിച്ചു വിട്ടുകൊണ്ടേ താക്കറെമാർക്ക് ഉറക്കം വരൂ. എന്തുകൊണ്ടെന്നാൽ, മറാത്തക്കാരുടെ അടിസ്ഥാന ജീവിത പ്രശ്നങ്ങളുടെ മൂലഹേതുക്കൾ തേടുന്നതിലോ അവയ്ക്കു പരിഹാരം

കണ്ടെത്തുന്നതിലോ അല്ല അവർക്കു താത്പര്യം. തങ്ങളുടെ ദുരിത ങ്ങൾക്കു പിന്നിൽ അപര സംസ്ഥാനക്കാരും അപരഭാഷക്കാരുമാണെന്ന മിഥ്യാധാരണ അണികളിൽ വളർത്തി സംസ്ഥാന ഭരണത്തിന്റെ ചെങ്കോൽ കൈവശപ്പെടുത്തുകയെന്ന ഒരേയൊരു ലക്ഷ്യമേ അവർ ക്കുള്ളൂ.

ഭാഷാഭീകരതയുടെ രാഷ്ട്രീയം കൈയാളുന്നവരുടെ മേൽചൊന്ന ഹീനലക്ഷ്യം എഴുപതുകൾ തൊട്ടേ പ്രകടമായത് രാജ്യത്തെ മുഖ്യധാരാ രാഷ്ട്രീയ പാർട്ടികൾ ഉൾപ്പെടെ എല്ലാവരും വേണ്ടത്ര മനസ്സിലാക്കിയ തുമാണ്. നമ്മുടെ ഭരണഘടനയുടെയോ ജനപ്രാതിനിധ്യ നിയമത്തി ന്റെയോ അന്തസ്സത്തയുമായി ഒരു വിധത്തിലും പൊരുത്തപ്പെടാത്ത രാഷ്ട്രീയമാണതെന്ന് അറിയാത്തവരും ഏറെയുണ്ടാവില്ല. എന്നിട്ടും കഴിഞ്ഞ നാലു പതിറ്റാണ്ടോളമായി എന്തുകൊണ്ട് ഈ നികൃഷ്ട രാഷ്ട്രീയം ഇവിടെ പൊറുപ്പിക്കപ്പെട്ടു? ദേശദ്രോഹപരമായ ആ രാഷ്ട്രീയം എന്തുകൊണ്ട് ഇവിടെ അടിക്കടി വളർന്നു? ഈ ചോദ്യ ങ്ങൾക്ക് ഉത്തരം തേടുമ്പോൾ കോൺഗ്രസ് ഉൾപ്പെടെയുള്ള ദേശീയ പാർട്ടികളുടെ അവസരവാദപരവും തത്ത്വദീക്ഷാരഹിതവുമായ രാഷ്ട്രീ യത്തിലാണ് നാമെത്തിച്ചേരുക. അധികാര സമ്പാദനം ഉന്നംവെച്ച് ഒളിഞ്ഞും തെളിഞ്ഞും ഭാഷാഭ്രാന്തരെ പ്രീണിപ്പിക്കുന്ന നയം ആ പാർട്ടി കൾ കൈക്കൊണ്ടു. ഇന്ത്യയിലെ ഏറ്റവും വലിയ കോസ്മോ പൊളിറ്റൻ നഗരത്തിൽ ഭാഷോന്മാദ രാഷ്ട്രീയത്തിന് അഭംഗുരവളർച്ചയും അപ്രതി ഹത ബലവും കൈവന്നെങ്കിൽ അതിന് ഉത്തരവാദികൾ ദേശീയബോധം അടിയറവെച്ച മുഖ്യധാരാ രാഷ്ട്രീയ പാർട്ടികൾ തന്നെയാണ്. അപര ഭാഷാ വിഭാഗങ്ങൾക്കെതിരിൽ കൊലവിളി നടത്തുകയും കലാപങ്ങൾ അഴിച്ചുവിടുകയും ചെയ്യുന്ന താക്കറെമാർ സർവതന്ത്രസ്വതന്ത്രരായി മുംബൈയിൽ വാഴുന്നു എന്നത് വിചിത്രമാണ്. അവർക്കെതിരിൽ സ്വാഭാ വികമായി ഉയരേണ്ട നിയമനടപടികൾ പോലും ഫലപ്രദമാംവിധം സ്വീകരിക്കപ്പെടാതെ പോകുന്നു. മുംബൈയിൽ മറാത്തികൾക്കു കീഴ്പെട്ട് ജീവിക്കുന്നവർ മാത്രം മതിയെന്ന താക്കറെ പാർട്ടികളുടെ ക്ഷുദ്ര സമീപനം മഹാരാഷ്ട്രയിൽ ഭരണം നടത്തിയ കക്ഷികളൊന്നും ഇന്നേ വരെ നെഞ്ചുവിരുത്തി ചോദ്യം ചെയ്തിട്ടില്ല. മറാത്താ വികാരത്തോടൊപ്പം ഹിന്ദുത്വവികാരം കൂടി പങ്കിടുന്ന ശിവസേനയുടെയും നവനിർമാൺ സേന യുടെയും ജല്പനങ്ങളോടും രണോത്സുക രാഷ്ട്രീയത്തോടും ബി.ജെ. പി. മൃദുസമീപനം സ്വീകരിക്കുന്നത് മനസ്സിലാക്കാം. പക്ഷേ, കോൺഗ്രസും എൻ.സി.പിയും താക്കറെ രാഷ്ട്രീയത്തെ ഉരുക്കുമുഷ്ടി ഉപയോഗിച്ചു നേരിടുന്നതിൽ എന്തുകൊണ്ട് വിമുഖരാവുന്നു? ഭാഷാഭീ കരത അത്ര ഉപദ്രവകാരിയല്ലെന്നു ആ പാർട്ടികൾ കരുതുന്നു എന്നാണോ മനസ്സിലാക്കേണ്ടത്? അതോ ഭാഷാ ഭീകരതയ്ക്കെതിരിൽ

ശക്തമായ നിലപാടെടുത്താൽ തങ്ങളുടെ രാഷ്ട്രീയ സ്വാധീനത്തിന് ഉല
ച്ചിൽ തട്ടുമെന്നു അവർ ഭയപ്പെടുകയാണോ? അത്തരം ആശങ്കയാണ്
അവരെ ഭരിക്കുന്നതെങ്കിൽ ഇന്ത്യയുടെ ദേശീയൈക്യത്തിന്റെ കടയ്ക്കൽ
കത്തി വെക്കുന്നതിൽ അവരും താക്കറെമാരോടൊപ്പം തുല്യപങ്കാളിക
ളാവുകയാണ് ചെയ്യുന്നത്. ഭീകരത മതത്തിന്റെയായാലും ഭാഷയുടെ
യായാലും മറ്റെന്തിന്റെയായാലും അത് രാഷ്ട്രത്തിന്റെ ശിഥിലീകരണ
ത്തിലേക്കു നയിക്കും എന്നു കാണാൻ മതേതര ദേശീയത ഉയർത്തി
പ്പിടിക്കുന്നു എന്നവകാശപ്പെടുന്ന പാർട്ടികൾക്കെങ്കിലും സാധിക്കേണ്ട
തുണ്ട്.

(സെപ്റ്റംബർ, 2008)

സാംസ്കാരിക വിഭജനം പ്രോത്സാഹിപ്പിക്കരുത്

മുഖ്യധാരയുടെ ഭാഗമാകാൻ ന്യൂനപക്ഷത്തിനു സാധിക്കുമ്പോഴാണ് അവരുടെ ക്ഷേമം ഉറപ്പുവരുത്തപ്പെടുന്നത്. ക്രൈസ്തവർ സാമൂഹിക ജീവിതത്തിന്റെ വിവിധ തുറകളിൽ മുന്നേറിയിട്ടുണ്ടെങ്കിൽ, പ്രധാനപ്പെട്ട കാരണം മുഖ്യധാരയുടെ ഭാഗമാകുന്നതിൽ അവർ പ്രത്യേകം ശ്രദ്ധ ചെലുത്തി എന്നതാണ്. ഇക്കാര്യത്തിൽ മുസ്ലിങ്ങൾ, വിശേഷിച്ച് വടക്കേ ഇന്ത്യൻ മുസ്ലിങ്ങൾ, പലപ്പോഴും അറച്ചു നിന്നു. പൊതുസമൂഹവും ലോകവും മുന്നോട്ടു കുതിക്കുമ്പോഴും തങ്ങളുടേതായ സാംസ്കാരിക മാളങ്ങളിൽ ഒതുങ്ങാനാണ് അവർ പരിശീലിപ്പിക്കപ്പെട്ടത്. ഒരു തരം 'ഗെറ്റോ' മനഃസ്ഥിതിക്ക് അവർ വശംവദരായി.

ഈ മനഃസ്ഥിതിയിൽ നിന്ന് മുക്തരാകാനും മുഖ്യധാരയുമായി അടുക്കാനും സാമ്പ്രദായിക സമുദായ നേതൃത്വത്തിനു താത്പര്യമില്ല എന്നതിനാലാവും കേന്ദ്ര-സംസ്ഥാന സർക്കാരുകളും ആ ദിശയിൽ ഫലപ്രദമായ ഇടപെടലുകൾ നടത്തുകയുണ്ടായില്ല. പിറകോട്ടു നോക്കുന്നതിനു പകരം മുന്നോട്ടു നോക്കുന്ന ഒരു ജനവിഭാഗമായി മുസ്ലിങ്ങൾ മാറേണ്ടതുണ്ടെന്ന് ആ സമുദായത്തിലെ അംഗബലം കുറഞ്ഞ പുരോഗമനേച്ഛുക്കൾ കാലാകാലങ്ങളിൽ ആവശ്യപ്പെട്ടു പോന്നിട്ടുണ്ടെങ്കിലും അസംഘടിതരായ അവരുടെ ശബ്ദം അവഗണിക്കുകയാണ് അധികാരികൾ ചെയ്തത്.

മുസ്ലിം വ്യക്തിനിയമപരിഷ്കരണം ഉൾപ്പെടെയുള്ള കാര്യങ്ങളിൽ ഭരണകർത്താക്കൾ അവലംബിച്ച നിഷേധാത്മക നയം അതിന്റെ തെളിവാണ്. ഇപ്പോൾ ഏറ്റവും ഒടുവിൽ മുസ്ലിങ്ങളുടെ വിദ്യാഭ്യാസ പ്രശ്നത്തിലും ആരോഗ്യകരമല്ലാത്ത കീഴ്‌വഴക്കങ്ങൾ സൃഷ്ടിക്കാനാണ് കേന്ദ്ര ഭരണനേതൃത്വം താത്പര്യമെടുക്കുന്നത്. കേന്ദ്ര മാനവശേഷി വികസനമന്ത്രി (കേന്ദ്ര ഭരണകൂടം) മുസ്ലിങ്ങളെ പൊതുവിദ്യാഭ്യാസ ധാരയിൽ നിന്നു പുറന്തള്ളാനുള്ള നിയമനിർമാണത്തിനു തിടുക്കം കൂട്ടുകയാണ്. കേന്ദ്ര സെക്കൻഡറി വിദ്യാഭ്യാസ ബോർഡി(സി.ബി.എസ്.ഇ.)ന്റെ മാതൃകയിൽ കേന്ദ്ര മദ്രസ ബോർഡ് രൂപവത്കരിക്കുമെന്ന് മന്ത്രി

അർജുൻ സിങ് വ്യക്തമാക്കിയിരിക്കുന്നു. സംസ്ഥാന മദ്രസ്സ ബോർഡുകൾ നൽകുന്ന സർട്ടിഫിക്കറ്റുകൾ സി.ബി.എസ്.ഇ. സർട്ടിഫിക്കറ്റുകൾക്കു തുല്യമാക്കുമെന്നും അദ്ദേഹം വെളിപ്പെടുത്തിയിട്ടുണ്ട്.

ഉത്തർപ്രദേശ്, മധ്യപ്രദേശ്, ബീഹാർ, ബംഗാൾ, അസം, ഒറീസ്സ, ജാർഖണ്ഡ് എന്നീ സംസ്ഥാനങ്ങളിലാണ് ഇപ്പോൾ മദ്രസ്സ ബോർഡുകളുള്ളത്. ഈ സംസ്ഥാനങ്ങളിലെ മദ്രസ്സകളിൽ പഠിക്കുന്ന വിദ്യാർത്ഥികൾ സി.ബി.എസ്.ഇ. വിദ്യാർത്ഥികൾക്കു തുല്യരായി ഭാവിയിൽ പരിഗണിക്കപ്പെടും. മറ്റു സംസ്ഥാനങ്ങളിൽ മദ്രസ്സ ബോർഡുകൾ നിലവിൽ വരുന്നതോടെ അവിടങ്ങളിലെ മദ്രസ്സ വിദ്യാർത്ഥികൾക്കും ഈ ആനുകൂല്യം ലഭിക്കും.

ഈ നയം മുസ്‌ലിം സമുദായത്തിനു ഗുണകരമാണെന്നു പ്രത്യക്ഷത്തിൽ തോന്നാം. തൊഴിലിനും ഉപരിപഠനത്തിനും പരിഗണിക്കാൻ സ്കൂൾ സർട്ടിഫിക്കറ്റുകൾക്കു പകരം മദ്രസ്സ സർട്ടിഫിക്കറ്റുകൾ മതി എന്നു വരുന്നത് ഒട്ടേറെ മുസ്‌ലിം വിദ്യാർത്ഥികൾക്കു പ്രയോജനകരമാവുമല്ലോ എന്നാവും കരുതുന്നത്. ഇത്തരം ഒരു ശുപാർശ സച്ചാർ കമ്മിറ്റി നൽകിയപ്പോൾ ആ കമ്മിറ്റിയുടെയും ചിന്ത ഇതേ വഴിക്കാകും പോയിരിക്കുക. പക്ഷേ, ഒരു വസ്തുത ഇവിടെ വിസ്മരിക്കപ്പെടുകയോ വിഗണിക്കപ്പെടുകയോ ചെയ്യുന്നു. വിദ്യാഭ്യാസസ്ഥാപനങ്ങൾ അധ്യേതാക്കൾക്ക് അറിവു പകരുക മാത്രമല്ല; അധ്യേതാക്കളുടെ മനസ്സിനെ രൂപപ്പെടുത്തുന്നതിൽ, അവരുടെ അഭിവീക്ഷണങ്ങളെ നിർണ്ണയിക്കുന്നതിൽ, സുപ്രധാന പങ്കു വഹിക്കുക കൂടി ചെയ്യുന്നുണ്ട്.

വ്യത്യസ്ത മതപശ്ചാത്തലങ്ങളിൽ നിന്നു വരുന്ന വിദ്യാർത്ഥികൾ ഒന്നിച്ചു പഠിക്കുന്ന പൊതുവിദ്യാഭ്യാസ സ്ഥാപനങ്ങൾ പഠിതാക്കൾക്കു നൽകുന്ന ലോകവീക്ഷണമാവില്ല പ്രത്യേക മതത്തിന്റെ നിയന്ത്രണത്തിലുള്ളതും പ്രത്യേകമതത്തിൽപെട്ടവർ മാത്രം പഠിക്കുന്നതുമായ സ്ഥാപനങ്ങളിൽ ശിക്ഷണം നേടുന്നവർ സ്വാംശീകരിക്കുന്ന ലോകവീക്ഷണം. പൊതുവിദ്യാലയങ്ങൾ മതനിരപേക്ഷ ബഹുസ്വര ലോകവീക്ഷണം പ്രദാനം ചെയ്യുമ്പോൾ മതകേന്ദ്രീകൃത വിദ്യാലയങ്ങൾ ഏകമതാധിഷ്ഠിത- ഏക സമുദായാധിഷ്ഠിത ലോകവീക്ഷണമാണ് പകരുക. അതു സങ്കുചിതവും അസഹിഷ്ണുതാപരവുമാകാനുള്ള സാദ്ധ്യത ഏറെയാണ്.

ഇവിടെ ഒരു സംശയം ഉയരാം. ക്രൈസ്തവ മിഷണറിമാർ സ്ഥാപിച്ചതും പല ക്രൈസ്തവ സഭകളും നടത്തിപ്പോരുന്നതുമായ വിദ്യാലയങ്ങൾ ഇവിടെയുണ്ട്. അതുപോലെ ആര്യസമാജം പോലുള്ള സംഘടനകൾക്ക് കീഴിലുമുണ്ട് വിദ്യാലയങ്ങൾ. അവ അനഭിലഷണീയമല്ലെങ്കിൽ മദ്രസ്സ ബോർഡും അതിനു കീഴിലുള്ള വിദ്യാലയങ്ങളും മാത്രം എങ്ങനെ

അനഭിലഷണീയമാകും? ഇവ രണ്ടും തമ്മിൽ പ്രകടമായ വ്യത്യാസമു ണ്ടെന്നതാണ് ശ്രദ്ധിക്കപ്പെടേണ്ടത്.

ക്രൈസ്തവ സഭകളോ ആര്യസമാജമോ ചില മുസ്ലിം മത-സമുദായ സംഘടനകൾ തന്നെയോ നടത്തുന്ന വിദ്യാലയങ്ങൾ പിന്തുടരുന്നത് പൊതു വിദ്യാലയങ്ങളുടെ അതേ പാഠ്യപദ്ധതിയാണ്. അതു കൊണ്ടുതന്നെ അത്തരം വിദ്യാലയങ്ങളിലെ വിദ്യാർത്ഥി സമൂഹം മതേതരമാണ്. വ്യത്യസ്ത മതസമുദായങ്ങളിൽപ്പെട്ട വിദ്യാർത്ഥികൾ അവിടങ്ങളിൽ പഠിക്കുന്നു. മദ്രസ്സകളുടെ അവസ്ഥ അതല്ല. സച്ചാർ സമിതിയും സർക്കാറും നിർദ്ദേശിക്കുന്നതു പോലെ ഭൗതികശാസ്ത്രങ്ങളും സാമൂഹിക ശാസ്ത്രങ്ങളും കൂടി ഉൾപ്പെട്ട ഒരു പാഠ്യപദ്ധതി അവിടെ നടപ്പാക്കിയാൽ പോലും മുസ്ലിം മതപഠനത്തിനു പ്രാമുഖ്യം നൽകുന്ന ആ സ്ഥാപനങ്ങൾ അന്യമതസ്ഥർക്ക് സ്വീകാര്യമാവില്ല. വിവിധ മതങ്ങളിൽപ്പെട്ട വിദ്യാർത്ഥികളുടെ സങ്കലനം അവിടങ്ങളിൽ ഉണ്ടാവില്ല.

ഒരു ബഹുസ്വര സമൂഹത്തിൽ വ്യത്യസ്ത മത-ജാതി-സംസ്കാര പശ്ചാത്തലങ്ങളിൽ നിന്നു വരുന്ന വിദ്യാർത്ഥികളുടെ കൂടിക്കലരൽ സംഭവിക്കണം. സർക്കാർ സ്കൂളുകളിലായാലും പൊതുവിദ്യാഭ്യാസ പദ്ധതി പിന്തുടരുന്ന സ്വകാര്യ സ്കൂളുകളിലായാലും അത്തരം സങ്കലനം ഇപ്പോൾ നടക്കുന്നുണ്ട്. വിവിധ മതസമുദായങ്ങളിൽപ്പെട്ട വിദ്യാർത്ഥികൾ ഒരുമിച്ച് പഠിക്കുമ്പോൾ അവർ തമ്മിൽ ആശയവിനിമയം മാത്രമല്ല, സാംസ്കാരികമായ ആദാനപ്രദാനവും നടക്കുന്നു. മതഭിന്നതകൾ മാറ്റിവെച്ച് പരസ്പരം മനസ്സിലാക്കാനും സാമൂഹികമായി തങ്ങൾ അഭിന്നരാണെന്ന് ഗ്രഹിക്കാനും അവർക്കു വഴിയൊരുങ്ങുന്നു. ഒരു പ്രത്യേക മതത്തിന്റെയോ ജാതിയുടെയോ സംസ്കാരം എന്നതിൽ നിന്നു ദേശത്തിന്റെ സംസ്കാരം എന്ന കാഴ്ചപ്പാടിലേക്ക് അവർ വളരുന്നു. മത സംസ്കാരത്തിന്റെ ഇടുക്കങ്ങളിൽ നിന്ന് മതേതര സംസ്കാരത്തിന്റെ വിശാലതയിലേക്കു കടന്നുപോകാൻ അത്തരം സ്ഥാപനങ്ങളിലെ വിദ്യാർത്ഥികൾ പ്രാപ്തരാകുന്നു.

എന്തെല്ലാം കുറ്റങ്ങളും കുറവുകളുമുണ്ടെങ്കിലും നമ്മുടെ പൊതു വിദ്യാഭ്യാസ സ്ഥാപനങ്ങൾ സാംസ്കാരിക സംശ്ലേഷണത്തിന്റെ വേദികളാണെന്നത് നിസ്തർക്കമാണ്. ഹൈന്ദവ-ഇസ്ലാമിക-ക്രൈസ്തവ സംസ്കാരങ്ങൾ അവിടെ സംഗമിക്കുന്നു. ശക്തമായ ഒരു മതനിരപേക്ഷ സമൂഹമാണ് നമ്മുടെ ലക്ഷ്യമെങ്കിൽ അത്തരം വിദ്യാഭ്യാസ സ്ഥാപനങ്ങളാണ് പ്രോത്സാഹിപ്പിക്കപ്പെടേണ്ടത്. ഹിന്ദുക്കൾ മാത്രമോ മുസ്ലിങ്ങൾ മാത്രമോ ക്രൈസ്തവർ മാത്രമോ പഠിക്കുന്ന സ്ഥാപനങ്ങൾ അന്തിമ വിശകലനത്തിൽ സാംസ്കാരിക വിഭജനം സൃഷ്ടിക്കുന്നതിലേക്കാണ്

നയിക്കുക. പൊതുതിരഞ്ഞെടുപ്പുകൾ മുന്നിൽക്കണ്ട് ഏതെങ്കിലും മത വിഭാഗത്തെ പ്രീണിപ്പിക്കാൻ ഉപയോഗിക്കേണ്ട ഉപകരണമായിക്കൂടാ വിദ്യാഭ്യാസം. മുസ്ലിം സമുദായത്തിന്റെ ക്ഷേമവും പുരോഗതിയുമാണ് ലക്ഷ്യമെങ്കിൽ ചെയ്യേണ്ടത് മുസ്ലിങ്ങളെ മതേതരസമൂഹത്തിന്റെ മുഖ്യ ധാരയിലേക്കു കൊണ്ടു വരികയാണ്. ആ ലക്ഷ്യം നേടാൻ വിദ്യാഭ്യാസ രംഗത്ത് സർക്കാറിന് ഏറ്റെടുക്കാവുന്ന ദൗത്യം ചില ഉത്തരേന്ത്യൻ സംസ്ഥാനങ്ങളിൽ മുഴുസമയ വിദ്യാലയങ്ങളായി പ്രവർത്തിക്കുന്ന മദ്രസ്സകളിൽ നിന്ന് മുസ്ലിങ്ങളെ പൊതു വിദ്യാലയങ്ങളിലേക്കു വിമോചിപ്പിക്കുക എന്നതത്രേ.

(ജനുവരി, 2009)

എന്താണ് മുഷീറുൽ ഹസന്റെ തെറ്റ്

എൺപതുകളുടെ അവസാനം സൽമാൻ റുഷ്ദിയുടെ 'സാറ്റാനിക് വേഴ്സസ്' എന്ന നോവൽ പുറത്തിറങ്ങിയ സന്ദർഭം. ഇറാനിൽ ആയത്തുല്ലാ ഖൊമെയ്നിയുടെ കാർമികത്വത്തിൽ 1979ൽ നടന്ന 'ഇസ്ലാമിക വിപ്ലവം' വെറും കെട്ടുകാഴ്ചയായി മാറുകയും ജനങ്ങൾക്ക് അതിലുള്ള വിശ്വാസം നഷ്ടപ്പെടുകയും ചെയ്ത കാലമായിരുന്നു അത്. താൻ നടത്തിയ 'വിപ്ലവ'ത്തിന്റെ പരാജയം മറച്ചുപിടിക്കുന്നതിന് ഖൊമെയ്നി 'സാറ്റാനിക് വേഴ്സസി'ൽ കയറിപ്പിടിച്ചു. 'ഇസ്ലാമിനെയും പ്രവാചകനെയും അവഹേളിക്കുന്ന' നോവൽ രചിച്ച സൽമാൻ റുഷ്ദിയെ വധിക്കണമെന്ന് ഇറാനിലെ ആത്മീയ നേതാവ് ലോക മുസ്ലീങ്ങളെ ആഹ്വാനം ചെയ്തു. അക്കാലത്ത് രാജീവ് ഗാന്ധിയുടെ നേതൃത്വത്തിലുള്ള ഇന്ത്യാ ഗവൺമെന്റ് റുഷ്ദിയുടെ നോവലിന്റെ ഉള്ളടക്കം പോലും മനസ്സിലാക്കാൻ ശ്രമിക്കാതെ ആ പുസ്തകത്തിനു വിലക്കേർപ്പെടുത്തി.

ആ കാലയളവിലാണ് പ്രൊഫ. മുഷീറുൽ ഹസൻ എന്ന ചരിത്ര പണ്ഡിതൻ ഏറെ ശ്രദ്ധ പിടിച്ചുപറ്റുന്നത്. ഡൽഹിയിലെ കേന്ദ്ര സർവകലാശാലയായ ജാമിയ മില്ലിയ ഇസ്ലാമിയയിൽ ആണ് അദ്ദേഹത്തിന് ഇന്നെന്ന പോലെ അന്നും ജോലി. സെക്യുലർ ഹ്യൂമനിസത്തിന്റെ പക്ഷത്ത് നിലകൊണ്ട അദ്ദേഹത്തിന്റെ ഒരു അഭിമുഖം ആയിടെ 'സൺഡെ' എന്ന ഇംഗ്ലീഷ് വാരികയിൽ പ്രത്യക്ഷപ്പെട്ടു. റുഷ്ദിയുടെ നോവൽ നിരോധിച്ച ഇന്ത്യൻ ഭരണകൂടത്തിന്റെ നടപടിയോടു തനിക്കു യോജിപ്പില്ല എന്ന ഒരു നിരീക്ഷണം പ്രസ്തുത അഭിമുഖത്തിൽ അദ്ദേഹം നടത്തി. ചില പുസ്തകങ്ങളുടെ ഉള്ളടക്കത്തോട് മതത്തിന്റെയോ രാഷ്ട്രീയത്തിന്റെയോ മറ്റു ഘടകങ്ങളുടെയോ പേരിൽ വിയോജിക്കുന്നവർ രാജ്യത്തുണ്ടാകാം; പക്ഷേ, അതിന്റെ പേരിൽ അത്തരം പുസ്തകങ്ങൾ സർക്കാർ നിരോധിക്കുന്നത് ശരിയല്ലെന്നായിരുന്നു മുഷീറുൽ ഹസന്റെ പക്ഷം.

പിന്നീട് സംഭവിച്ചത് ചരിത്രത്തിന്റെ ഭാഗമാണ്. 'സാറ്റാനിക് വേഴ്സസ്' നിരോധിച്ച സർക്കാർ നടപടിയോട് യോജിക്കാനാവില്ലെന്ന് അഭിപ്രായ

പ്രകടനം നടത്തിയ പ്രൊഫ. മുഷീറുൽ ഹസനെ അദ്ദേഹം ജോലി ചെയ്തിരുന്ന ജാമിയ മില്ലിയയിലെ മുസ്ലിം മതമൗലികവാദികളായ വിദ്യാർത്ഥികൾ ക്രൂരമായി മർദ്ദിച്ചു. പിന്നീട് മാസങ്ങളോളം അദ്ദേഹത്തിന് സർവകലാശാല വളപ്പിലേക്കു പ്രവേശിക്കാൻ പോലും സാധിച്ചില്ല. പക്ഷേ, ശ്രദ്ധിക്കേണ്ട കാര്യം കയ്യേറ്റവും ഭീഷണിയുമൊക്കെയുണ്ടായെങ്കിലും തന്റെ വീക്ഷണങ്ങളിൽ മാറ്റം വരുത്താൻ മുഷീറുൽ ഹസൻ തയ്യാറായില്ല എന്നതാണ്. മതാന്ധരുടെയും വർഗ്ഗീയവാദികളുടെയും മുമ്പിൽ അദ്ദേഹം തന്റെ മനസ്സാക്ഷി അടിയറ വെച്ചില്ല. ഫണ്ടമെന്റലിസമല്ല, സെക്യൂലറിസമാണ് ശരി എന്ന തന്റെ കാഴ്ചപ്പാട് അദ്ദേഹം മുറുകെ പിടിച്ചു. പ്രൊഫ. ഹസൻ പിന്നീട് എഴുതിയ ഒട്ടേറെ പ്രബന്ധങ്ങളും 'ഇസ്ലാം ഇൻ ദ സബ്കോന്റിനന്റ്' എന്ന ഗ്രന്ഥവുമൊക്കെ അതിന്റെ സാക്ഷ്യങ്ങളാണ്.

മതേതര നിലപാടുകളുടെ പേരിൽ ഏതാണ്ട് ഒന്നേകാൽ ദശകം മുമ്പ് മുസ്ലിം വലതുപക്ഷത്തിന്റെ പീഡനം ഏറ്റുവാങ്ങേണ്ടി വന്ന മുഷീറുൽ ഹസനു നേരെ ഇപ്പോൾ വീണ്ടും ഖഡ്ഗം ഉയർത്തപ്പെട്ടിരിക്കുന്നു. ഹൈന്ദവ വലതുപക്ഷമാണ് പുതിയ പ്രതിയോഗി. ബി.ജെ.പി. അടക്കമുള്ള ഹിന്ദുമൗലികവാദികൾ ആവശ്യപ്പെടുന്നത് ജാമിയ മില്ലിയ ഇസ്ലാമിയയുടെ വൈസ് ചാൻസലർ പദവിയിൽ നിന്ന് പ്രൊഫ. ഹസനെ നീക്കം ചെയ്യണമെന്നാണ്. സെപ്റ്റംബർ 13ന് ദില്ലിയിൽ നടന്ന സ്ഫോടനങ്ങളുടെ പേരിൽ പിടികൂടപ്പെട്ട രണ്ടു ജാമിയ വിദ്യാർത്ഥികൾക്കു നിയമസഹായം നൽകാൻ സർവകലാശാല തീരുമാനിച്ചതാണ് ബി.ജെ.പിയെയും മറ്റും ചൊടിപ്പിച്ചത്. 'ഭീകരവാദി'കൾക്കു നിയമസഹായം നൽകുന്ന വൈസ് ചാൻസലർ ആ സ്ഥാനത്തിന് അർഹനല്ല എന്നാണ് അവരുടെ വാദം. കുറ്റം തെളിയിക്കപ്പെടുന്നതു വരെ ആരും കുറ്റവാളികളായി കണക്കാക്കപ്പെട്ടുകൂടാ എന്ന പ്രാഥമിക നീതിന്യായ തത്ത്വമാണ് ഹൈന്ദവ വലതുപക്ഷം വിസ്മരിക്കുന്നത്. ഇന്ദിരാഗാന്ധിയുടെ ഘാതകരായ സിക്കു തീവ്രവാദികൾക്കു വേണ്ടി കോടതിയിൽ വാദിച്ച റാം ജെത് മലാനി വാജ്പേയ് സർക്കാരിൽ നിയമമന്ത്രിയായിരുന്നു എന്ന വസ്തുതയും അവർ മറക്കുന്നു. റാം ജെത് മലാനി ചെയ്തത് തെറ്റാണെന്നല്ല വാദം. ഏതു പ്രതിക്കും അയാളുടെ കുറ്റം എന്തായാലും കോടതിയിൽ നിയമപ്രാതിനിധ്യം ലഭിക്കാൻ അവകാശമുണ്ട്. സാമ്പത്തികം ഉൾപ്പെടെയുള്ള അവശതകളുടെ പേരിൽ നീതിസമ്പാദനാവസരം നിഷേധിക്കപ്പെട്ടുകൂടാ എന്നാണ് ഭരണഘടന തന്നെ വ്യക്തമാക്കുന്നത്. എത്രമേൽ നിന്ദ്യമായ കുറ്റം ആരോപിക്കപ്പെട്ടവർക്കും നീതി സമ്പാദനാവശ്യാർത്ഥം നിയമസഹായം ലഭ്യമാക്കണമെന്നത് ആധുനിക നിയമവ്യവസ്ഥയുടെ അവിച്ഛിന്ന തത്ത്വമാണ്. ആ നിലയ്ക്ക് ജെത് മലാനി ചെയ്തത് തെറ്റായിരുന്നില്ല.

മുഷീറുൽ ഹസൻ നികുതിദായകരുടെ പണം തീവ്രവാദികളെ സംര ക്ഷിക്കാൻ ഉപയോഗിക്കുന്നു എന്നത്രേ ബി.ജെ.പിയുടെ ആരോപണം. ഇത് തികച്ചും അടിസ്ഥാനരഹിതമാണെന്ന് വൈസ് ചാൻസലർ വ്യക്ത മാക്കിയിട്ടുണ്ട്. യൂനിവേഴ്സിറ്റി ഗ്രാന്റ്സ് കമ്മീഷൻ മുഖേന ലഭിക്കുന്ന പണമല്ല വിദ്യാർത്ഥികളുടെ നിയമനടപടികൾക്കു വേണ്ടി ഉപയോഗിക്കുന്നത്. ഫീസടക്കമുള്ള ഇതരസ്രോതസ്സുകൾ വഴി യൂനിവേഴ്സിറ്റിയുടെ കൈവശമുള്ള ഫണ്ടിൽ നിന്നാണ് ഇത്തരം കാര്യങ്ങൾക്കു പണം കണ്ടെ ത്തുക പതിവ്. വിദ്യാർത്ഥി സഹായ ഫണ്ട് എന്ന പേരിൽ മറ്റൊരു സ്രോതസ്സും നിലവിലുണ്ട്. വിദ്യാർത്ഥികൾ പ്രതികളാക്കപ്പെട്ട കേസ്സുക ളിൽ സർവകലാശാല ഫണ്ടുകളിൽ നിന്നു കേസ്സു നടത്തിപ്പുകൾക്കു പണം ചെലവഴിക്കുന്ന ആദ്യത്തെ ഉദാഹരണമല്ല ഇതെന്നും ഹസൻ വിശദീകരിക്കുന്നു. 2000 ഏപ്രിൽ 9ന് വധശ്രമം, ഉദ്യോഗസ്ഥരുടെ കർത്തവ്യനിർവഹണം തടസ്സപ്പെടുത്തൽ തുടങ്ങിയ കുറ്റങ്ങൾ ആരോ പിച്ച് എഴുപതു വിദ്യാർത്ഥികൾ പിടികൂടപ്പെട്ടപ്പോൾ അവർക്കു നിയമ സഹായം നൽകിയത് സർവകലാശാലയാണ്. ദില്ലിയിൽ ഡിസ്ട്രിക്റ്റ് ആന്റ് സെഷൻസ് ജഡ്ജ് അവരെ കുറ്റവിമുക്തരാക്കുകയും ചെയ്തു. ഇപ്പോൾ ദില്ലി സ്ഫോടനങ്ങളുടെ പേരിൽ സെപ്റ്റംബർ 19ന് അറസ്റ്റ് ചെയ്യപ്പെട്ട വിദ്യാർത്ഥികളെ സർവകലാശാലയിൽനിന്ന് സസ്പെന്റ് ചെയ്തിട്ടുണ്ട്. അവർ കുറ്റവാളികളെങ്കിൽ അർഹിക്കുന്ന ഏറ്റവും കടുത്ത ശിക്ഷ കോടതി അവർക്കു നൽകണം. നിയമവാഴ്ചയുടെ താത്പര്യം മുൻനിർത്തിയാണ്, അല്ലാതെ ക്രിമിനലുകളെയോ ഭീകരവാദികളെയോ സംരക്ഷിക്കാനല്ല, യൂനിവേഴ്സിറ്റി ബന്ധപ്പെട്ട വിദ്യാർത്ഥികൾക്കു നിയമ സഹായം ഉറപ്പുവരുത്താൻ മുന്നോട്ടു വന്നത്.

വൈസ് ചാൻസലറുടെ വിശദീകരണം കൊണ്ട് ഹൈന്ദവ വലതു പക്ഷം തൃപ്തിപ്പെടുമെന്നു പ്രതീക്ഷിച്ചുകൂടാ. കാരണം, കൈയിൽ തടയുന്ന ഏതവസരവും വർഗ്ഗീയവത്കരണത്തിന് ഉപയോഗിക്കുക എന്നതാണ് അവരുടെ ശൈലി. മറിച്ചായിരുന്നെങ്കിൽ, കുറ്റാരോപിതർക്കു നിയമസഹായം നൽകുന്നത് നിഷ്ഠുര കുറ്റകൃത്യത്തിനു ധാർമ്മിക പിന്തുണ നൽകലാണെന്ന വാദത്തിലേക്ക് അവർ പോകുമായിരുന്നില്ല. മഹാത്മാഗാന്ധിയുടെ വധത്തിനു പിന്നിൽ പ്രവർത്തിച്ചവർക്കു വരെ നീതിസമ്പാദനസ്വാതന്ത്ര്യം ഉറപ്പുവരുത്തിയ പാരമ്പര്യമാണ് രാജ്യത്തി നുള്ളത്. ആ പാരമ്പര്യത്തിലൂന്നി ഒരു വൈസ് ചാൻസലർ പ്രവർത്തിച്ച പ്പോൾ അദ്ദേഹത്തെ വർഗ്ഗീയവാദിയും മതതീവ്രവാദികളുടെ സംരക്ഷ കനുമായി ചിത്രീകരിച്ച് വേട്ടയാടാനാണ് ബി.ജെ.പിയുടെ നേതാവും മുൻകേന്ദ്രമന്ത്രിയും സർവോപരി നിയമജ്ഞാനമുള്ള അഭിഭാഷകനുമായ രവിശങ്കർ പ്രസാദ് ഉൾപ്പെടെയുള്ളവർ രംഗത്തിറങ്ങിയത് എന്നത് അങ്ങേ യറ്റം പ്രതിഷേധാർഹമാണ്.

അവർ ഓർമ്മയിൽ വെക്കേണ്ട ഒരു കാര്യമുണ്ട്. മുഷീറുൽ ഹസൻ വൈസ് ചാൻസലർ പദവിയിലിരിക്കുന്ന സർവകലാശാലയുടെ പേരിൽ 'ഇസ്ലാമിയ' എന്നുണ്ടെങ്കിലും ഇസ്ലാമിക വലതുപക്ഷവുമായി ബന്ധപ്പെട്ട് ഉയർന്നുവന്ന ഒരു സ്ഥാപനമല്ല അത്. മഹാത്മജിയുടെയും മുൻ രാഷ്ട്രപതി ഡോ. സക്കീർ ഹുസൈൻ പോലുള്ളവരുടെയും പരിലാളനമേറ്റു വളർന്നു വന്ന ഒരു വിദ്യാഭ്യാസ കേന്ദ്രമാണത്. മതനിരപേക്ഷ പാരമ്പര്യവും പരിപ്രേക്ഷ്യവും പുലർത്താൻ ആ സ്ഥാപനം ശ്രദ്ധവെച്ചിട്ടുണ്ട്. അതിനർത്ഥം മുസ്ലിം മതമൗലിക പ്രസ്ഥാനങ്ങളിൽ ആകൃഷ്ടരായ വിദ്യാർത്ഥികൾ അവിടെ മുമ്പുണ്ടായിട്ടില്ലെന്നോ ഇപ്പോഴില്ല എന്നോ അല്ല. അത്തരക്കാർ അവിടെ ഉണ്ടായിരുന്നതുകൊണ്ടാണല്ലോ പതിനേഴു വർഷം മുമ്പ് മുകളിൽ പരാമർശിച്ച 'സൺഡെ' അഭിമുഖത്തിന്റെ പേരിൽ മുഷീറുൽ ഹസൻ ക്രൂരമായി വേട്ടയാടപ്പെട്ടത്. അത്തരം ഒരാൾ അവിടെ വൈസ് ചാൻസലറായി വന്നു എന്നത് ജാമിയ മില്ലിയ ഇസ്ലാമിയ എന്ന സെൻട്രൽ യൂനിവേഴ്സിറ്റി മുസ്ലിം മതമൗലികവാദികൾക്കു കീഴടങ്ങാൻ തയ്യാറല്ല എന്നതിന്റെ ശക്തമായ തെളിവാണ്. ഹൈന്ദവ മതമൗലികവാദികൾക്കു മുമ്പിലും ആ സ്ഥാപനം മുട്ടുമടക്കിക്കൂടാ. പ്രൊഫ. ഹസനെതിരിൽ ബി.ജെ.പിയും കൂട്ടരും ഉയർത്തുന്ന ആരോപണങ്ങളിലെ കഴമ്പില്ലായ്മ തുറന്നു കാട്ടപ്പെടുക തന്നെ വേണം.

(ഒക്ടോബർ, 2008)

ഒബാമയുടെ ഇഫ്താർ

ന്യൂഡൽഹിയിൽ നിന്നായിരുന്നു പണ്ട് കൂടുതൽ ഇഫ്താർ വാർത്തകൾ വന്നുകൊണ്ടിരുന്നത്. മുസ്ലീങ്ങളുടെ വ്രതമാസത്തിൽ നോമ്പുതുറ സത്കാരങ്ങൾ നടത്തുന്നതിൽ മുൻപന്തിയിലുണ്ടായിരുന്നത് തലസ്ഥാനത്തെ കോൺഗ്രസ് നേതൃത്വമായിരുന്നു. മുസ്ലിം ന്യൂനപക്ഷത്തെ പ്രീതിപ്പെടുത്താനുള്ള ഒരു രാഷ്ട്രീയ ഉപകരണമായാണ് ഇന്ദിരാഗാന്ധിയടക്കമുള്ള കോൺഗ്രസ് നേതാക്കളും ഭരണാധികാരികളും നോമ്പുതുറ മഹോത്സവങ്ങൾ നടത്തിയത്.

പില്ക്കാലത്ത് ഡൽഹിയിൽനിന്നു രാജ്യത്തിന്റെ മറ്റു പല കേന്ദ്രങ്ങളിലേക്കും ഇഫ്താർ പരന്നു. രാഷ്ട്രീയക്കാർ മാത്രമല്ല മതസംഘടനകളും പത്രസ്ഥാപനങ്ങളുമൊക്കെ നോമ്പുതുറ വലിയ ആഘോഷമാക്കുന്നതിൽ തങ്ങളുടേതായ പങ്കു വഹിച്ചു. ഓരോരുത്തർക്കും നിക്ഷിപ്ത താത്പര്യങ്ങളുണ്ടായിരുന്നു എന്നത് എടുത്തു പറയേണ്ടതില്ലാത്ത കാര്യമാണ്. കഴിഞ്ഞ ഒരു ദശകത്തോളമായി കേരളത്തിലും വ്യത്യസ്ത സംഘടനകളുടെയും സ്ഥാപനങ്ങളുടെയും ആഭിമുഖ്യത്തിൽ ആർഭാടനിർഭരമായ ഇഫ്താറുകൾ നടന്നുവരുന്നുണ്ട്.

മുസ്ലിം മതസംഘടനകൾ ഉൾപ്പെടെയുള്ള കേന്ദ്രങ്ങൾ നടത്തുന്ന ഇഫ്താറുകൾ കാണുമ്പോൾ മുഹമ്മദ് നബിയെ ഓർക്കാതിരിക്കാൻ കഴിയില്ല. ആ മഹാനുഭാവൻ ഉപദേശിച്ച വ്രതാനുഷ്ഠാനത്തിന്റെ അന്തസ്സത്തയുമായി സമകാലിക ഇഫ്താർ വിരുന്നുകൾ പൊരുത്തപ്പെടുമോ? ഇസ്ലാമിക വ്രതത്തിന്റെ മുഖ്യാംശങ്ങളിലൊന്ന് ഉപവാസമാണ്; ജലപാനം പോലുമില്ലാത്ത ഉപവാസം. മുസ്ലിങ്ങളെ സംബന്ധിച്ചിടത്തോളം ഭക്ഷണം നന്നേ കുറയേണ്ട മാസമാണ് റമസാൻ. ആഹാരലഘുത്വമാണ് റമദാന്റെ മുഖമുദ്ര. പക്ഷേ, ഇഫ്താറുകൾ ആഹാരലഘുത്വത്തിനു പകരം ഭക്ഷണമേളകളായി മാറുന്നു. തീറ്റ കുറയ്ക്കേണ്ട മാസത്തെ തീറ്റ മത്സരമാസമായി മുസ്ലിം മതസംഘടനകൾ തന്നെ മാറ്റുമെന്നു പ്രവാചകൻ സ്വപ്നത്തിൽ പോലും കരുതിയിരിക്കില്ല.

കേരളീയാവസ്ഥയിൽ നോമ്പുതുറ കഞ്ഞിയിലും പയറിലുമോ അല്ലെങ്കിൽ കപ്പയിലും മത്തിക്കറിയിലുമോ ഒതുങ്ങേണ്ടതാണ്. നെയ്ച്ചോറിനും

ബിരിയാണിക്കും ആട്ടിറച്ചിക്കും കോഴിയിറച്ചിക്കും ആവോലിക്കും അയക്കൂറക്കുമൊന്നും അവിടെ സ്ഥാനമില്ലതന്നെ. ഭക്ഷണോത്സവങ്ങളായി മാറുന്ന ഇഫ്താറുകൾ പക്ഷേ, അത്തരം വിഭവങ്ങളാൽ സമൃദ്ധമാണ്. ദഹനേന്ദ്രിയങ്ങൾക്കു വിശ്രമം ലഭിക്കേണ്ട സമയമാണ് വ്രതകാലം. നോമ്പുകാലത്തെ ആഹാര സമൃദ്ധി ആ തത്ത്വത്തെ അട്ടിമറിക്കുന്നു. മുസ്‌ലിങ്ങളുടെ കുടുംബബജറ്റിൽ റമദാനിൽ വരുന്ന മാറ്റം ശ്രദ്ധിച്ചാൽ ഇക്കാര്യം ബോധ്യപ്പെടും. മിക്ക മുസ്‌ലിം കുടുംബങ്ങളുടെയും ബജറ്റിൽ കുത്തനെയുള്ള കുതിപ്പാണ് വ്രതാനുഷ്ഠാനകാലത്ത് സംഭവിക്കുന്നത്.

നമ്മുടെ നാട്ടിൽ ഭോജന വിലോഭനീയത കൊണ്ടാണ് ഇഫ്താർ ശ്രദ്ധേയമാകുന്നതെങ്കിൽ അമേരിക്കയിൽ പ്രസിഡന്റ് ബറാക് ഒബാമ വൈറ്റ് ഹൗസിൽ നടത്തിയ ഇഫ്താർ ശ്രദ്ധേയമായത് ആശയസമ്പന്നത കൊണ്ടാണ്. വൈറ്റ് ഹൗസിൽ മുൻപും ഇഫ്താറുകൾ സംഘടിപ്പിക്കപ്പെട്ടിട്ടുണ്ട്. മുൻപ്രസിഡന്റ് ജോർജ് ഡബ്ല്യു. ബുഷ് തന്റെ ഭരണകാലത്ത് എട്ടു വർഷവും നോമ്പുതുറ സത്കാരങ്ങൾ നടത്തിയിരുന്നു. പക്ഷേ, അവയിൽ നിന്നു വ്യത്യസ്തമായിരുന്നു ഒബാമയുടെ ഇഫ്താർ. മികച്ച വാഗ്മിയായ ഒബാമയുടെ കെയ്റോ പ്രസംഗം പോലെയോ അല്ലെങ്കിൽ അതിനേക്കാൾ കൂടുതലോ കാമ്പുള്ളതായി അദ്ദേഹത്തിന്റെ ഇഫ്താർ പ്രസംഗം.

അമേരിക്കയിലെ കേബിനറ്റ് സെക്രട്ടറിമാരും നയതന്ത്ര ഉദ്യോഗസ്ഥരും നിയമവിശാരദരും മുസ്‌ലിം രാഷ്ട്രങ്ങളിൽ നിന്നും ഇസ്രയേലിൽ നിന്നുമുള്ള അംബാസഡർമാരുമുൾപ്പെടെ പല തലങ്ങളിലുള്ളവർ പങ്കെടുത്ത നോമ്പുതുറ വിരുന്നിൽ ഒബാമ മുൻ ബോക്സിംഗ് ചാമ്പ്യൻ മുഹമ്മദലി കേഷ്യസ് ക്ലേയെ ഉദ്ധരിക്കുകയുണ്ടായി. ഏതാനും വർഷം മുൻപ് ക്ലേ തന്നെ പറഞ്ഞ വാക്കുകൾ ഇങ്ങനെ: 'പുഴകൾക്കും അരുവികൾക്കും തടാകങ്ങൾക്കും കുളങ്ങൾക്കുമെല്ലാം വ്യത്യസ്ത പേരുകളുണ്ട്. പക്ഷേ, അവയുടെ എല്ലാം ഉള്ളടക്കം ജലമാണ്. വ്യത്യസ്ത മതങ്ങളുടെ സ്ഥിതിയും സമാനംതന്നെ. അവയുടെയെല്ലാം ഉള്ളടക്കം (ചില) സത്യങ്ങളാണ്.'

മുഹമ്മദലി കേഷ്യസ് ക്ലേ വർഷങ്ങൾക്കു മുൻപ് പ്രകാശിപ്പിച്ചതും ബറാക് ഒബാമ ഇപ്പോൾ ഉദ്ധരിച്ചതുമായ ഈ ആശയം പുതിയതല്ല. സ്വാമി വിവേകാനന്ദനും മഹാത്മാഗാന്ധിയും മൗലാന ആസാദുമുൾപ്പെടെ പല മനീഷികളും താന്താങ്ങളുടെ രീതിയിലും ശൈലിയും ഇതേ നിരീക്ഷണം നേരത്തെ നടത്തിയിട്ടുണ്ട്. ഏതെങ്കിലും മതം അപരമതത്തേക്കാൾ ഉത്തമമോ അധമമോ അല്ലെന്ന കാഴ്ചപ്പാടാണ് അവരൊക്കെ അവതരിപ്പിച്ചത്. സ്വമതശ്രേഷ്ഠബോധം മതസങ്കുചിതത്വത്തിന്റെ അടയാളമാണെന്ന് അവർ തിരിച്ചറിഞ്ഞിരുന്നു. എല്ലാ ജലാശയങ്ങളുടെയും ഉള്ളടക്കം ഒന്നാണെന്നതു പോലെ സത്തയിൽ എല്ലാ മതങ്ങളുടെയും

ഉള്ളടക്കവും ഒന്നാണെന്ന് സാമാന്യ ജനങ്ങളെ ബോധവത്കരിക്കേണ്ട ആവശ്യകതയിൽ ആ മഹത്തുകൾ ഊന്നുകയും ചെയ്തിരുന്നു.

സാർവദേശീയതലത്തിൽ മതങ്ങളുടെ പേരിൽ സ്പർദ്ധ വളരുകയും സംഘർഷങ്ങൾ മൂർച്ഛിക്കുകയും ചെയ്യുന്ന വർത്തമാന സന്ധിയിൽ മതങ്ങളുടെ ഏകത്വം എന്ന സന്ദേശത്തിനു സവിശേഷ പ്രസക്തിയും പ്രാധാന്യവുമുണ്ട്. ഒബാമ തന്റെ ഇഫ്താർ പ്രഭാഷണത്തിൽ ആ സന്ദേശമാണ് മുന്നോട്ടുവെച്ചത്. നമ്മുടെ നാട്ടിൽ ഇഫ്താർ വിരുന്നുകൾ ആഹാരവൈവിധ്യംകൊണ്ട് ആർഭാടപൂരിതമാക്കുന്ന ഒരു മുസ്ലിം മതസംഘടന പോലും സർവമതശ്രേഷ്ഠത എന്ന ആശയത്തിന്റെ അരികിലൂടെ പോലും സഞ്ചരിച്ചിട്ടില്ല. തങ്ങളുടെ മതം മാത്രമാണ് കേമം എന്ന 'മെഗലോമാനിയ' (സ്വയം കേമത്തഭാവം)യുടെ തടവറയിൽ തന്നെയാണ് ഇപ്പോഴും അവയുടെ ഇരിപ്പ്. എല്ലാ മാനിയകളെയും കീഴടക്കുകയോ മറികടക്കുകയോ ചെയ്യുക എന്നതാണ് വ്രതത്തിന്റെ ആത്യന്തിക ഉദ്ദേശ്യം. അതിന്റെ നാലയലത്തു പോലും വ്രതാനുഷ്ഠാനികൾ എത്തുന്നില്ലെങ്കിൽ ഉപവാസം കൊണ്ട് പിന്നെ എന്തു പ്രയോജനം?

(സെപ്റ്റംബർ, 2009)

സ്വത്വവാദത്തിന്റെ വർഗ്ഗീയ തിരിവുകൾ

രണ്ടു തരത്തിൽ ഉപയോഗിക്കാൻ കഴിയുന്ന ഒന്നാണ് സ്വത്വബോധം. ജനങ്ങളെ ഏകോപിപ്പിക്കാനും ഭിന്നിപ്പിക്കാനും അതിനെ ഉപയോഗിക്കാം. സ്വാതന്ത്ര്യസമരകാലഘട്ടത്തിൽ സ്വത്വബോധം രണ്ടുതരത്തിലും ഉപ യോഗിക്കപ്പെട്ടിട്ടുണ്ട്. ദേശീയവാദികൾ മതേതരമായി ഉപയോഗിച്ചു. 'നാം ഇന്ത്യക്കാർ' എന്നതായിരുന്നു അവർ ഉയർത്തിയ മുദ്രാവാക്യം. വിഭജ നവാദികൾ പറഞ്ഞത് നാം ഇന്ത്യക്കാരല്ല, ഹിന്ദുക്കളും മുസ്‌ലിങ്ങളു മാണ് എന്നാണ്. സ്വത്വബോധത്തെ മതാടിസ്ഥാനത്തിൽ ഉപയോഗിക്കു കയായിരുന്നു അവർ.

ഇന്ത്യക്കാരുടെ സ്വത്വബോധത്തിൽ ഊന്നിയ ദേശീയവാദികൾ മതേ തരവും ജാത്യേതരവും ഭാഷേതരവും വംശേതരവുമായ ഒരു പൊതു സ്വത്വം പൊക്കിപ്പിടിക്കുകയാണ് ചെയ്തത്. മത, ജാതി, ഭാഷാ, വംശ വൈജാത്യങ്ങൾ നിലനിൽക്കെത്തന്നെ ആ വ്യത്യസ്തതകളെ മറികട ക്കുന്ന ഒരു ദേശീയ ഐക്യബോധം ഇന്ത്യക്കാരെ കോർത്തിണക്കുന്നു എന്നവർ വാദിച്ചു. മറ്റു വാക്കുകളിൽ പറഞ്ഞാൽ, മതേതരവും ജാത്യേ തരവുമായ ഒരു ദേശീയ സ്വത്വബോധത്താൽ ഇന്ത്യൻ ജനതയെ ഏകോ പിപ്പിക്കാനാണ് അവർ ശ്രമിച്ചത്.

വിഭജനവാദികൾ നേർ എതിർദിശയിൽ സഞ്ചരിച്ചു. മതേതര ദേശീയ സ്വത്വം അവർ തള്ളിക്കളഞ്ഞു. രണ്ടു വ്യത്യസ്ത മതസ്വത്വങ്ങളാൽ വിഭ ജിക്കപ്പെട്ട ജനതയാണ് ഇന്ത്യയിലെ ഹിന്ദുക്കളും മുസ്‌ലിങ്ങളും എന്നാ യിരുന്നു അവരുടെ വാദം. സ്വത്വപരമായി പങ്കിടാവുന്ന അംശങ്ങളൊന്നും അവർക്കിടയിൽ ഇല്ല എന്നവർ സിദ്ധാന്തിച്ചു. ഹിന്ദു സമൂഹത്തിന്റെ സ്വത്വം ഹൈന്ദവവും മുസ്‌ലിം സമൂഹത്തിന്റെ സ്വത്വം ഇസ്‌ലാമികവു മാണെന്ന് അവർ തീർപ്പു കല്പിച്ചു. മതാടിസ്ഥാനത്തിൽ രണ്ടു സ്വത്വ ങ്ങൾ (സംസ്കാരങ്ങൾ) എടുത്തു കാട്ടി ഇന്ത്യൻ ജനതയെ വിഭജിക്കു കയാണ് അവർ ചെയ്തത്.

ഈ സ്വത്വവിഭജനം തെറ്റായിരുന്നു എന്നു തെളിയാൻ കഷ്ടിച്ച് കാൽ നൂറ്റാണ്ട് മാത്രമേ വേണ്ടിവന്നുള്ളൂ. ഇസ്‌ലാമിക സ്വത്വബോധത്തിന്റെ

പേരിൽ നിലവിൽവന്ന പാകിസ്ഥാൻ 1971-ൽ രണ്ടായി പിളർന്നു. വിഭജനവാദികൾ പൊക്കിപ്പിടിച്ച മതസ്വത്വം മിഥ്യയാണ് എന്നതിന്റെ അനിഷേധ്യ വിളംബരമായിരുന്നു ബംഗ്ലാദേശിന്റെ പിറവി. ഇസ്‌ലാമിക സ്വത്വത്തിനു പാകിസ്ഥാൻ എന്ന രാഷ്ട്രത്തെ മതച്ചരടിൽ കോർത്തു നിർത്താൻ സാധിച്ചില്ല.

മതേതരസ്വത്വങ്ങൾ മതസ്വത്വത്തെ നിഷ്പ്രഭമാക്കുന്നു എന്നതാണ് പാകിസ്ഥാന്റെ വിഭജനം നൽകുന്ന പാഠം. കിഴക്കൻ പാക്കിസ്ഥാനിലെ ബംഗാളി സ്വത്വം പടിഞ്ഞാറൻ പാകിസ്ഥാനിലെ പഞ്ചാബി സ്വത്വത്തോടു കലഹിച്ചപ്പോഴാണ് ബംഗ്ലാദേശുണ്ടായത്. മതേതരമായ ഭാഷാസ്വത്വം മതാത്മകമായ ഇസ്‌ലാമികസ്വത്വത്തെ കീഴ്പ്പെടുത്തിയതിന്റെ അനന്തരഫലമാണ് ഷെയ്ഖ് മുജീബ് റഹ്മാന്റെ നേതൃത്വത്തിൽ നിലവിൽ വന്ന ബംഗ്ലാദേശ്. കേരളത്തിലിപ്പോൾ ചർച്ച ചെയ്യപ്പെടുന്ന സ്വത്വബോധവും തദടിസ്ഥാനത്തിലുള്ള സ്വത്വരാഷ്ട്രീയവും അടിസ്ഥാനപരമായി മത-ജാതി സ്വത്വങ്ങളുമായി ബന്ധപ്പെട്ടതാണ്. സമൂഹത്തിൽ ശക്തമായി നിലനിൽക്കുന്ന വിവിധ മതേതരസ്വത്വങ്ങളെ തമസ്കരിക്കുകയോ അരികിലേക്കു തള്ളുകയോ ചെയ്ത് ചിലർ മതപരവും ജാതീയവുമായ സ്വത്വങ്ങളെ കേന്ദ്രത്തിൽ പ്രതിഷ്ഠിക്കാൻ ശ്രമിച്ചു. വർഗ്ഗരാഷ്ട്രീയത്തിനെന്നപോലെ മതേതര രാഷ്ട്രീയത്തിനുമെതിരായിരുന്നു അവരുടെ നിലപാടുകൾ. ദേശീയ പ്രസ്ഥാനവും കമ്മ്യൂണിസ്റ്റ് പാർട്ടിയും മറ്റു സെക്കുലർ പാർട്ടികളും ദശാബ്ദങ്ങളായി സംസ്ഥാനത്ത് വികസിപ്പിച്ചുകൊണ്ടുവന്ന മതേതരമനുഷ്യൻ എന്ന സങ്കല്പത്തെ മതമനുഷ്യൻ, ജാതിമനുഷ്യൻ എന്നീ സങ്കല്പങ്ങളിലേക്കു തിരിച്ചുകൊണ്ടുപോകാനാണ് അവർ ഉത്സാഹിച്ചത്.

ജനവിഭാഗങ്ങൾക്കു മതസ്വത്വമോ ജാതിസ്വത്വമോ ഇല്ല എന്നല്ല വാദം. മതത്തെയോ ജാതിയെയോ ആസ്പദമാക്കിയുള്ള സ്വത്വങ്ങൾ മാത്രമേയുള്ളൂവെന്ന വാദം ശരിയല്ല എന്നാണ് പറയുന്നത്. ഏതു ജനവിഭാഗത്തിനും ശക്തമായ മതേതര, ജാത്യേതര സ്വത്വങ്ങൾ പലതുണ്ട്. വക്കം അബ്ദുൾ ഖാദർ മൗലവിയും സ്വദേശാഭിമാനി രാമകൃഷ്ണപിള്ളയും പൊയ്കയിൽ യോഹന്നാനും മൂന്നു വ്യത്യസ്ത മതസ്വത്വങ്ങളുടെ വാഹകരായിരുന്നു. അതേസമയം ആ മൂന്നു പേരും ഒരുപോലെ പങ്കിട്ട മൂന്നു മതേതരസ്വത്വങ്ങളുണ്ട്; മലയാളി സ്വത്വവും കേരളീയ സ്വത്വവും ഭാരതീയ സ്വത്വവും. ഒടുവിൽ പറഞ്ഞ മൂന്നു സ്വത്വങ്ങളും ആദ്യം പറഞ്ഞ സ്വത്വത്തോളമോ അതിൽക്കൂടുതലോ പ്രബലമാണെന്നതും വസ്തുതയാണ്.

ഒരേ മതസമുദായത്തിനകത്തോ ജാതി സമുദായത്തിനകത്തോ ഉള്ളവർക്കിടയിൽത്തന്നെ പരസ്പരം ഏറ്റുമുട്ടുന്ന സ്വത്വബോധങ്ങൾ ഉണ്ട്

എന്നതാണ് ഏകസ്വത്വബോധത്തിൽ അമിതമായി ഊന്നുന്ന സ്വത്വ രാഷ്ട്രീയവാദികൾ കാണാതിരിക്കുന്ന മറ്റൊരു കാര്യം. ഹിന്ദു വ്യവസാ യിയുടെയും അയാളുടെ ഫാക്ടറികളിൽ ജോലി ചെയ്യുന്ന ഹിന്ദു തൊഴി ലാളികളുടെയും വർഗ്ഗപരമായ സ്വത്വവും സമൂഹപദവിപരമായ സ്വത്വവും പ്രകടമാംവിധം വ്യത്യസ്തങ്ങളാണ്. അതുപോലെ മുസ്ലിം വ്യവസാ യിയുടെയും അയാളുടെ പണിശാലകളിൽ പണിയെടുക്കുന്ന മുസ്ലിം തൊഴിലാളികളുടെയും സ്വത്വങ്ങൾ വർഗ്ഗ-സമൂഹപദവി തലങ്ങളിൽ ഭിന്നവും പരസ്പരം ഏറ്റുമുട്ടുന്നവയുമാണ്.

വ്യവസായികൾ എന്ന നിലയ്ക്ക് ഹിന്ദു വ്യവസായിയും മുസ്ലിം വ്യവസായിയും ഒരേ സ്വത്വത്താൽ ബന്ധിതരാണ്. അതേ അവസരത്തിൽ അവർ ഇരുവർക്കും കീഴിൽ ജോലി ചെയ്യുന്ന ഹിന്ദു തൊഴിലാളികളും മുസ്ലിം തൊഴിലാളികളും അദ്ധ്വാനം വിൽക്കുന്നവർ എന്ന നിലയ്ക്ക് ഒരേ സ്വത്വം പങ്കിടുന്നു. ഒരേ സമുദായത്തിൽപ്പെട്ട വ്യവസായികളുടെയും തൊഴിലാളികളുടെയും സ്വത്വങ്ങൾ ഭിന്നങ്ങളാണെന്നു മാത്രമല്ല ഇതിൽനിന്ന് സിദ്ധിക്കുന്നത്. വ്യത്യസ്ത സമുദായങ്ങളിൽപ്പെട്ട വ്യവസാ യികൾക്ക് ഒരു പൊതുസ്വത്വവും വ്യത്യസ്ത സമുദായങ്ങളിൽപ്പെട്ട തൊഴി ലാളികൾക്കു മറ്റൊരു പൊതുസ്വത്വവുമുണ്ട് എന്നു കൂടിയാണ്.

മത, ജാതി സ്വത്വബോധങ്ങളെ അതിവർത്തിക്കുന്ന മേൽച്ചൊന്ന വർഗ്ഗസ്വത്വങ്ങളെയും നേരത്തേ ചൂണ്ടിക്കാട്ടിയ മതേതരസ്വത്വങ്ങളെയും മൂടിവെക്കുന്നവരത്രെ വർഗ്ഗീയ, ജാതീയ, മതമൗലിക രാഷ്ട്രീയക്കാർ. ജാതി രാഷ്ട്രീയക്കാർ ജാതിസ്വത്വത്തിന്റെ പേരിൽ ജനസംഘാടനം നട ത്തുമ്പോൾ മതമൗലിക രാഷ്ട്രീയക്കാർ മതസ്വത്വത്തിന്റെ പേരിൽ ജന സംഘാടനം നടത്തുന്നു. മുസ്ലിം ഐക്യം, ഹിന്ദു ഐക്യം തുടങ്ങിയ മുദ്രാവാക്യങ്ങൾ പിറവിയെടുക്കുന്ന രാഷ്ട്രീയ പശ്ചാത്തലം ഇതാണ്. സവർണ മനസ്സ്, അവർണ മനസ്സ്, മുസ്ലിം മനസ്സ് തുടങ്ങിയ പരിക ല്പനകൾ ജന്മമെടുക്കുന്നതും ഇതേ പരിസരങ്ങളിൽനിന്നുതന്നെ.

ജനങ്ങളുടെ മതേതര മനസ്സിന്റെ സ്ഥാനത്ത് സാമുദായിക മനസ്സിനു പ്രാമുഖ്യം നൽകുന്ന ദൗത്യമാണ് കേരളത്തിൽ സ്വത്വരാഷ്ട്രീയവാദവു മായി ഇറങ്ങിത്തിരിച്ച ചില എഴുത്തുകാർ നിർവഹിച്ചത്. ദളിതന്റെയോ മുസ്ലിമിന്റെയോ സവർണ ഹിന്ദുവിന്റെയോ മനുഷ്യമനസ്സ് കാണാൻ അവർ കൂട്ടാക്കിയതേയില്ല. മതത്തിന്റെയും ജാതിയുടെയും മനസ്സേ എല്ലാ വർക്കുമുള്ളൂവെന്നും അതാണ് പരമസത്യമെന്നും അവർ പ്രചരിപ്പിച്ചു. സ്വത്വബോധത്തിനു നൽകപ്പെട്ട ഈ വർഗ്ഗീയതിരിവ് മതമൗലികശക്തി കളുടെ പ്രത്യയശാസ്ത്രത്തിനു തീർത്തും അനുഗുണമായിരുന്നു. അത്തരം ശക്തികളിൽനിന്നു സ്വത്വരാഷ്ട്രീയവാദികൾക്ക് അകമഴിഞ്ഞ പ്രോത്സാഹനം ലഭിച്ചുപോരുന്നതിന്റെ കാരണവും വേറൊന്നല്ല.

(2010)

‘വിശുദ്ധപോരാളി’കളെ വളർത്തിയവർ

തൂമ്പായെ തൂമ്പ എന്നു വിളിക്കാനുള്ള ആർജ്ജവവും ധീരതയും പ്രകടിപ്പിച്ച പാകിസ്ഥാൻ പ്രസിഡന്റ് ആസിഫ് അലി സർദാരി അഭിനന്ദനമർഹിക്കുന്നു. മതഭീകരരെയും തീവ്രവാദികളെയും സൃഷ്ടിക്കുകയും വളർത്തുകയും ചെയ്തത് പാക് ഭരണകൂടമാണെന്നത്രേ സർദാരി തുറന്നു പറഞ്ഞിരിക്കുന്നത്. തന്ത്രപരമായ ചില ഹ്രസ്വകാല ലക്ഷ്യങ്ങൾ മുൻനിർത്തിയായിരുന്നു തന്റെ രാഷ്ട്രം അങ്ങനെ ചെയ്തതെന്നും അദ്ദേഹം വ്യക്തമാക്കിയിട്ടുണ്ട്. കാശ്മീരിലും അഫ്ഗാനിസ്ഥാനിലും ഉപയോഗിക്കാൻ വേണ്ടിയായിരുന്നു എൺപതുകൾ തൊട്ട് പാകിസ്ഥാൻ ‘വിശുദ്ധപോരാളി’കളെ ഉത്പാദിപ്പിച്ചു കൊണ്ടിരുന്നത്.

ദീർഘവീക്ഷണമില്ലായ്മ വരുത്തിവെക്കുന്ന ദുരന്തം ചിലപ്പോൾ ഭീതിദമാംവിധം മാരകമായിരിക്കും. ഒരു രാഷ്ട്രത്തിന്റെ ദീർഘവീക്ഷണക്കുറവ് രാഷ്ട്രത്തിന്റെ നിലനിൽപ്പിനുതന്നെ ഭീഷണിയായി മാറിയേക്കും. അത്തരമൊരു പതനത്തിലാണ് പാകിസ്ഥാൻ എന്നാണ് സർദാരി വെളിപ്പെടുത്തുന്നത്. ചില വിദേശലക്ഷ്യങ്ങൾ മുൻനിർത്തി തന്റെ രാജ്യം വളർത്തിയെടുത്ത ജിഹാദിഗ്രൂപ്പുകൾ ഇപ്പോൾ പാകിസ്ഥാന്റെ സമാധാനപൂർണ്ണമായ അസ്തിത്വത്തെതന്നെ ചോദ്യംചെയ്യുകയാണെന്ന് പാക് പ്രസിഡന്റ് തുറന്നടിക്കുകയുണ്ടായി.

മുൻഭരണാധികാരി പർവെസ് മുഷറഫ് മതതീവ്രവാദികൾ ഉയർത്തുന്ന ഭീഷണിയെക്കുറിച്ച് ബോധവാനായിരുന്നെങ്കിലും സർദാരിയെപ്പോലെ കാര്യങ്ങൾ തുറന്നു പറയാനും കുറ്റസമ്മതം നടത്താനും അദ്ദേഹം തയ്യാറായിരുന്നില്ല. ഇന്ത്യയിൽ ആക്രമണങ്ങൾ സംഘടിപ്പിക്കുന്നതിന് പാക്പ്രദേശം ഉപയോഗിക്കാൻ ഭീകരവാദികളെ അനുവദിക്കുകയില്ലെന്നു പറയുന്നിടത്ത് അവസാനിപ്പിക്കുകയാണ് മുഷറഫ് ചെയ്തത്. സർദാരി ബഹുദൂരം മുന്നോട്ടു പോയിരിക്കുന്നു. മുൻ ഭരണാധികാരികളുടെ കാലത്ത് മതവികാരം ചൂഷണം ചെയ്ത്, ചെല്ലുംചെലവും കൊടുത്ത് തീവ്രവാദികളെ പോറ്റി വളർത്തിയത് തെറ്റായിരുന്നെന്നും അത് പാകിസ്ഥാന്റെ ഭദ്രതയെത്തന്നെ പ്രതികൂലമായി ബാധിച്ചു തുടങ്ങിയിരിക്കുന്നുവെന്നും അദ്ദേഹം വിലയിരുത്തിയിട്ടുണ്ട്.

സൗദി അറേബ്യയിൽ നിന്നു സി.ഐ.എ. മുഖേന പാക്-അഫ്ഗാൻ മേഖലയിലേക്കു കടന്നുവന്ന ഒസാമ ബിൻ ലാദനെ വീരനായകനായിട്ടായിരുന്നു പാക് ഭരണകൂടം കണ്ടിരുന്നത്. അഫ്ഗാനിസ്താനിൽ സോവിയറ്റ് സേനക്കെതിരെയും കാശ്മീരിൽ ഇന്ത്യൻ സുരക്ഷാ സൈനികർക്കെതിരെയും പോരാടുന്ന ജിഹാദിസ്റ്റുകളെയും വീരനായകന്മാരും വിശുദ്ധ പോരാളികളുമായി പാകിസ്ഥാൻ വിശേഷിപ്പിച്ചു. ഹ്രസ്വകാല നേട്ടങ്ങൾക്കു വേണ്ടി ചെറുപ്പക്കാരിൽ മതാന്ധതയും അപരമതദ്വേഷവും വളർത്തിയെടുക്കുന്നത് ദീർഘകാലാടിസ്ഥാനത്തിൽ സ്വന്തം താത്പര്യങ്ങൾക്കു തന്നെ എതിരാവാം എന്ന ആലോചന ബന്ധപ്പെട്ടവരുടെ ഭാഗത്തുണ്ടായില്ല.

ഇക്കാര്യത്തിൽ പാക് ഭരണാധികാരികൾ മാത്രമല്ല കുറ്റക്കാർ. തുല്യമായ പങ്ക് അമേരിക്കൻ ഭരണകൂടത്തിനുമുണ്ട്. പാകിസ്ഥാൻ ഉൾപ്പെടെയുള്ള മുസ്‌ലിം രാഷ്ട്രങ്ങളിലെ ഭരണാധികാരികളെ കൂട്ടുപിടിച്ച് ഇസ്‌ലാമിക തീവ്രവാദികളെ പരിലാളിക്കുകയും പരിപോഷിപ്പിക്കുകയും ചെയ്തത് അമേരിക്കയും അതിന്റെ ചാരശൃംഖലയുമാണ്. സോവിയറ്റ് കമ്മ്യൂണിസത്തിനെതിരിൽ ഉപയോഗിക്കാവുന്ന മികച്ച ആയുധമായി ഇസ്‌ലാമിക തീവ്രവാദത്തെ യു.എസ്. സാമ്രാജ്യത്വം കണ്ടു. അഫ്ഗാനിസ്ഥാനിലേക്ക് എൺപതുകളിൽ ജിഹാദിസ്റ്റുകളെ റിക്രൂട്ട് ചെയ്ത് അയക്കുന്നതിൽ സി.ഐ.എ. നിർവഹിച്ച പങ്കു സുവിദിതമാണ്.

പണവും പടക്കോപ്പും നിർലോഭം നൽകി തങ്ങൾ പുഷ്ടിപ്പെടുത്തിയെടുത്ത 'വിശുദ്ധ പോരാളി'കൾ തങ്ങൾക്കുതന്നെ വിനയായിത്തീരുന്നതിന്റെ ഏറ്റവും ഭീതിദമായ പ്രകടനത്തിന് 2001 സെപ്തംബർ 11-നാണ് അമേരിക്ക സാക്ഷ്യം വഹിച്ചത്. അതിനു മുൻപ് ചില യു.എസ്. എംബസികൾക്കു നേരെയും മറ്റും ചില ജിഹാദിസ്റ്റ് ഗ്രൂപ്പുകൾ ആക്രമണമഴിച്ചുവിട്ടിരുന്നെങ്കിലും, യു.എസ്. സാമ്രാജ്യത്വത്തിന്റെ അഭിമാനസ്തംഭങ്ങളായ പെന്റഗണിലും ലോകവ്യാപാരകേന്ദ്രത്തിലും വരെ ചാവേർ ആക്രമണങ്ങൾ സംഘടിപ്പിക്കാൻ ഭീകരവാദികൾക്കു സാധിച്ചപ്പോൾ അമേരിക്ക അക്ഷരാർത്ഥത്തിൽ ഞെട്ടിവിറച്ചു. സെപ്തംബർ 11നാണ് അമേരിക്ക തങ്ങൾ മുൻപ് ചെയ്ത ഹിമാലയൻ വിഡ്ഢിത്തത്തിന്റെ ആഴവും പരപ്പും ശരിക്കും തിരിച്ചറിഞ്ഞത്. കമ്മ്യൂണിസത്തിനെതിരിൽ യു.എസ്. ഭരണകൂടം ഓമനിച്ചു വളർത്തിയ മതോന്മാദസംഘം തങ്ങളുടെ രക്ഷകരുടെ മുഖത്ത് ആഞ്ഞടിച്ച ദിവസമായിരുന്നു സെപ്തംബർ 11.

ബിൻലാദന്റെ അൽഖെയ്ദ അമേരിക്കയിൽ നടത്തിയ ആക്രമണത്തിനു ശേഷവും പാകിസ്ഥാൻ കണ്ണുതുറന്നില്ല. ലാദനും സമാനമനസ്കരും നയിക്കുന്ന ജിഹാദിഗ്രൂപ്പുകൾക്കും അവർ പ്രതിനിധാനം ചെയ്യുന്ന ഹിംസാത്മകവും മനുഷ്യത്വവിരുദ്ധവുമായ പ്രത്യയശാസ്ത്രത്തിനും പാക് മേഖലയിൽ സ്വൈരവിഹാരം നടത്താൻ ഭരണകൂടം

അനുമതി നൽകി. ഇന്ത്യയിൽ അസ്ഥിരീകരണം സൃഷ്ടിക്കാൻ ഭീകര വാദികളെ നിലനിർത്തേണ്ടതുണ്ട് എന്നതായിരുന്നു പാക് ഭരണകൂട ത്തിന്റെ വിലയിരുത്തൽ. കാശ്മീരിൽ മാത്രമല്ല ഇന്ത്യയുടെ ഇതരഭാഗ ങ്ങളിലും ചാവേർ ആക്രമണങ്ങൾ സംഘടിപ്പിക്കുന്നതിൽ പാകിസ്ഥാൻ കേന്ദ്രമായി പ്രവർത്തിക്കുന്ന ലഷ്കറെ ത്വയ്യിബ പോലുള്ള ജിഹാദിസ്റ്റു കൾ ഒരു വലിയ പരിധിവരെ വിജയിച്ചു.

ഭീകരവാദികളെ ഉപയോഗിച്ച് ഇന്ത്യയ്ക്കെതിരിൽ തങ്ങൾ നേടിയ ഇത്തരം 'വിജയങ്ങൾ' ആസ്വദിക്കുമ്പോൾ പാക് ഭരണാധികാരികൾ ഒരു കാര്യം ഓർമ്മിക്കാൻ വിട്ടുപോയി. മതോന്മാദം മാത്രം കൈമുതലായുള്ള ഭീകരവാദികൾ ജനാധിപത്യത്തിൽ വിശ്വസിക്കുന്നില്ല എന്നും മധ്യകാല മനസ്സുമായി നടക്കുന്ന അവർ ഉന്നംവെക്കുന്നത് പ്രാകൃതമായ മതാധി പത്യമാണ് എന്നതുമായിരുന്നു അത്. തൊണ്ണൂറുകളുടെ മധ്യത്തിൽ അഫ്ഗാനിസ്ഥാനിൽ താലിബാൻ സ്ഥാപിച്ച മതാധിപത്യത്തിന്റെ മാതൃ കയിൽ പാക്ഭരണത്തെ പരിവർത്തിപ്പിക്കുകയാണ് 'വിശുദ്ധപോ രാളി'കളുടെ ആത്യന്തികലക്ഷ്യം എന്ന് പാകിസ്ഥാൻ മനസ്സിലാക്കുന്നത് ഏറെ വൈകിയാണ്. വടക്കുപടിഞ്ഞാറൻ പ്രവിശ്യയിലെ സ്വാത് മേഖ ലയിൽ താലിബാൻ പിടിമുറുക്കുകയും ഇസ്ലാമാബാദാണ് അവരുടെ അടുത്ത ലക്ഷ്യമെന്നു അവർതന്നെ പ്രഖ്യാപിക്കുകയും ചെയ്തപ്പോ ഴാണ് ഒരുകാലത്ത് തങ്ങൾ വീരനായകരായി കൊണ്ടാടിയവർ പാകി സ്ഥാന്റെ ഉത്തമതാത്പര്യങ്ങളെ സംബന്ധിച്ചിടത്തോളം എത്രമാത്രം വിനാശകാരികളാണെന്ന തിരിച്ചറിവ് അധികാരികൾക്കുണ്ടായത്.

ഒരിക്കലും നടക്കാതിരിക്കുന്നതിനേക്കാൾ നല്ലതാണ് വൈകിയെ ങ്കിലും നടക്കുന്നത്. ആസിഫ് അലി സർദാരി ജൂലായ് 8-ന് ഇസ്ലാമാ ബാദിൽ നടത്തിയ വെളിപ്പെടുത്തൽ അദ്ദേഹത്തിന്റെ മുൻഗാമികൾ നട ത്തേണ്ടതായിരുന്നു. തങ്ങൾ ഊട്ടി വളർത്തിയ 'വിശുദ്ധപോരാളി'കൾ യഥാർത്ഥത്തിൽ രാജ്യത്തിന്റെയും മാനവരാശിയുടെയും അന്തകരാ ണെന്ന ബോധ്യത്തിലേക്ക് അവർ വളർന്നിരുന്നുവെങ്കിൽ പാകിസ്ഥാ നിലും ഇന്ത്യയിലും നടന്ന ഒട്ടേറെ സ്ഫോടനങ്ങളും ചാവേർ ആക്രമ ണങ്ങളും ഒഴിവാക്കുക മാത്രമല്ല, ഭീകരവാദശൃംഖലകളെ നിർവീര്യമാ ക്കാൻ ഇതിനകം സാധിക്കുകയും ചെയ്യുമായിരുന്നു.

(ജൂലൈ, 2009)

കർണാടകത്തിലെ 'ഹെയ്റ്റ് ജിഹാദ്'

മൂന്നു മാസം മുമ്പ് കേരളത്തിലും കർണാടകത്തിലും ലവ് ജിഹാദ് ഏറെ ഒച്ചപ്പാടുണ്ടാക്കി. ചില മുസ്‌ലിം തീവ്രവാദ സംഘടനകളിൽ പെട്ട ചെറുപ്പക്കാർ ഹിന്ദു - ക്രൈസ്തവ സമുദായങ്ങളിൽപെട്ട യുവതികളെ പ്രണയിച്ച് മതം മാറ്റുന്നു എന്നായിരുന്നു ആരോപിക്കപ്പെട്ടത്. ചെറുപ്പക്കാരികളെ പ്രേമവലയിൽ കുടുക്കി വേശ്യാവൃത്തിക്ക് ഗൾഫ് രാജ്യങ്ങളിലേക്കും മറ്റും കയറി അയക്കുന്നുവെന്നും ചില കേന്ദ്രങ്ങൾ പ്രചരിപ്പിച്ചു. ഹിന്ദു-ക്രൈസ്തവ യുവതികളെ ഭീകരപ്രവർത്തനങ്ങൾക്കുപയോഗിക്കുന്നു എന്ന ആരോപണവും കൂട്ടത്തിലുണ്ടായി. കേരളത്തിലെയും കർണാടകത്തിലെയും പോലീസ് പ്രണയ ജിഹാദിനെക്കുറിച്ച് അന്വേഷിച്ചെങ്കിലും ആരോപിക്കപ്പെടുന്ന തരത്തിൽ അത്തരമൊരു സംവിധാനം പ്രവർത്തിക്കുന്നതിന് മതിയായ തെളിവുകളില്ലെന്ന നിഗമനത്തിലാണ് ഇരു സംസ്ഥാനങ്ങളിലെയും പോലീസ് മേധാവികൾ എത്തിയത്. മംഗലാപുരത്ത് നിന്നും മറ്റും കാണാതായി എന്നു ബന്ധുക്കൾ പറഞ്ഞ ചില സ്ത്രീകളെങ്കിലും മോഹൻ കുമാർ എന്ന വിവാഹത്തട്ടിപ്പുവീരനാൽ കൊല്ലപ്പെട്ടതാണെന്നു കർണാടക പോലീസ് കണ്ടെത്തുകയും ചെയ്തു. പക്ഷേ കർണാടകത്തിലെ ഹൈന്ദവ വലതുപക്ഷ സംഘടനകൾ അതൊന്നും വിശ്വസിക്കാൻ തയ്യാറായിരുന്നില്ല. ഒരു വർഷം മുൻപ് 'ലവ് ജിഹാദ്' ഓപറേഷൻ ആരംഭിച്ചതിനു ശേഷം ദക്ഷിണ കന്നഡയിൽ നിന്നു മാത്രം മൂവ്വായിരത്തിലേറെ ഹിന്ദുയുവതികളെ കാണാതായിട്ടുണ്ടെന്നും സംസ്ഥാനത്തിന്റെ ഇതരഭാഗങ്ങളിൽനിന്ന് മുപ്പതിനായിരത്തോളം ചെറുപ്പക്കാരികൾ 'മിസ്സിംഗ്' ആണെന്നുമുള്ള ആരോപണവുമായി ഹിന്ദു ജനജാഗൃതി സമിതി മുന്നോട്ടുപോയി. സമിതിയുടെ വെബ്സൈറ്റിൽ പോസ്റ്റ് ചെയ്ത ഈ 'സ്ഥിതിവിവരക്കണക്ക്' മറ്റു ഹിന്ദുത്വ സംഘടനകൾ ഏറ്റുപിടിക്കുകയും ചെയ്തു.

ഇപ്പോൾ മംഗലാപുരം ഉൾപ്പെടെ കർണാടകത്തിന്റെ തീരദേശ മേഖലയിൽ ശ്രീരാംസേനയും ബജ്റംഗ്ദളും ഹിന്ദുരാഷ്ട്ര സേനയും ഹിന്ദു ജഗരൺ വേദികെയും മറ്റും ചേർന്ന് ഒരു പുതിയ ജിഹാദ് കൊഴുപ്പിക്കുകയാണ്-ഹെയ്റ്റ് ജിഹാദ് അഥവാ വിദ്വേഷ ജിഹാദ്!

ന്യൂനപക്ഷസമുദായത്തിൽപ്പെട്ടവരെ വെറുക്കാനും അവരോടുള്ള എല്ലാ സാമൂഹിക ഇടപെടലുകളിൽ നിന്നും അകന്നു നിൽക്കാനും ഭൂരിപക്ഷ സമുദായത്തിൽപെട്ടവരെ പ്രേരിപ്പിക്കുകയാണ് ഹൈന്ദവ തീവ്രവാദ സംഘങ്ങൾ ചെയ്യുന്നത്. ഹിന്ദു പെൺകുട്ടികൾ മുസ്ലിം ചെറുപ്പക്കാരുമായി സംസാരിക്കുന്നത് പോലും വിലക്കപ്പെട്ടിരിക്കുന്നു. അത്തരം സംഭവം ഉണ്ടാകുന്നുണ്ടോ എന്നു നിരീക്ഷിക്കാൻ അനൗദ്യോഗിക സദാചാരപോലീസിനെ ഏർപ്പെടുത്തുകയും ചെയ്തിരിക്കുന്നു ഭൂരിപക്ഷ തീവ്രവാദികൾ.

ഹർഷ് മേന്ദർ എഴുതിയ ഒരു കുറിപ്പിൽ പറയുന്നത് ബസ് കണ്ടക്ടർമാരും വഴിയോര ഹോട്ടലുകളിലെ വെയ്റ്റർമാരും സിനിമാശാലകളിലെ ജീവനക്കാരുമൊക്കെ ഈ സദാചാര പോലീസിന്റെ ഭാഗമാണെന്നാണ്. ഏതെങ്കിലും ബസ്സിലോ ചായക്കടയിലോ തിയേറ്ററിലോ ഏതെങ്കിലുമൊരു ഹിന്ദുയുവതി മുസ്ലിം യുവാവുമായി കണ്ടുമുട്ടുകയോ സംസാരിക്കുകയോ ചെയ്യുന്നത് ശ്രദ്ധയിൽപ്പെട്ടാൽ ഇപ്പറഞ്ഞ കൂട്ടർ ഉടനെ ഹിന്ദുത്വസംഘടനയുടെ ലോക്കൽ ഓഫീസിനെ അറിയിക്കും. താമസമുണ്ടാവില്ല ഗുണ്ടകളെത്താൻ. അവർ യുവാവിനെയും യുവതിയെയും മർദ്ദിക്കുകയും അടുത്തുള്ള പോലീസ് സ്റ്റേഷനിലേക്ക് കൊണ്ടുപോവുകയും ചെയ്യുന്നു. ബി.ജെ.പി ഭരിക്കുന്നത് കൊണ്ടാവാം, ശ്രീരാം സേനക്കാരും ബജ്റംഗ്ദൾ പ്രവർത്തകരും മറ്റും പിടിച്ചുകൊണ്ടുവരുന്ന ചെറുപ്പക്കാർക്ക് പറയാനുള്ളത് കേൾക്കാൻ പോലീസ് തയ്യാറാവാറില്ല. അവർ മുസ്ലിം ചെറുപ്പക്കാരെ തൊഴിക്കുകയും ഹിന്ദുചെറുപ്പക്കാരികളുടെ രക്ഷിതാക്കളെ വിളിച്ചുവരുത്തി മകളെ നേർവഴിക്ക് നടത്താൻ സാധിക്കാതെ പോകുന്നതിനെതിരെ താക്കീത് നൽകുകയും ചെയ്യുന്നു. തീവ്രവാദികളുടെ ഇടപെടൽ കാരണം സമൂഹമധ്യത്തിൽ അപമാനിതയാകുന്ന ഏതെങ്കിലും പെൺകുട്ടി ആത്മഹത്യചെയ്താൽ, പ്രേരണാകുറ്റത്തിനു മുസ്ലിം ചെറുപ്പക്കാരനെതിരിൽ കേസ്സെടുക്കാനും പോലീസ് മടിക്കുന്നില്ല.

മതാതീതമായ ആൺ-പെൺ സൗഹൃദത്തെ മാത്രമല്ല തീവ്രവാദ സംഘങ്ങൾ ടാർഗറ്റ് ചെയ്യുന്നത്. ഒരു മുസ്ലിം പുരുഷ സുഹൃത്തിന്റെ വീട്ടിൽ വിരുന്നിനോ പെരുന്നാൾ സദ്യയ്ക്കോ ഹിന്ദു ചെറുപ്പക്കാർ പോകുന്നതിനും വിലക്കുണ്ട്. ഹിന്ദു-മുസ്ലിം സൗഹൃദത്തിന്റെയും സാംസ്കാരിക ഇടപെടലുകളുടെയും എല്ലാ വാതായനങ്ങളും അടയ്ക്കുക എന്ന ലക്ഷ്യത്തോടെയാണ് കർണാടകത്തിൽ ഭൂരിപക്ഷ വർഗ്ഗീയവാദികൾ പ്രവർത്തിക്കുന്നത്. മിശ്രപ്രണയമോ മിശ്രവിവാഹമോ മാത്രമല്ല, മിശ്രസദ്യകളും മിശ്രവിനോദയാത്രകളും മിശ്രകലാസ്വാദനവുമെല്ലാം ഹിന്ദുത്വ കൂട്ടായ്മകൾ തടയുന്നു. മതഭേദമില്ലാതെ ഒന്നിച്ചു കോളേജിലേക്ക് പോകാനോ ഒന്നിച്ചിരുന്ന് ഒരു കാപ്പിയോ ശീതളപാനീയമോ

കുടിക്കാനോ കർണാടകയുവത്വത്തിനു അനുവാദമില്ലാത്തിടത്തേയ്ക്ക് കാര്യങ്ങൾ നീങ്ങിക്കൊണ്ടിരിക്കുന്നു.

സാമുദായിക ധ്രുവീകരണം തീക്ഷ്ണമാവുകയും മതവൈരം വളർത്തുകയും ചെയ്യുന്ന വർഗീയശക്തികളുടെ പ്രവർത്തനം യുവതലമുറയിൽ ഒതുങ്ങുന്നില്ല. സമൂഹത്തിന്റെ എല്ലാ തുറകളിലേക്കും ഹൈന്ദവ വലതുപക്ഷത്തിന്റെ ഹെയ്റ്റ് ജിഹാദ് ഊർന്നിറങ്ങുന്നുണ്ട്. ക്രിമിനൽ കേസുകളിൽ മുസ്ലീങ്ങൾക്ക് വേണ്ടി വാദിക്കാൻ ഹിന്ദു അഭിഭാഷകർ തയ്യാറാകാത്ത സ്ഥിതിവിശേഷം സംസ്ഥാനത്ത് രൂപപ്പെട്ടുവരുന്നു എന്നു റിപ്പോർട്ടുകൾ സൂചിപ്പിക്കുന്നു. വർഗീയ ഭ്രാന്തന്മാർ ഏർപ്പെടുത്തുന്ന വിലക്കുകൾക്ക് വഴങ്ങാൻ അഭിഭാഷകരടക്കമുള്ള പ്രൊഫഷണലുകൾ നിർബന്ധിക്കപ്പെടുന്നു എന്നാണിത് കാണിക്കുന്നത്. ന്യൂനപക്ഷങ്ങൾക്കു നേരെ നടക്കുന്ന ഹിംസയെയും അവകാശധ്വംസനങ്ങളെയും തുറന്നു കാട്ടാൻ പത്രപ്രവർത്തകർക്കു സാധിക്കാതെ പോകുന്ന സാഹചര്യവും കർണാടകത്തിലുണ്ട്. നവീൻ സൂരിൻജെ, സുദിപ്തോ മണ്ഡൽ, സംവർത സാഹിൽ എന്നീ പത്രപ്രവർത്തകർക്ക് നേരെ തീവ്രവാദഗ്രൂപ്പുകളിൽ നിന്ന് വധഭീഷണി ഉയർന്ന കാര്യം ഇവിടെ ഓർക്കാം. ഹിന്ദുത്വസംഘടനകൾ ന്യൂനപക്ഷസമുദായക്കാരെ പലമട്ടിൽ ദ്രോഹിക്കുന്നത് റിപ്പോർട്ടു ചെയ്തതിനാണ് മുകളിൽ പറഞ്ഞ മാധ്യമ പ്രവർത്തകർ ശ്രീരാം സേനയടക്കമുള്ള മതോന്മാദികളുടെ രോഷത്തിനിരയായത്.

ജനങ്ങൾക്കിടയിൽ മതവിദ്വേഷത്തിന്റെ മതിൽക്കെട്ടുകൾ പണിയുന്ന ദുശ്ശക്തികൾ കർണാടകത്തിന്റെ തീരദേശമേഖലയിൽ സക്രിയമാണെങ്കിലും മതാതീതമായ മാനവസൗഹാർദം ഉയർത്തിപ്പിടിക്കുന്ന ശക്തമായ ഒരു വിഭാഗം സംസ്ഥാനത്തുണ്ടെന്നത് ആശാവഹമാണ്. മുസ്ലിം-ക്രൈസ്തവ വിരോധത്തിന്റെ ത്രിശൂലവും പേറി ഹിന്ദു രാഷ്ട്ര സേനക്കാരും ശ്രീരാം സേനക്കാരും ബജ്റംഗ്ദളുകാരും തെരുവുയുദ്ധം നടത്തുമ്പോഴും സ്വന്തം ജീവൻ പോലും പണയപ്പെടുത്തി ഭൂരിപക്ഷസമുദായത്തിലെ ലിബറൽ ചിന്താഗതിക്കാർ മതാന്ധതയ്ക്കെതിരിൽ രംഗത്തിറങ്ങുന്നുണ്ട്. സമൂഹത്തിന്റെ വിവിധ മേഖലകളിൽ പ്രവർത്തിക്കുന്നവർ അവരുടെ കൂട്ടത്തിലുണ്ടുതാനും. അധ്യാപകരും വിദ്യാർത്ഥികളും എഴുത്തുകാരും കലാകാരന്മാരും മാധ്യമപ്രവർത്തകരും മാത്രമല്ല, വ്യാപാര-വാണിജ്യ മേഖലകളിൽ പ്രവർത്തിക്കുന്നവർ വരെ വർഗീയ തീവ്രവാദികളുടെ മനുഷ്യത്വവിരുദ്ധ വിചാരങ്ങളെയും കർമങ്ങളെയും ചോദ്യം ചെയ്യാൻ തയ്യാറാവുന്നു. ഇരുട്ടിൽ പ്രത്യക്ഷപ്പെടുന്ന വെളിച്ചത്തിന്റെ കീറാണത്. മതസങ്കുചിതത്വങ്ങളെ അതിവർത്തിക്കുന്ന ആ വെളിച്ചത്തിലാണ് കർണാടകത്തിന്റെയെന്ന പോലെ ബഹുസ്വര ഭാരതത്തിന്റെയും ഭാവി കുടികൊള്ളുന്നത്.

(ഫെബ്രുവരി, 2010)

തീവ്രവാദക്കേസും സമുദായവത്കരണവും

പ്രശ്നങ്ങളെ അനാവശ്യമായി മതവത്കരിക്കുകയും സമുദായവത്കരിക്കുകയും ചെയ്യുക എന്ന തന്ത്രം പുതിയതല്ല. സ്വാതന്ത്ര്യലബ്ധിക്കു മുമ്പ് വിഭജനവാദികൾ ഉപയോഗിച്ചത് ആ തന്ത്രമാണ്. ജിന്നയുടെ നേതൃത്വത്തിൽ മുസ്‌ലിംലീഗ് "ഇസ്‌ലാം അപകടത്തിൽ" എന്ന മുദ്രാവാക്യം മുഴക്കി. ഉപഭൂഖണ്ഡത്തിൽ മുസ്‌ലിംകൾക്ക് ഒരു പ്രത്യേക രാഷ്ട്രം ലഭിക്കാത്തിടത്തോളം കാലം മുസ്‌ലിംകളുടെയോ ഇസ്‌ലാം മതത്തിന്റെയോ നില ഭദ്രമാവില്ല എന്നായിരുന്നു പ്രചരിപ്പിക്കപ്പെട്ടത്.

സ്വാതന്ത്ര്യം നേടിയശേഷം ചുരുങ്ങിയത് രണ്ടു സന്ദർഭങ്ങളിലെങ്കിലും ഇതേ മുദ്രാവാക്യം വീണ്ടും ഉയർത്തപ്പെട്ടിട്ടുണ്ട്. അവയിലൊന്ന് 1965 ലായിരുന്നു. അലിഗഢ് മുസ്‌ലിം സർവകലാശാലയുടെ പദവിയുമായിബന്ധപ്പെട്ടാണ് അതുണ്ടായത്. ഉറച്ച മതനിരപേക്ഷവാദിയായിരുന്ന മുഹമ്മദ് കരിം ഛഗ്ല കേന്ദ്ര വിദ്യാഭ്യാസമന്ത്രിയായിരിക്കെ അലിഗഢ് സർവകലാശാല ബിൽ അവതരിപ്പിക്കപ്പെട്ടു. ദേവ്ബന്ദിലെ ദാറുൽ ഉലൂം പോലെയോ ലഖ്നൗവിലെ നദ്‌വത്തുൽ ഉലമ പോലെയോ തീർത്തും സ്വകാര്യമായ ഒരു മുസ്‌ലിം സ്ഥാപനമല്ല അലിഗഢ് യൂണിവേഴ്സിറ്റിയെന്നും അതിൽ നിയന്ത്രണങ്ങളേർപ്പെടുത്താൻ സർക്കാരിന് അവകാശമുണ്ടെന്നും വ്യക്തമാക്കുന്നതായിരുന്നു ബിൽ.

താമസമുണ്ടായില്ല, മുസ്‌ലിം വലതുപക്ഷത്തെ പ്രതിനിധാനം ചെയ്യുന്ന സർവസംഘടനകളും ബില്ലിനെതിരെ വിഷലിപ്തപ്രചാരണങ്ങളുമായി രംഗത്തുവന്നു. മുസ്‌ലിംകളുടെ അസ്തിത്വത്തിനും സാംസ്കാരികസ്വത്വത്തിനും നേരെയുള്ള കടന്നാക്രമണമാണ് അലിഗഢ് ബിൽ എന്നായിരുന്നു അവരുടെ ആരോപണം. മുസ്‌ലിം മൗലികവാദികളുടെ നിയന്ത്രണത്തിലുള്ള 'റേഡിയൻസ്' എന്ന ഇംഗ്ലീഷ് വാരികയാവട്ടെ 'മുസ്‌ലിം സമുദായത്തിന്റെ നിർമുസ്‌ലിമീകരണം' എന്ന ദുർലക്ഷ്യ'മാണ് അലിഗഢ് സർവകലാശാലാ നിയമത്തിന് പിന്നിൽ ദർശിച്ചത്.

ഇസ്‌ലാമും മുസ്‌ലിംകളും അപകടത്തിൽ എന്ന പ്രചാരണം പിന്നീടുണ്ടായത് 1985 ലാണ്. ഷാബാനുബീഗം കേസ്സിൽ സുപ്രീംകോടതി വിധി

വന്നപ്പോഴായിരുന്നു അത്. ആ വിധിയിൽ മുസ്‌ലിം വിവാഹമുക്തയ്ക്ക് ജീവനാംശം നൽകാൻ മുൻ ഭർത്താവിന് ബാധ്യതയുണ്ടെന്ന് വ്യക്തമാക്കപ്പെട്ടു. ഒരു പൊതു സിവിൽ നിയമത്തിന്റെ അഭിലഷണീയതയിലേക്ക് വിരൽ ചൂണ്ടുകകൂടി ചെയ്തു പരമോന്നത നീതിപീഠം. മുസ്‌ലിം സ്ത്രീകൾക്ക് നേരെയുള്ള അലിവില്ലായ്മയ്ക്കെതിരെവന്ന വിധിന്യായം ഇസ്‌ലാമിക ശരീഅത്തിനെതിരാണെന്നും മുസ്‌ലിങ്ങളെ ഹിന്ദുനിയമത്തിന്റെ പരിധിയിൽ കൊണ്ടുവരാനുള്ള ശ്രമമാണതെന്നുമായിരുന്നു മുസ്‌ലിം വർഗീയ-മതമൗലിക സംഘടനകൾ ആരോപിച്ചത്. അവർ 'ശരിഅത്ത് സംരക്ഷണ'ത്തിനുള്ള ആഹ്വാനം പുറപ്പെടുവിച്ചു. 'മുസ്‌ലിം സമുദായത്തിനു നേരെയുള്ള ഗൂഢാലോചന' തിരിച്ചറിയാനും തകർക്കാനുമുള്ള പ്രക്ഷോഭത്തിന് അവർ നേതൃത്വം നൽകുകയും ചെയ്തു.

സ്വാതന്ത്ര്യത്തിനുമുമ്പ് സർവേന്ത്യാ മുസ്‌ലിം ലീഗും അതിനുശേഷം രണ്ടു ഘട്ടങ്ങളിൽ ദേശീയതലത്തിൽ മുസ്‌ലിം വലതുപക്ഷ സംഘടനകളും പ്രയോഗിച്ച കുതന്ത്രം കേരളത്തിൽ പയറ്റുകയാണ് ഇപ്പോൾ പി.ഡി.പി ചെയർമാൻ ചെയ്യുന്നത്. കളമശ്ശേരി ബസ് കത്തിക്കൽ കേസ്സിൽ തന്റെ ഭാര്യ പ്രതിപ്പട്ടികയിൽ വന്ന വേളയിൽത്തന്നെ അബ്ദുന്നാസർ മഅദനി സമുദായവികാരം ഇളക്കി വിടാനുള്ള ശ്രമം തുടങ്ങിയിരുന്നു. തന്നെയും തന്റെ ഭാര്യയെയും മുസ്‌ലിം സമുദായത്തിന്റെ പ്രതീകങ്ങളായി പ്രതിഷ്ഠിക്കുക എന്ന അടവാണ് മഅദനി പ്രയോഗിച്ചത്. ബസ്സു കത്തിക്കൽ കേസ്സിൽ പ്രതിയാക്കപ്പെട്ടത് സൂഫിയ മഅദനി എന്ന വ്യക്തിയല്ല, മുസ്‌ലിം സമുദായം മൊത്തമാണെന്ന വ്യാജവികാരം പടർത്താൻ പി.ഡി.പി അധ്യക്ഷനും കൂട്ടരും ശ്രമിച്ചു. തൊണ്ണൂറുകൾതൊട്ടേ മഅദനിയുടെ തീവ്രവർഗീയ നിലപാടുകളോട് സാമ്യപ്പെട്ടുപോരുന്ന ചില സംഘടനകളും അവയുടെ നിയന്ത്രണത്തിലുള്ള പത്രങ്ങളും ഇക്കാര്യത്തിൽ മഅദനിയെ സഹായിക്കുന്ന സമീപനം സ്വീകരിക്കുകയും ചെയ്തു.

ബസ്സുകത്തിക്കൽ കേസ് ദേശീയ അന്വേഷണ ഏജൻസി ഏറ്റെടുത്തതോടെ കേരളത്തിലെ തീവ്രവാദക്കേസുകളെ കൂടുതൽ ശക്തമായി സമുദായവത്കരിക്കാനുള്ള ശ്രമമത്രെ തത്പരകക്ഷികൾ നടത്തുന്നത്. പി.ഡി.പിയുമായി ബന്ധപ്പെട്ട വല്ലവരും വല്ല കേസ്സുകളിലും അറസ്റ്റ് ചെയ്യപ്പെടുകയോ അവരുൾപ്പെട്ടതായി സംശയിക്കപ്പെടുന്ന കേസ്സുകൾ സർക്കാർ നിയന്ത്രിത ഏജൻസികൾ അന്വേഷിക്കുകയോ ചെയ്യുന്നത് മുസ്‌ലിം സമുദായത്തിനു നേരെയുള്ള ഗൂഢാലോചനയോ കടന്നാക്രമണമോ ആയി ചിത്രീകരിക്കുന്നതിലെ യുക്തിയെന്താണ്?

രാജ്യത്തുള്ള എല്ലാ കുറ്റാരോപിതരും ഏതെങ്കിലും സമുദായത്തിലെ അംഗങ്ങളായിരിക്കും. പഴയ ചാരക്കേസ്സിലെ കൂമർ നാരായണനും ഓഹരി

ക്കേസിലെ ഹർഷദ് മേത്തയും സ്ഫോടനക്കേസിലെ പ്രജ്ഞാസിങ്ങും മാനഭംഗക്കേസ്സിലെ മുൻ ഡി.ജി.പി റാത്തോഡും തൊട്ട് ഇങ്ങേയറ്റത്ത് ലൈംഗികാപവാദക്കേസ്സിലെ എൻ.ഡി.തിവാരി വരെയുള്ളവർ ഏതെങ്കിലും സമുദായത്തിലെ അംഗങ്ങളാണ്. എന്നുവെച്ച് അവർക്കെതിരെയുള്ള കേസ്സുകൾ അവർ അംഗമായ സമുദായത്തിനു നേരെയുള്ള കേസ്സോ ഗൂഢാലോചനയോ ആണെന്നു പറയാമോ? പറ്റില്ലെങ്കിൽ സൂഫിയ മഅദനിയടക്കമുള്ളവർക്കെതിരെയുള്ള കേസ്സും അന്വേഷണവുമൊക്കെ എങ്ങനെ മുസ്‌ലിം സമുദായത്തിനുനേരെയുള്ള ഗൂഢാലോചനയോ കൈയേറ്റമോ ആവും?

പ്രശ്നങ്ങളെ സമുദായവത്കരിക്കുന്നതിൽ സദാ തത്പരനായ പി.ഡി.പി.നേതാവ് ഭരണകൂടവും പോലീസും നിയമവ്യവസ്ഥയുമൊക്കെ ഇവിടെ ന്യൂനപക്ഷവിരുദ്ധവും ഭൂരിപക്ഷാനുകൂലവുമാണെന്നു പലപ്പോഴും ധ്വനിപ്പിച്ചിട്ടുണ്ട്. എന്തിനെയും ഏതിനെയും വർഗീയവത്കരിച്ച് കാര്യം നേടാൻ നോക്കുന്നവരെ സംബന്ധിച്ചിടത്തോളം അത്തരം സാമാന്യവത്കരണം ഒരു സൗകര്യമാണെന്നു സമ്മതിക്കാം. പക്ഷേ, നിജസ്ഥിതി എന്താണ്? ഭൂരിപക്ഷ മതാന്ധതയ്ക്കും വർഗീയതയ്ക്കും നേരെ കണ്ണടയ്ക്കുന്ന സമീപനമാണോ നമ്മുടെ നീതിന്യായസംവിധാനം സ്വീകരിച്ചുപോന്നിട്ടുള്ളത്?

രണ്ട് ഉദാഹരണങ്ങൾ പരിശോധിക്കാം. എന്തുവന്നാലും അയോധ്യയിൽ രാമക്ഷേത്രം പണിയും എന്ന ശാഠ്യവുമായി ഇറങ്ങിപ്പുറപ്പെട്ട ഹൈന്ദവ വലതുപക്ഷത്തിന് തിരിച്ചടിയായി മാറിയ ഒരു സുപ്രീംകോടതി വിധിയാണ് അവയിലൊന്ന്. 2003 മാർച്ചിലായിരുന്നു ആ വിധി. 67.7 ഏക്കർ വരുന്ന 'തർക്കരഹിത സ്ഥലം' രാമക്ഷേത്രനിർമാണാവശ്യാർഥം ഏതെങ്കിലും ട്രസ്റ്റിനോ സംഘടനയ്ക്കോ കൈമാറുന്നത് കോടതി വിലക്കി. സ്ഥലത്തിന്റെ ഉടമസ്ഥാവകാശം സംബന്ധിച്ച് അലഹബാദ് ഹൈക്കോടതിയിലുള്ള കേസ് തീർപ്പാകുന്നതുവരെ തൽസ്ഥിതി തുടരണമെന്നാണ് അത്യുന്നത നീതിപീഠം നിർദേശിച്ചത്.

2003 ഒക്ടോബറിൽ അലഹബാദ് ഹൈക്കോടതിയുടെ സ്പെഷൽ ബെഞ്ച് യു.പി.സർക്കാറിനു നൽകിയ നിർദേശമാണ് രണ്ടാമത്തെ ഉദാഹരണം. വിശ്വഹിന്ദുപരിഷത്ത് അയോധ്യയിൽ നടത്താൻ കോപ്പുകൂട്ടിയ രാമദർശൻ സമ്മേളനത്തിനു കടിഞ്ഞാണിടാൻ അന്നത്തെ യു.പി. മുഖ്യമന്ത്രി മുലായം സിങ്ങിനെ സഹായിച്ചത് പ്രസ്തുത കോടതി നിർദേശമാണ്. ബാബറിമസ്ജിദ് നിലനിന്ന സ്ഥലത്തോ പരിസരങ്ങളിലോ മതപരമായ ചടങ്ങുകൾ നടത്താൻ വി.എച്ച്.പി.യെ അനുവദിക്കരുതെന്നായിരുന്നു കോടതി സർക്കാറിനു നൽകിയ നിർദ്ദേശം. അതിന്റെ ബലത്തിൽ മുലായം പ്രവർത്തിച്ചപ്പോൾ വി.എച്ച്.പി.ക്ക് മുട്ടുമടക്കേണ്ടിവന്നു.

കുറ്റങ്ങളും കുറവുകളുമുണ്ടെന്നു സമ്മതിച്ചാലും രാജ്യത്തിലെ ഭരണ കൂടവും നീതിന്യായ സംവിധാനവുമൊക്കെ ന്യൂനപക്ഷവിരുദ്ധമാണ് എന്നു അടച്ചാക്ഷേപിക്കുന്നത് ഒട്ടും വസ്തുതാപരമല്ല. ന്യൂനപക്ഷ സമുദായത്തിൽപ്പെട്ട വല്ലവരും തീവ്രവാദക്കേസ്സുകളിൽ പ്രതിചേർക്കപ്പെ ടുമ്പോൾ ഭരണകൂടത്തിന്റെ ന്യൂനപക്ഷ വിരുദ്ധത പൊലിപ്പിച്ചുകാട്ടുകയും അതിന്റെ ബലിയാടുകളാണ് തങ്ങളെന്നു വിലപിക്കുകയും (ആക്രോശി ക്കുകയും) ചെയ്യുന്നത് വിപണനസാധ്യത കുറഞ്ഞ അടവാണെന്നു ബന്ധപ്പെട്ടവർ മനസ്സിലാക്കണം. ഒപ്പം താനാണ് സമുദായം എന്ന ഭാവം ആർക്കും ഭൂഷണമല്ലെന്നും സമുദായത്തിലെ മഹാഭൂരിപക്ഷം അത് അംഗീകരിക്കുന്നില്ലെന്നും ഗ്രഹിക്കാനുള്ള വിവേകം അത്തരക്കാർക്ക് ഉണ്ടാകേണ്ടതുമുണ്ട്.

(ജനുവരി, 2010)

ഹൈന്ദവ വലതുപക്ഷത്തെ വേട്ടയാടുന്ന കറുത്ത ഏടുകൾ

അഞ്ചുമാസംമുമ്പാണ് ലിബർഹാൻ കമ്മീഷൻ റിപ്പോർട്ട് പുറത്തുവന്നത്. 1992 ഡിസംബർ 6 ന് ബാബറി മസ്ജിദ് തകർക്കപ്പെട്ട സംഭവത്തെക്കുറിച്ച് അന്വേഷിക്കാൻ ജസ്റ്റിസ് എം.എസ്.ലിബൻഹാൻ കമ്മീഷൻ നിലവിൽ വന്നത് 1992 ഡിസംബർ 16 നായിരുന്നു. നീണ്ട പതിനേഴ് വർഷങ്ങൾക്കുശേഷം ജസ്റ്റിസ് ലിബർഹാൻ സമർപ്പിച്ച റിപ്പോർട്ടിൽ ധ്വംസനത്തിലെ മുഖ്യപ്രതി സംഘപരിവാർ ആണെന്ന് ചൂണ്ടിക്കാണിക്കപ്പെട്ടു. മിതവാദത്തിന്റെ മുഖകവചമണിഞ്ഞ ബി.ജെ.പി നേതൃത്വത്തിനു മസ്ജിദ് നശീകരണത്തിലുള്ള പങ്കിലേക്കും കമ്മീഷൻ കൈചൂണ്ടി. ഭാരതീയ ജനതാപാർട്ടി ഭരിച്ചുകൊണ്ടിരുന്ന ഉത്തർപ്രദേശിലെ ഭരണകൂടത്തേയും കമ്മീഷൻ വെറുതെ വിട്ടില്ല. പരിവാറും ബി.ജെ.പി. നേതൃത്വവും യു.പി.സർക്കാർ മെഷിനറിയും ചേർന്നു നൂറ്റാണ്ടുകൾ പഴക്കമുള്ള പള്ളി തകർത്തു എന്നായിരുന്നു ലിബർഹാന്റെ വിലയിരുത്തൽ.

ജസ്റ്റിസ് ലിബർഹാന്റെ ഏകാംഗ കമ്മീഷനോട് കേന്ദ്രസർക്കാർ ആവശ്യപ്പെട്ടത് മൂന്നുമാസംകൊണ്ട് അന്വേഷണം പൂർത്തിയാക്കാനായിരുന്നു. പക്ഷേ കമ്മീഷന്റെ കാലാവധി നാല്പത് തവണ നീട്ടേണ്ടിവന്നു. ഒട്ടേറെ പ്രതിബന്ധങ്ങൾ കമ്മീഷന് നേരിടേണ്ടിവന്നു എന്നതായിരുന്നു കാരണം. കുറ്റവാളികളും തത്പരകക്ഷികളായ രാഷ്ട്രീയക്കാരും പല മട്ടിൽ കമ്മീഷന്റെ പ്രവർത്തനം മന്ദീഭവിപ്പിക്കാനോ തടസ്സപ്പെടുത്താനോ ശ്രമിച്ചു. ഒന്നരപതിറ്റാണ്ടിലേറെ സമയമെടുത്താണെങ്കിലും ലിബർഹാൻ തന്റെ റിപ്പോർട്ട് സമർപ്പിച്ചപ്പോൾ സംഘപരിവാറിന്റെ പ്രത്യയശാസ്ത്രത്തിലേക്കും ലോകവീക്ഷണത്തിലേക്കും പ്രവർത്തനരീതികളിലേക്കും വിരൽചൂണ്ടാൻ മറന്നില്ല. മസ്ജിദ് ധ്വംസത്തിനു പിന്നിൽ ആർ.എസ്.എസ്സും വിശ്വഹിന്ദുപരിഷത്തും മറ്റും പ്രതിനിധാനം ചെയ്യുന്ന അസഹിഷ്ണുതയുടെ പ്രത്യയശാസ്ത്രത്തിന്റെ സ്വാധീനം കമ്മീഷൻ അനാവരണം ചെയ്തു.

പക്ഷേ, ലിബർഹാൻ കമ്മീഷൻ റിപ്പോർട്ടിലെ ഒരു ദൗർബല്യം ഏറെ പ്രകടമായിരുന്നു. സംഘപരിവാറിനെ രൂക്ഷമായി വിമർശിച്ചപ്പോഴും 1992

ഡിസംബറിൽ കേന്ദ്രത്തിൽ അധികാരത്തിലിരുന്ന കോൺഗ്രസ്സിന്റെയും പ്രധാനമന്ത്രി നരസിംഹറാവുവിന്റെയും അലംഭാവം കമീഷൻ കാണാതിരുന്നു. രാജീവ്ഗാന്ധിയുടെ കാലംതൊട്ട് തുടങ്ങിയ രാമജന്മഭൂമി ജ്വരത്തോട് 1980കളുടെ അവസാനംതൊട്ട് കോൺഗ്രസ് പ്രകടിപ്പിച്ചുപോന്ന അനുകൂല മനോഭാവവും ജ.ലിബർഹാന്റെ വിമർശനത്തിന് വിധേയമായില്ല. മസ്ജിദ് ധ്വംസനത്തിനുശേഷവും അയോധ്യയിൽ കർസേവകർ അഴിഞ്ഞാടവെ അവിടെ കേന്ദ്ര അർദ്ധസൈനിക വിഭാഗങ്ങളെ വിന്യസിക്കുന്നതിൽ നരസിംഹറാവു സർക്കാർ കാണിച്ച താത്പര്യക്കുറവും കമ്മീഷൻ റിപ്പോർട്ടിൽ പരാമർശിക്കപ്പെടാതെ പോയി.

മേൽ ഖണ്ഡികയിൽ പറഞ്ഞതുപോലെയുള്ള പോരായ്മകൾ ഉണ്ടെങ്കിലും, ലിബർഹാൻ കമ്മീഷൻ റിപ്പോർട്ട് ബി.ജെ.പിക്കും സംഘപരിവാറിനുമേറ്റ കനത്ത പ്രഹരമായിരുന്നു എന്ന കാര്യത്തിൽ സംശയമില്ല. ഇന്ത്യയുടെ മതേതര പ്രതിച്ഛായ തകർത്ത ദുശ്ശക്തി ഭൂരിപക്ഷവർഗ്ഗീയതയെ പ്രതിനിധാനം ചെയ്യുന്ന സംഘടനകളാണെന്ന സന്ദേശം അത് നൽകി. തുടരെത്തുടരെ രണ്ടു ലോക്സഭാ തിരഞ്ഞെടുപ്പുകളിൽ പരാജയം ഏറ്റുവാങ്ങേണ്ടിവന്ന ഹൈന്ദവ വലതുപക്ഷത്തെ സംബന്ധിച്ചിടത്തോളം സഹിക്കാവുന്നതിലുമപ്പുറമായിരുന്നു അത്. രാമക്ഷേത്രവികാരത്തിന്റെ ചെലവിൽ ആറുവർഷം കേന്ദ്രത്തിൽ അധികാരത്തിലിരിക്കാൻ സാധിച്ചുവെങ്കിലും, അപരമത വിദ്വേഷത്തിലധിഷ്ഠിതമായ തങ്ങളുടെ രാഷ്ട്രീയത്തിലെ അമാനവികതയിലേക്ക് അന്വേഷണകമ്മീഷൻ വിരൽ ചൂണ്ടിയത് പരിവാർ നേതൃത്വത്തെ കുഴക്കുകതന്നെ ചെയ്തു.

ആ ക്ഷീണം നിലനിൽക്കെയാണ് സീനിയർ ഐ.പി.എസ്. ഉദ്യോഗസ്ഥ അഞ്ജു ഗുപ്തയുടെ വെളിപ്പെടുത്തലുകൾ ഇപ്പോൾ മാർച്ച് 26ന് വരുന്നത്. മസ്ജിദ് ധ്വംസനകേസ്സിൽ റായ് ബറേലിയിൽ പ്രത്യേക (സി.ബി.ഐ) കോടതിയിൽ പ്രോസിക്യൂഷൻ സാക്ഷിയായ ശ്രീമതി ഗുപ്ത ചീഫ് ജുഡീഷ്യൽ മജിസ്ട്രേറ്റ് ഗുലാബ് സിംഹ് മുമ്പാകെ നൽകിയ മൊഴിയിൽ പറഞ്ഞത്, എൽ കെ അദ്വാനി ഉൾപ്പെടെയുള്ള ബി.ജെ.പി നേതാക്കൾ ആരും തന്നെ പള്ളിതകർക്കൽ നടപടി തടയാൻ യാതൊരു ശ്രമവും നടത്തിയില്ല എന്നത്രേ. അയോധ്യാദുരന്തം നടക്കുന്ന വേളയിൽ അദ്വാനിയുടെ പേഴ്സണൽ സെക്യൂരിറ്റി ഓഫീസറായിരുന്ന അഞ്ജു ഗുപ്ത കണ്ടത് അദ്വാനിയും മുരളി മനോഹർ ജോഷിയും ഉമാഭാരതിയും സാധ്വി ഋതംബരയും ആചാര്യ ധർമേന്ദ്രയും മറ്റു നേതാക്കളും തീപ്പൊരി പ്രസംഗങ്ങളിലൂടെ കർസേവകർക്ക് ഊക്കും ഊർജവും പകരുന്നതാണ്. പതിനാറാം നൂറ്റാണ്ടിൽ നിർമ്മിച്ച ആരാധനാലയത്തിനു സമീപം താത്കാലികമായി കെട്ടിയുണ്ടാക്കിയ രാംകഥാ കുഞ്ജ് മഞ്ചിൽ സന്നിഹിതരായിരുന്ന നേതാക്കൾ പള്ളിയുടെ താഴികക്കുടങ്ങൾ പൊളിഞ്ഞുവീഴുമ്പോൾ ആഹ്ലാദവേശഭരിതരായെന്നും എല്ലാം കഴിയുന്നത് വരെ

കർസേവകർ ആരും പിരിഞ്ഞുപോകരുതെന്ന് അവർ ആവശ്യപ്പെട്ടെന്നും ഐ.പി.എസ് ഉദ്യോഗസ്ഥ വെളിപ്പെടുത്തുകയുണ്ടായി.

മറ്റൊരു പ്രധാനപ്പെട്ട തുറന്നുകാട്ടൽ കൂടി ശ്രീമതി ഗുപ്തയുടെ മൊഴിയിലുണ്ട്. അന്നത്തെ ഫൈസാബാദ് ഐ.ജി.എ.കെ ശരൺ മസ്ജിദ് ധ്വംസന സാധ്യതയെക്കുറിച്ച് നേരത്തെ മുന്നറിയിപ്പു നൽകിയിരുന്നു എന്നതാണ് അത്. 1992 ഡിസംബർ 5 ന് ഇൻപെക്ടർ ജനറൽ വിളിച്ചു ചേർത്ത സുരക്ഷാ പുനരവലോകന യോഗത്തിൽ പിറ്റേന്നു നടക്കാൻ പോകുന്ന കർസേവയ്ക്കിടയിൽ പള്ളിപൊളിക്കാനുള്ള ശ്രമം ഉണ്ടായേക്കുമെന്ന് അദ്ദേഹം സൂചിപ്പിച്ചിരുന്നു. എന്നിട്ടും ഉത്തരവാദപ്പെട്ട സർക്കാർ മെഷിനറി കണ്ണടച്ചു. അതിനവർക്ക് കൃതജ്ഞതാ പ്രകാശനം ലഭിച്ചെന്നും അഞ്ജു ഗുപ്ത വ്യക്തമാക്കുന്നു. പള്ളി തകർക്കാൻ സഹായിച്ചതിനു സംസ്ഥാന പോലീസിനും ഭരണകൂടത്തിനും നന്ദി പറഞ്ഞത് ഉത്തർ പ്രദേശിലെ മുൻ ഡി.ജി.പിയും വിശ്വഹിന്ദു പരിഷത്തിന്റെ നേതാവുമായ എസ്.പി.മിശ്രയായിരുന്നു.

1992 ലെ കറുത്ത ഏടുകളിലേക്കുള്ള ജസ്റ്റിസ് ലിബർഹാന്റെയും അഞ്ജു ഗുപ്തയുടെയും കൈചൂണ്ടലുകൾ മാത്രമല്ല ഹൈന്ദവ വലതു പക്ഷത്തിനു തലവേദനയുണ്ടാക്കുന്നത്. 2002 ൽ ഗുജറാത്തിൽ നടന്ന ഗോധ്റാനന്തര കലാപവും അവരെ വേട്ടയാടുന്നുണ്ട്. കലാപവേളയിൽ ഭൂരിപക്ഷ വർഗീയ വാദികളാൽ കൊല്ലപ്പെട്ട മുൻ കോൺഗ്രസ് എം.പി. ഇഹ്സാൻ ജാഫ്രിയുടെ വിധവ സാകിയ ജാഫ്രിയും 'സിറ്റിസൺസ് ഫോർ ജസ്റ്റിസ് ആൻഡ് പീസ്' എന്ന സംഘടനയും നല്കിയ ഹർജിയുടെ അടിസ്ഥാനത്തിൽ സുപ്രീംകോടതി നിയോഗിച്ച പ്രത്യേക അന്വേഷണ സംഘം ഗുജറാത്ത് മുഖ്യമന്ത്രി നരേന്ദ്രമോഡിയെ മാർച്ച് 27 ന് ചോദ്യം ചെയ്യുകയുണ്ടായി.

മുഖ്യമന്ത്രി മോഡിയും, മുതിർന്ന രാഷ്ട്രീയക്കാരും പോലീസ് മേധാവികളും ഉദ്യോഗസ്ഥരുമുൾപ്പെടെ മറ്റു 61 പേരും ഗുജറാത്തിലെ കൂട്ടക്കൊലയിൽ നേരിട്ടോ അല്ലാതെയോ പങ്കുവഹിച്ചു എന്നത്രേ ഹർജിക്കാർ ആരോപിക്കുന്നത്. അവർ ചില പ്രധാനപ്പെട്ട ചോദ്യങ്ങൾ ഉന്നയിക്കുന്നുണ്ട്. തീർച്ചയായും മോഡിയെ കുഴക്കുന്ന ചോദ്യങ്ങളാണവ. ഗോധ്റയിൽ നടന്ന ട്രെയിൻ തീവെപ്പിൽ മരിച്ചവരുടെ മൃതദേഹങ്ങൾ എന്തിനു അഹമ്മദാബാദിൽ കൊണ്ടുവരികയും തെരുവുകളിൽ പ്രദർശന പരേഡ് നടത്തുകയും ചെയ്തു? ആരാണ് ആ തീരുമാനമെടുത്തത്? എന്തുകൊണ്ട് അഹമ്മദാബാദിൽ സൈന്യത്തെ ഉടൻ വിളിക്കുകയും വിന്യസിക്കുകയും ചെയ്തില്ല? മറ്റു നഗരങ്ങളിൽ ഉടനെ കർഫ്യൂ പ്രഖ്യാപിച്ചെങ്കിലും അഹമ്മദാബാദിൽ കർഫ്യൂ പ്രഖ്യാപിക്കാൻ എന്തുകൊണ്ട് വൈകി? കലാപകാരികളുടെ ഉന്നം മുസ്ലീങ്ങളാണെന്നു വ്യക്തമായിട്ടും പോലീസ് വെടിവെപ്പിൽ കൂടുതൽ മുസ്ലീങ്ങൾ മരിക്കുന്ന സാഹചര്യം

എങ്ങനെയുണ്ടായി? പ്രഥമ വിവര റിപ്പോർട്ട് രജിസ്റ്റർ ചെയ്യുന്നതിൽ വീഴ്ച വരുത്തിയ പോലീസ് ഉദ്യോഗസ്ഥന്മാർക്കെതിരിൽ എന്തുകൊണ്ട് നടപടി സ്വീകരിച്ചില്ല? കലാപവുമായി ബന്ധപ്പെട്ട കുറ്റകൃത്യങ്ങൾ സംബന്ധിച്ച അന്വേഷണങ്ങൾക്കു വേണ്ടവിധം മേൽനോട്ടം വഹിക്കാതിരിക്കുകവഴി ഗുജറാത്ത് മാന്വലിൽ പ്രതിപാദിച്ച ചട്ടങ്ങൾ ലംഘിച്ച പോലീസ് സൂപ്രണ്ട് തൊട്ട് മുകളിലേക്കുള്ള ഉയർന്ന ഉദ്യോഗസ്ഥന്മാർക്കെതിരിൽ നടപടി കൈക്കൊള്ളാതിരുന്നത് എന്തുകൊണ്ട്?

മുകളിൽ പറഞ്ഞതും അല്ലാത്തതുമായ ഒട്ടേറെ ചോദ്യങ്ങൾക്കെന്ന പോലെ മറ്റൊരു ചോദ്യത്തിനുകൂടി നരേന്ദ്ര മോഡി മറുപടി നൽകേണ്ടതുണ്ട്. തന്റെ ഗൃഹപരിസരത്ത് കലാപകാരികൾ എത്തിയപ്പോഴാണ് മുൻകോൺഗ്രസ് എം.പി. ഇസ്ഹാൻ ജാഫ്രി സഹായമഭ്യർത്ഥിച്ചുകൊണ്ട് മുഖ്യമന്ത്രിയെ ടെലിഫോണിൽ വിളിച്ചത്. സായുധരായ ലഹളക്കാരുടെ ത്രിശൂലങ്ങൾക്കു മുമ്പിൽനിന്നുകൊണ്ട് തന്റെയും തന്റെ വീട്ടുവളപ്പിൽ അഭയം തേടിയെത്തിയ നിരപരാധികളുടെയും പ്രാണൻ രക്ഷിക്കാൻവേണ്ടി ജാഫ്രി യാചിച്ചപ്പോൾ മോഡി അദ്ദേഹത്തിന് നൽകിയ മറുപടി എന്താണ്? അതെന്താണെന്ന് മോഡിക്ക് മാത്രമേ അറിയു. കാരണം, ജാഫ്രി ഫോൺ താഴെവെച്ച നിമിഷംതന്നെ അദ്ദേഹത്തെ വർഗ്ഗീയ കാപാലികർ കൊലചെയ്തുകഴിഞ്ഞിരുന്നു.

സുപ്രീംകോടതിയുടെ നിർദേശപ്രകാരം നിലവിൽവന്ന പ്രത്യേക അന്വേഷണസംഘം ഗുജറാത്ത് മുഖ്യമന്ത്രിയെ ചോദ്യം ചെയ്തതുകൊണ്ടോ സീനിയർ ഐ.പി.എസ് ഉദ്യോഗസ്ഥ മസ്ജിദ് ധ്വംസനകേസിൽ സി.ബി.ഐ കോടതിയിൽ എൽ.കെ.അദ്വാനിക്കും കൂട്ടർക്കുമെതിരിൽ മൊഴി നൽകിയത്കൊണ്ടോ 1992 ഓ, 2002 ഓ ആവർത്തിക്കാതിരിക്കും എന്നു കരുതാൻ ന്യായമില്ല. കാരണം 1984 ൽ രാജ്യത്തെ നടുക്കിയ ഒരു വർഗ്ഗീയ താണ്ഡവം ഡൽഹിയിൽ നടന്നിരുന്നു. ഇന്ദിരാവധത്തെത്തുടർന്ന് സിഖുകാർക്കെതിരിൽ നടന്ന ആ കൂട്ടക്കശാപ്പുകളിൽ മൂവായിരത്തോളം പേർ കൊല്ലപ്പെട്ടു. ആ നരവേട്ടയിലുമുണ്ടായിരുന്നു രാഷ്ട്രീയനേതാക്കന്മാർക്കും പോലീസു മേധാവികൾക്കും മറ്റു ഉദ്യോഗസ്ഥന്മാർക്കും പങ്ക്. അവർക്കൊന്നും യാതൊരു പോറലുമേറ്റില്ല. കലാപത്തിനിരയായവർക്ക് നീതി ലഭിച്ചതുമില്ല. കുറ്റവാളികൾ ശിക്ഷിക്കപ്പെടുകയും കലാപബാധിതർ പുനരധിവസിപ്പിക്കപ്പെടുകയും ചെയ്യുമ്പോഴേ നീതിനിർവ്വഹണം നടക്കൂ. ഇത്തരം കേസ്സുകളിൽ അത് മാത്രം പോരാ. വർഗീയോന്മാദത്തിന്റെ പ്രത്യയശാസ്ത്രത്തെയെന്നപോലെ അതിന്റെ സാമ്പത്തിക നാഡി ഉൾപ്പെടെയുള്ള അധോഘടനാസംവിധാനങ്ങളേയും പ്രതിരോധിക്കുകയും നിർവീര്യമാക്കുകയും ചെയ്യുക എന്ന കൃത്യംകൂടി നിർവഹിക്കേണ്ടതുണ്ട്.

വർഗീയകലാപങ്ങളിൽ രാഷ്ട്രീയക്കാരുടെയും ഉദ്യോഗസ്ഥന്മാരുടെയും പങ്ക് മറച്ചുവെക്കാൻ പറ്റാത്തവിധം വ്യക്തമായിരിക്കെ, കേന്ദ്ര സർക്കാറിന് ഒരു കാര്യം ചെയ്യാവുന്നതാണ്. നിർദ്ദിഷ്ട വർഗീയ ഹിംസാ ബില്ലിൽ ചില വ്യവസ്ഥകൾ ഉൾപ്പെടുത്തുക എന്നതാണത്. വർഗീയ കലാപങ്ങളെ പ്രത്യക്ഷമായോ പരോക്ഷമായോ പ്രോത്സാഹിപ്പിക്കുകയോ കലാപത്തിൽ ഒളിഞ്ഞോ തെളിഞ്ഞോ പങ്കെടുക്കുകയോ നിഷ്പക്ഷ നീതിനിർവ്വഹണത്തിനു തടസ്സം സൃഷ്ടിക്കുകയോ ചെയ്യുന്ന രാഷ്ട്രീയക്കാർക്കും ഉദ്യോഗസ്ഥന്മാർക്കുമെതിരിൽ, വിളംബംവിനാ നിയമനടപടികൾ സ്വീകരിക്കാനും കടുത്ത ശിക്ഷ നൽകാനുമുള്ള വകുപ്പുകൾ ബില്ലിൽ ഉണ്ടാകണം. ഡൽഹിയും അയോധ്യയും ഗുജറാത്തും ആവർത്തിക്കാതിരിക്കാൻ അത്രയെങ്കിലും നാം ചെയ്തേ മതിയാവൂ. പക്ഷേ അതിനുള്ള ആർജ്ജവം യു.പി.എ സർക്കാർ കാണിക്കുമോ?

(ഏപ്രിൽ, 2010)

ഇല്ലാത്ത മുസ്ലിം മനസ്സ്

ഇംഗ്ലീഷിലെന്നപോലെ മലയാളത്തിലെ ചില പത്രമാസികകളിലും അടുത്ത കാലത്തായി 'മുസ്ലിം മനസ്സ്' എന്ന പ്രയോഗം ഇടയ്ക്കിടെ കടന്നുവരുന്നതു കാണാം. പ്രത്യക്ഷത്തിൽ നിരുപദ്രവം എന്നു തോന്നാവുന്ന ഒരു പ്രയോഗമാണിത്. പക്ഷേ, യഥാർഥത്തിൽ ഇല്ലാത്ത ഒന്നിനെയാണ് അത് സൂചിപ്പിക്കുന്നത് എന്നതിനാൽ ആ പ്രയോഗം അത്ര നിരുപദ്രവമല്ല. അല്പം സൂക്ഷിച്ചുനോക്കിയാൽ ഒരു വർഗീയ ചിന്താപദ്ധതിയിൽനിന്ന് മുളപൊട്ടുന്ന ആശയമാണ് മുസ്ലിം മനസ്സ് എന്നു കാണാൻ കഴിയും.

ആദ്യമായി മുസ്ലിം മനസ്സ് എന്ന ഒരു പ്രതിഭാസമുണ്ടോ എന്നു നോക്കാം. ലോകത്തോ അല്ലെങ്കിൽ ഒരു രാജ്യത്തോ ഉള്ള എല്ലാ മുസ്ലിങ്ങളും ഒരുപോലെ ചിന്തിക്കുന്ന, പ്രശ്നങ്ങളെ ഒരേ മട്ടിൽ നോക്കിക്കാണുന്ന, ഒരേ താത്പര്യങ്ങളാൽ ബന്ധിതരായി നിൽക്കുന്ന അവസ്ഥയുണ്ടെങ്കിൽ പൊതുവായ ഒരു മുസ്ലിം മനസ്സ് ഉണ്ടെന്നു പറയാമായിരുന്നു. പക്ഷേ, അങ്ങനെയില്ല എന്നു മാത്രമല്ല, മറ്റേതൊരു സമുദായത്തിലെയും അംഗങ്ങളെപ്പോലെ മുസ്ലിങ്ങളും മതവിശ്വാസകാര്യത്തിലും ആചാരാനുഷ്ഠാനങ്ങളിലും രാഷ്ട്രീയ നിലപാടുകളിലും ഉൾപ്പെടെ സമസ്ത വിഷയങ്ങളിലും വിഭിന്ന കാഴ്ചപ്പാടുകൾ പുലർത്തുന്നവരായാണ് നിലകൊള്ളുന്നത്.

മതവിശ്വാസത്തിന്റെ കാര്യമെടുക്കുക. ഇസ്ലാമിന്റെ പ്രാരംഭദശയിൽത്തന്നെ മുസ്ലിങ്ങൾ വിശ്വാസപരമായി രണ്ടുചേരികളിലായിരുന്നു. സുന്നി ഇസ്ലാമിനെ പ്രതിനിധീകരിക്കുന്ന ഒരു ചേരിയും ശിയാ ഇസ്ലാമിനെ പ്രതിനിധീകരിക്കുന്ന മറ്റൊരു ചേരിയും എ.ഡി. ഏഴാം നൂറ്റാണ്ടിൽ നിലവിൽവന്നു. ബാങ്കുവിളിയുടെ കാര്യത്തിൽപ്പോലും സുന്നി മുസ്ലിങ്ങളും ശിയാ മുസ്ലിങ്ങളും തമ്മിൽ സാജാത്യമില്ല. കാലപ്രവാഹത്തിൽ സുന്നി ഇസ്ലാമിലും ശിയാ ഇസ്ലാമിലും അനേകം ഉപചേരികളുണ്ടായി എന്നതും ചരിത്രസത്യം. വിശ്വാസപരമായ വൈജാത്യമാണ് ഈ ചേരിതിരിവുകൾക്കാധാരം.

അന്താരാഷ്ട്രതലത്തിൽ സുന്നി ഇസ്ലാമിന്റെ ശക്തികേന്ദ്രം സൗദി അറേബ്യയും ശിയാ ഇസ്ലാമിന്റെ ശക്തികേന്ദ്രം ഇറാനുമാണ്. ഈ രണ്ടു

രാഷ്ട്രങ്ങളിലെയും ഭരണവർഗം ഇസ്‌ലാമിനെ വീക്ഷിക്കുന്നത് രണ്ടുതരത്തിലാണ്. സൗദി ഇസ്‌ലാമിനെ ഇറാനി ഇസ്‌ലാമോ ഇറാനി ഇസ്‌ലാമിനെ സൗദി ഇസ്‌ലാമോ അംഗീകരിക്കുന്നില്ല. 1979-ൽ ഇറാനിൽ ആയത്തുല്ല ഖൊമേനിയുടെ നേതൃത്വത്തിൽ നടന്ന 'ഇസ്‌ലാമികമാണെന്ന അഭിപ്രായം സൗദി ഭരണകൂടത്തിന് ഒരു കാലത്തും ഉണ്ടായിരുന്നില്ല.

ഇപ്പോൾ അരങ്ങേറിയ 'അറബ് വസന്ത'ത്തിലും സുന്നി-ശിയ ചേരിപ്പോര് കാണാം. ബഹ്റൈനിൽ ജനസംഖ്യയിൽ ഭൂരിപക്ഷം ശിയാ മുസ്‌ലിങ്ങളാണ്. ഭരണാധികാരികളാവട്ടെ സുന്നിമുസ്‌ലിങ്ങളും. ശിയ മുസ്‌ലിങ്ങൾ ജനാധിപത്യത്തിനുവേണ്ടി പോരാടുമ്പോൾ സുന്നികളായ ഭരണാധികാരികൾ സുന്നി സൗദിയുടെ നിർലോഭമായ സഹായത്തോടെ ജനാധിപത്യവാദികളായ ശിയാക്കളെ അടിച്ചമർത്തുകയാണ് ബഹ്റൈനിൽ ചെയ്തത്.

സുന്നി-ശിയാ പോരിന്റെ മറ്റൊരു മുഖവും അറബ് വസന്തത്തിൽ കാണാം. ലോകമുസ്‌ലിങ്ങളുടെ നേതൃത്വത്തിനുവേണ്ടി കടിപിടികൂടുന്ന രണ്ടുരാജ്യങ്ങളാണ് സൗദി അറേബ്യയും ഇറാനും. സുന്നി ഏകാധിപതികൾ വാഴുന്ന ആഫ്രോ-ഏഷ്യൻ മുസ്‌ലിം രാഷ്ട്രങ്ങളിലെ ജനാധിപത്യ ഉണർവുകൾ തങ്ങളുടെ മേൽക്കോയ്മയുടെ നാശത്തിൽ കലാശിക്കുമോ എന്നാണ് സൗദിയുടെ ആശങ്ക. അറബ് വസന്തത്തിലൂടെ തങ്ങളുടെ സ്വാധീനമേഖല വിപുലപ്പെടുത്താനാകുമോ എന്ന് ഇറാനും നോക്കുന്നു. സൗദി ഇസ്‌ലാമിന്റെ മനസ്സ് വേറെ, ഇറാനി ഇസ്‌ലാമിന്റെ മനസ്സ് വേറെ എന്നർത്ഥം.

അന്താരാഷ്ട്രതലത്തിൽ ഇന്ത്യൻ ഉപഭൂഖണ്ഡത്തിലേക്ക് ഇറങ്ങിനോക്കുമ്പോഴും സ്ഥിതി ഒട്ടും വ്യത്യസ്തമല്ല. വിഭജനവേളയിൽ ഇന്ത്യയിൽനിന്ന് പാകിസ്താനിലേക്ക് കുടിയേറിയ മുഹാജിർ മുസ്‌ലിങ്ങളെ തദ്ദേശീയ മുസ്‌ലിങ്ങൾ അന്നെന്നപോലെ ഇന്നും ശത്രുതയോടെയാണ് നോക്കിക്കാണുന്നത്. സുന്നി-ശിയാ കലാപങ്ങളുടെ കാര്യത്തിലും പാകിസ്താൻ മുമ്പിൽതന്നെ. ബലൂചിസ്താന്റെ തലസ്ഥാനമായ ക്വെറ്റയിൽ ഇക്കഴിഞ്ഞ ജൂലായ് 30ന് സുന്നി മുസ്‌ലിങ്ങൾ പതിനഞ്ചിലേറെ ശിയാ മുസ്‌ലിങ്ങളെ കൊന്നുതള്ളി. പാകിസ്താനെ സമ്പൂർണ സുന്നി രാഷ്ട്രമാക്കാനാഗ്രഹിക്കുന്ന ലഷ്കറെ ജാംഗ്‌വി എന്ന സംഘടനയാണ് ശിയാവിരുദ്ധ കലാപത്തിനു പിന്നിൽ.

ഇന്ത്യയിലും സുന്നി-ശിയാ വിഭാഗീയതയും സംഘർഷവും ദീർഘകാലമായി നിലനില്ക്കുന്നുണ്ട്. അതിനുപുറമെ വംശീയവും ജാതീയവും വർഗപരവും വിശ്വാസപരവും രാഷ്ട്രീയപരവുമായ വൈരുദ്ധ്യങ്ങളും ഇന്ത്യൻ മുസ്‌ലിങ്ങൾക്കിടയിൽ മുഴച്ചുനില്ക്കുന്നു. ഉത്തരേന്ത്യയിൽ വംശീയവും ജാതീയവുമായി മേൽത്തട്ടിൽ നിൽക്കുന്ന മുസ്‌ലിങ്ങൾ 'അശ്റഫുകൾ' എന്നും കീഴ്ത്തട്ടിൽ നിൽക്കുന്നവർ 'അജ്‌ലഫുകൾ'

എന്നുമാണ് അറിയപ്പെടുന്നത്. അശ്റഫ് മുസ്ലിങ്ങൾ അജ്ലഫ് മസ്ലിങ്ങളുമായി വിവാഹബന്ധത്തിലേർപ്പെടുന്ന പതിവുപോലും ഉത്തരേന്ത്യയിലില്ല.

രാഷ്ട്രീയമായും ഇന്ത്യയിലെ മുസ്ലിങ്ങൾ ഏകമനസ്സുള്ളവരല്ല. സ്വാതന്ത്ര്യസമരകാലത്തെന്നപോലെ പിന്നീടും മുസ്ലിംലീഗ് പോലുള്ള പാർട്ടികളിലും മതനിരപേക്ഷ ദേശീയത ഉയർത്തിപ്പിടിച്ച കോൺഗ്രസ്സിലും വർഗരാഷ്ട്രീയത്തിലൂന്നിയ കമ്യൂണിസ്റ്റ് പാർട്ടികളിലും പ്രവർത്തിച്ച (പ്രവർത്തിക്കുന്ന) മുസ്ലിങ്ങൾ രാജ്യത്തുണ്ട്. മുസ്ലിങ്ങളിൽ ചിലർ മതമൗലിക ധാരയോട് ചേർന്നുനില്ക്കുമ്പോൾ മറ്റൊരു വിഭാഗം ലിബറൽ ഇസ്ലാമിനോടും മതനിരപേക്ഷതയോടും ചേർന്നുനിൽക്കുന്നു.

കേരളത്തിലേക്ക് വരുമ്പോഴും മുകളിൽ പരാമർശിച്ച വ്യത്യസ്ത വൈരുദ്ധ്യങ്ങളുടെ നടുവിൽ കഴിയുന്ന മുസ്ലിം സമുദായത്തെയാണ് കാണാൻ കഴിയുന്നത്. രാഷ്ട്രീയ ചിന്താഗതികളിലെന്നപോലെ മതചിന്താഗതികളിലും അവർ വേറെ വേറെ വിഭാഗങ്ങളായി പിരിഞ്ഞുനിൽക്കുന്നു. മുജാഹിദിന്റെ മനസ്സല്ല ജമാഅത്തെ ഇസ്ലാമിക്കാരന്റേത്. ഇ.കെ. സുന്നിയുടെ മനസ്സല്ല എ.പി. സുന്നിയുടേത്.

പ്രവാചകന്റെ തലമുടിയുടെ പേരിൽ കേരളത്തിലെ മുസ്ലിം സംഘടനകൾ പോർവിളി നടത്തിയത് സമീപകാലത്താണ്. മുസ്ലിങ്ങളുടെ ചോരചിന്താൻ മോഡി വേണ്ട, മുടി മതി എന്നു തെളിയിക്കുന്നതായിരുന്നു പ്രവാചകകേശത്തിന്റെ പേരിൽ ഇവിടെ അരങ്ങുതകർത്ത വാഗ്യുദ്ധം.

മറ്റെല്ലായിടത്തുമെന്നപോലെ നമ്മുടെ നാട്ടിലും വർഗപരമായ വൈജാത്യവും താത്പര്യസംഘട്ടനങ്ങളും മുസ്ലിങ്ങൾക്കിടയിലുണ്ട്. തീരദേശങ്ങളിൽ അന്നന്നത്തെ ഉപജീവനത്തിന് കടലമ്മയുടെ കനിവുകാത്ത് കഴിയുന്ന മത്സ്യബന്ധനക്കാരായ മുസ്ലിങ്ങളുടെ മനസ്സും താത്പര്യങ്ങളുമല്ല, നാട്ടിലും മറുനാട്ടിലും വ്യവസായശൃംഖലകൾ സ്ഥാപിച്ച് സഹസ്രകോടീശ്വരന്മാരായിത്തീർന്ന മുസ്ലിങ്ങളുടെ മനസ്സും താത്പര്യങ്ങളും. രണ്ടും തമ്മിൽ കൂടിച്ചേരാവുന്ന ഒരു ബിന്ദുപോലുമില്ല. മുസ്ലിം സമുദായാംഗങ്ങൾ തമ്മിലുള്ള താത്പര്യസംഘർഷങ്ങൾ ഇത്ര പച്ചയായി നമ്മുടെ കൺമുമ്പിൽ നിൽക്കുമ്പോഴാണ് ചിലർ 'മുസ്ലിം മനസ്സി'നെക്കുറിച്ച് വാചാലരാകുന്നത്. ഈ ആകാശകുസുമം ഉയർത്തിക്കാട്ടി മതവികാരാടിസ്ഥാനത്തിൽ മുസ്ലിങ്ങളെ ഏകോപിപ്പിച്ച് വർഗീയനേട്ടങ്ങൾ കൊയ്യാമെന്ന് അത്തരക്കാർ കരുതുന്നു. അതു വിലപ്പോവില്ലെന്ന് കാണിച്ചുകൊടുക്കേണ്ട ബാധ്യത യാഥാർഥ്യബോധം നഷ്ടപ്പെട്ടിട്ടില്ലാത്ത മുസ്ലിങ്ങൾക്കുണ്ട്.

(ആഗസ്റ്റ്, 2011)

ഭൂരിപക്ഷ തീവ്രവാദികൾ പ്രവർത്തിക്കുന്ന വിധം

2008ൽ മാലെഗാവിൽ നടന്ന സ്ഫോടനവുമായി ബന്ധപ്പെട്ട് പ്രജ്ഞ സിംഗ് താക്കൂറും കേണൽ ശ്രീകാന്ത് പുരോഹിതും പിടിയിലായപ്പോഴാണ് 'ജിഹാദിസ്റ്റുകൾ' ന്യൂനപക്ഷ സമുദായത്തിൽ മാത്രമല്ല ഭൂരിപക്ഷ സമുദായത്തിലുമുണ്ടെന്നു വ്യക്തമായത്. ഏറ്റവും ഒടുവിൽ വന്ന റിപ്പോർട്ടുകൾ സൂചിപ്പിക്കുന്നത് ഭൂരിപക്ഷ ജിഹാദിസ്റ്റുകൾ മാലെഗാവിൽ മാത്രമല്ല സ്ഫോടനം നടത്തിയത് എന്നാണ്. രാജസ്ഥാനിലെ ഭീകരവിരുദ്ധ സ്ക്വാഡാണ് ഈ സൂചന നൽകുന്നത്. 2007 ഒക്ടോബറിൽ അജ്മീർ ദർഗയിലും അതിനുശേഷം ഹൈദരബാദിലെ മക്കാ മസ്ജിദിലും സ്ഫോടനമുണ്ടായി. അവയും മാലെഗാവ് സ്ഫോടനവും തമ്മിൽ ബന്ധമുണ്ടെന്നും മൂന്നിന്റെയും പിന്നിൽ പ്രവർത്തിച്ചത് ഒരേ ശക്തികളാണെന്നുമത്രേ ഭീകരവിരുദ്ധ സ്ക്വാഡ് അഭിപ്രായപ്പെടുന്നത്.

അജ്മിർ ദർഗാ സ്ഫോടനവുമായി ബന്ധപ്പെട്ട് പിടിയിലായ ദേവേന്ദ്ര ഗുപ്തയുടെയും ചന്ദ്രശേഖറിന്റെയും മൊഴികൾ 'അഭിനവ് ഭാരത്' എന്ന സംഘടനയിലേക്കാണ് വിരൽ ചൂണ്ടുന്നത്. ആ സംഘടനയുടെ പ്രവർത്തകരാണു രണ്ടുപേരും. കേണൽ പുരോഹിതും പ്രജ്ഞാസിംഗും ഈ സംഘടനയുമായി ബന്ധമുള്ളവർതന്നെ. മാലെഗാവ് സ്ഫോടന കേസ്സിൽ അവരെ നുണപരിശോധനക്ക് വിധേയരാക്കിയപ്പോൾ ദേവേന്ദ്രന്റെയും ചന്ദ്രശേഖറിന്റെയും പേരുകൾ പൊങ്ങിവന്നിരുന്നു. ഒരുവിധത്തിലല്ലെങ്കിൽ മറ്റൊരു വിധത്തിൽ രാഷ്ട്രീയ സ്വയംസേവക സംഘവുമായി ഇവർക്കെല്ലാം ബന്ധവുമുണ്ട്. ദേവേന്ദ്ര ഗുപ്ത കുട്ടിക്കാലം തൊട്ടേ ആർ.എസ്.എസ് വൃത്തങ്ങളുമായി അടുത്തബന്ധമുള്ളയാളാണ്.

അഭിനവ് ഭാരതിന്റെ പ്രവർത്തകർ ന്യൂനപക്ഷതീവ്രവാദികളുടെ അതേ പ്രവർത്തനശൈലിയാണ് അവലംബിക്കുന്നത്. തിരഞ്ഞെടുത്ത കേന്ദ്രങ്ങളിൽ സ്ഫോടനങ്ങൾ നടത്തി അവർ ജനങ്ങളിൽ ഭീതിയും അരക്ഷിതത്വബോധവും സൃഷ്ടിക്കുന്നു. വിദ്വേഷത്തിന്റെ രാഷ്ട്രീയം മുന്നോട്ടുകൊണ്ടുപോകാൻ അതുപകരിക്കുമെന്നു അവർ വിലയിരുത്തുകയും ചെയ്യുന്നു. പള്ളികളിലും ദർഗകളിലും മറ്റും ബോംബു

സ്ഫോടനങ്ങളുണ്ടാകുമ്പോൾ പ്രകോപിതരാകുകയും അവർ ലഹള യ്ക്കിറങ്ങുകയും ചെയ്യുമെന്നും അതുവഴി ഗുജറാത്ത് മോഡൽ ഉന്മൂലന ത്തിന്റെ അന്തരീക്ഷം സൃഷ്ടിക്കാൻ സാധിക്കുമെന്നും അവർ കണക്കു കൂട്ടുന്നു. ഒരു സ്ഫോടനത്തിന്റെ ചെലവിൽ ഒരു കൂട്ടക്കശാപ്പിനുള്ള അവസരം എന്നതാണ് അവരെ നയിക്കുന്ന വികാരം.

പക്ഷേ ഗുജറാത്ത് മോഡൽ കൂട്ടക്കശാപ്പ് അത്ര ആരോഗ്യകരമ ല്ലെന്ന് ഇപ്പോൾ ഭൂരിപക്ഷ വർഗീയവാദികൾക്കു തോന്നിത്തുടങ്ങിയി ട്ടുണ്ട്. നരഹത്യ നടക്കുമ്പോഴും അതിനുശേഷവും ഗുജറാത്തിൽ ഭരണം ബി.ജെ.പിയുടെ കൈയിലായിട്ടും ബെസ്റ്റ് ബേക്കറി കേസ്സും ഗുൽബർഗ കേസ്സും ഉൾപ്പെടെയുള്ള പല കൂട്ടക്കൊലകളുടെയും പേരിൽ സംഘ പരിവാറിൽപ്പെട്ടവർ പിടികൂടപ്പെടുകയും നിയമത്തിന്റെ മുമ്പിൽ ഹാജ രാക്കപ്പെടുകയും ചെയ്യുന്ന സ്ഥിതിവിശേഷമുണ്ട്. മുഖ്യമന്ത്രി നരേന്ദ്ര മോഡി പോലും നിയമഹസ്തങ്ങൾക്കതീതനല്ലെന്ന വ്യക്തമായ സൂച നകളും വന്നുകഴിഞ്ഞു.

ഈ പുതിയ പശ്ചാത്തലമാവാം കാരണം, വർഗീയ കലാപത്തിന്റെ രൂപഭാവത്തിൽ അടുത്തകാലത്ത് സംഘപരിവാർ മാറ്റം വരുത്തിയിട്ടുണ്ട്. ഇക്കണോമിക് ആന്റ് പൊളിറ്റിക്കൽ വീക്ക്‌ലി ഇയ്യിടെ മുഖപ്രസംഗത്തിൽ നിരീക്ഷിച്ചതുപോലെ, പരിമിത കലാപം എന്നതാണ് ഭൂരിപക്ഷവർഗീയ വാദികളുടെ പുതിയ തന്ത്രം. കഴിഞ്ഞ മാർച്ചിൽ ബറേലിയിലും ഹൈദര ബാദിലും നടന്ന ലഹളകൾ അതിന്റെ തെളിവാണ്. ബറേലിയിൽ ജീവ ഹാനിയുണ്ടായില്ല. ഹൈദരബാദിൽ മൂന്നുപേർ മരിച്ചു. കലാപം ഒരു ചെറിയ പ്രദേശത്ത് ഒതുക്കുകയും നിയന്ത്രിത തോതിൽ ഹിംസ പ്രയോ ഗിക്കുകയും ചെയ്യുക എന്ന രീതിയാണ് രണ്ടിടത്തും കണ്ടത്.

കലാപവേളയിൽ ഇരു നഗരങ്ങളും ലഹളക്കാരുടെ പൂർണനിയന്ത്ര ണത്തിലായിരുന്നു. പക്ഷേ മുൻകാലങ്ങളിലെന്നപോലെ അവർ സംഹാ രതാണ്ഡവത്തിനു മുതിർന്നില്ല. വലിയ തോതിൽ രക്തപ്പുഴ സൃഷ്ടിക്കു വാൻ മിനക്കെട്ടതുമില്ല. കല്ലേറിലും വാഹനങ്ങൾക്കും കടകൾക്കും നേരെ യുണ്ടായ ആക്രമണങ്ങളിലുമൊതുങ്ങി കലാപകാരികളുടെ ക്രിയകൾ. ഹൈദരബാദിൽ അഞ്ചിടങ്ങളിൽ ഒരേസമയം കല്ലേറ് തുടങ്ങുകയും ഒരേ സമയം അവസാനിക്കുകയും ചെയ്തു. അത്ര കൃത്യമായി ആസൂത്രണം ചെയ്താണ് ലഹളക്കാർ കല്ലേറിൽപോലും ഏർപ്പെട്ടത്. ബറേലിയിലും സ്ഥിതി വ്യത്യസ്തമായിരുന്നില്ല. നബിദിനഘോഷയാത്രയുടെ പേരിലാണ് അവിടെ ലഹള അരങ്ങേറിയത്. പക്ഷേ നേരത്തെ തീരുമാനിച്ചുറച്ച പരി ധികൾക്കപ്പുറത്തേക്ക് കലാപം പടരാതിരിക്കാൻ ബന്ധപ്പെട്ടവർ പ്രത്യേകം ശ്രദ്ധിച്ചു.

ഈ നിയന്ത്രിത കലാപത്തിനു ചില മെച്ചങ്ങളുണ്ട്. അവയിൽ ഏറ്റവും പ്രധാനം കലാപം നടത്തുന്നവർക്കെതിരിൽ ഗുരുതരമായ കേസ്സു

കളൊന്നും ചാർജ് ചെയ്യപ്പെടില്ല എന്നതാണ്. അതേസമയം ഭീതിയുടെ അന്തരീക്ഷം സൃഷ്ടിക്കാനും സമുദായിക വേർതിരിവും അകൽച്ചയും വർദ്ധിപ്പിക്കുക എന്ന വർഗീയലക്ഷ്യം നേടാനും അത് കലാപകാരികളെ സഹായിക്കുകയും ചെയ്യുന്നു. വെറുപ്പിന്റെ രാഷ്ട്രീയം വളർത്തുക എന്ന ദൗത്യം നിറവേറുന്നതോടൊപ്പം വൻകലാപങ്ങളുടെ ഫലമായുണ്ടാകുന്ന നിയമ താഡനങ്ങൾ ഒഴിവായികിട്ടുന്നു എന്നതാണ് പരിമിതകലാപം എന്ന തിയറിയിലേക്ക് ഹിന്ദുത്വശക്തികളെ നയിക്കുന്നത്.

ബറേലിയിലും ഹൈദരബാദിലുമുണ്ടായ ലഹളകളുടെ ആസന്ന ഹേതു വിശകലനമർഹിക്കുന്നു. രണ്ടിടങ്ങളിലും പൊതുസ്ഥലത്തിന്റെ ഉപയോഗവുമായി ബന്ധപ്പെട്ടാണ് ഉരസലുകൾ നടന്നത്. ഹൈദരബാദിൽ മതചിഹ്നമുള്ള കൊടികൾ ന്യൂനപക്ഷസമുദായക്കാർ തെരുവുകളിലും പൊതുസ്ഥലങ്ങളിലും തൂക്കിയതായിരുന്നു കലാപഹേതു. ബറേലിയിലാകട്ടെ നബിദിന ഘോഷയാത്ര കടന്നുപോകുന്ന റോഡുകളെച്ചൊല്ലിയുള്ള തർക്കമാണ് ലഹളയിൽ കലാശിച്ചത്. ഇത് പുതിയ അനുഭവമല്ല. മതചിഹ്നങ്ങളുടെ പ്രദർശനത്തിനും മതഘോഷയാത്രകൾക്കും പൊതുസ്ഥലം ഉപയോഗിക്കുന്നതിനെച്ചൊല്ലിയുള്ള വാഗ്വാദങ്ങൾ മുൻകാലങ്ങളിലും വർഗീയകലാപങ്ങൾക്കു വഴിമരുന്നിട്ടുണ്ട്. പൊതുസ്ഥലങ്ങളുടെ ഉപയോഗത്തിനു ചില ചിട്ടകളും നിയന്ത്രണങ്ങളും ഭരണകൂടങ്ങൾ നടപ്പാക്കുകയും അവ കർശനമായി പാലിക്കപ്പെടുന്നു എന്നുറപ്പിക്കുകയും ചെയ്യേണ്ട കാലം വൈകി.

(മെയ്, 2010)

ഭീകരതയുടെ
വംശീയ പരിമിതികൾ

ആഗോള ഇസ്‌ലാമിക വിപ്ലവം കിനാവുകാണുന്നവരാണ് അൽഖായ്ദ ഉൾപ്പെടെയുള്ള ഭീകരവാദശൃംഖലകളിൽ പ്രവർത്തിക്കുന്നവർ. ഇസ്‌ലാമിന്റെ വിശ്വാധിപത്യം സാധ്യമാണെന്നു നേതാക്കൾ പഠിപ്പിക്കുന്നു. അനുയായികളാവട്ടെ അത് അന്ധമായി വിശ്വസിക്കുകയും ചെയ്യുന്നു. 'ഇസ്‌ലാമിന്റെ ശത്രുക്ക'ളോടുള്ള പോരാട്ടം ദൈവമാർഗത്തിലുള്ള പോരാട്ടമാണെന്നും അതിനാൽത്തന്നെ അത് 'വിശുദ്ധ'മാണെന്നും തലപ്പത്തിരിക്കുന്നവർ പറയുന്നു. താഴെയുള്ളവർ അത് അക്ഷരംപ്രതി അംഗീകരിക്കുകയും ജിഹാദ് എന്ന വിശുദ്ധയുദ്ധത്തിൽ സർവവും ത്യജിച്ച് പങ്കെടുക്കുകയും ചെയ്യുന്നു. വിശുദ്ധയുദ്ധത്തിലേർപ്പെട്ടിരിക്കെ മരണമടയുന്നവരെ കാത്തിരിക്കുന്നത് സ്വർഗമാണെന്ന ഉറച്ച വിശ്വാസവും 'വിശുദ്ധപോരാളികൾ'ക്കുണ്ട്.

ഈജിപ്തിലെ മുസ്‌ലിം ബ്രദർഹുഡ്ഡിന്റെ സൈദ്ധാന്തികനായിരുന്ന സയ്യിദ് ഖുതുബി (1906-1966) ന്റെ ചിന്തകളാണ് അൽഖായ്ദയുടെ നേതൃത്വത്തിലിരുന്ന പ്രമുഖരെ വലിയ അളവിൽ പ്രചോദിപ്പിച്ചിട്ടുള്ളത്. ഖുതുബിന്റെ 'വഴിയടയാളങ്ങൾ' 'ഖുർആന്റെ തണലിൽ' എന്നീ കൃതികൾ ആഗോള ഇസ്‌ലാമിക വിപ്ലവത്തിന്റെ ആവശ്യകതയിൽ അടിവര ചാർത്തുന്നതാണ്. ഇസ്‌ലാമേതരമായ സകല ശക്തികളെയും കീഴ്പ്പെടുത്തി 'അല്ലാഹുവിന്റെ ഭരണം' ഭൂമിയിൽ ഉറപ്പിക്കാൻ ഇസ്‌ലാം മതാനുയായികൾ ബാധ്യസ്ഥരാണെന്നു ഖുതുബ് ഉദ്ബോധിപ്പിക്കുന്നു.

കഴിഞ്ഞ മെയ് രണ്ടിന് പാകിസ്താനിലെ അബോട്ടബാദിൽ അമേരിക്കൻ സേനയാൽ ഉസാമ ബിൻ ലാദൻ കൊല്ലപ്പെട്ടതിനെത്തുടർന്നു ജൂൺ 16 ന് അൽ ഖായ്ദയുടെ അധ്യക്ഷപദവിയിലെത്തിയ ഡോ. അബു മുഹമ്മദ് അയ്മനുൽ സവാഹിരി ഈജിപ്തുകാരനാണ്. സയ്യിദ് ഖുതുബിന്റെ അഖില ലോക ഇസ്‌ലാമികാധിപത്യം എന്ന ആശയത്തിലേക്ക് അൽഖായ്ദയെയും അതിന്റെ മുഖ്യസാരഥിയായിരുന്ന ബിൻ ലാദനെയും ആനയിച്ചത് സവാഹിരിയത്രേ. കമ്മ്യൂണിസവും പാശ്ചാത്യമതേതര ജനാധിപത്യവും മറ്റെല്ലാ രാഷ്ട്രീയവ്യവസ്ഥകളും തകർത്ത് അഖില ഇസ്‌ലാമിക ഖിലാഫത്തിനു കീഴിൽ ലോകത്തെ കൊണ്ടുവരാനുള്ള

വിപ്ലവം നടത്താൻ മുസ്ലീങ്ങൾ പ്രാപ്തരാണെന്ന വിശ്വാസം അണികളിൽ കുത്തിവെക്കുന്നതിൽ മുൻനിന്ന നേതാവും ഈ ഈജിപ്തുകാരൻ തന്നെ.

പക്ഷേ അയ്മനുൽ സവാഹിരി ഉസാമാനന്തര അൽഖായ്ദയുടെ തലവനാകുമ്പോൾ അയാളെ തുറിച്ചുനോക്കുന്ന യാഥാർത്ഥ്യങ്ങൾ അയാളുടെ സങ്കല്പത്തിലുള്ള ഇസ്ലാമുമായി പൊരുത്തപ്പെടുന്നതല്ല. ഇസ്ലാം ഒന്നേയുള്ളുവെന്നും ലോകത്താകമാനമുള്ള മുസ്ലിങ്ങൾ ഒരു സമുദായമാണെന്നുമുള്ളതായിരുന്നു സവാഹിരിയുടെ തെറ്റായ ധാരണകളിൽ ഒന്നാമത്തേത്. വംശീയവും ദേശീയവുമായ അടിസ്ഥാനത്തിൽ മുസ്ലീങ്ങൾ ഭിന്നരും വിഭജിതരുമാണെന്ന വസ്തുത അയാൾ കണക്കിലെടുത്തില്ല. ഉസാമയുടെ വംശീയ - ദേശീയ പശ്ചാത്തലം സവാഹിരിയുടേതിൽ നിന്നു വേറിട്ടുനിൽക്കുന്നതാണ്. സൗദി-യെമനി പശ്ചാത്തലമാണ് ഉസാമയ്ക്കുള്ളത്. സവാഹിരിയുടെ വംശീയ-ദേശീയ പശ്ചാത്തലം ഈജിപ്ഷ്യനത്രേ. ബിൻലാദന്റെ മരണത്തെത്തുടർന്ന് അൽഖായ്ദയുടെ നേതൃസ്ഥാനത്തേക്ക് ഈജിപ്തുകാരനായ അയ്മനുൽ സവാഹിരി വരുമ്പോൾ സൗദി-യെമനി പശ്ചാത്തലമുള്ളവർക്ക് അത് രുചിക്കുന്നില്ല. രണ്ടുവർഷം മുൻപുതന്നെ ഈ വംശീയ ചേരിതിരിവുകൾ മറനീക്കി പുറത്തുവന്നിരുന്നു. 1991ൽ ജിഹാദിസത്തിൽ അണിചേർന്ന അബ്ദുല്ല മുഹമ്മദ് ഫസുൽ തന്റെ 2009 ലെ ഓൺലൈൻ ഓർമ്മക്കുറിപ്പുകളിൽ ഈജിപ്ഷ്യൻ ജിഹാദിസ്റ്റുകളെ 'ഒറിജിനൽ അൽ ഖായ്ദ'യുടെ ഭാഗമായി കാണാൻ കൂട്ടാക്കിയിരുന്നില്ല. സവാഹിരിയുടെ ഈജിപ്ഷ്യൻ ജിഹാദിസം ഉസാമയുടെ അറേബ്യൻ - യെമനി ജിഹാദിസവുമായി താരതമ്യപ്പെടുത്തുമ്പോൾ താഴെ പടിയിലുള്ളതാണെന്നായിരുന്നു ഫസുലിന്റെ വിലയിരുത്തൽ.

വംശീയവും ദേശീയവുമായ ചേരിബോധത്തിനു കീഴ്പ്പെടുന്ന മുഹമ്മദ് ഫസുലിനെപ്പോലുള്ളവർ ഉസാമ ബിൻ ലാദൻ ജീവിച്ചിരിക്കുമ്പോൾ തന്നെ അയ്മനുൽ സവാഹിരിയെ രണ്ടാമനായി കാണാൻ തയ്യാറായിരുന്നില്ല എന്നതാണ് നേര്. ലാദന് തൊട്ടുതാഴെ മുഹമ്മദ് ഇബ്രാഹിം മക്കാവിയെയാണ് അവർ പ്രതിഷ്ഠിച്ചിരുന്നത്. സവാഹിരി ഒരു മികച്ച നേതാവല്ലെന്നു അഭിപ്രായപ്പെടാനും അവർ മടിച്ചിരുന്നില്ല. സെപ്തംബർ 11 ഓപ്പറേഷൻ ബുദ്ധിപൂർവകമല്ലെന്നു മക്കാവി ചൂണ്ടിക്കാണിച്ചിരുന്നെന്നും എന്നാൽ സവാഹിരിയുടെ കടുംപിടുത്തം ആ ഓപ്പറേഷനിലേക്ക് നയിച്ചെന്നും മുഹമ്മദ് ഫസുലും കൂട്ടരും ചൂണ്ടിക്കാണിക്കുന്നുണ്ട്. ദൂരക്കാഴ്ചയില്ലാത്ത സവാഹിരിയുടെ മർക്കടമുഷ്ടി 2001 സെപ്തംബർ 11 ന് അമേരിക്കയിലെ ചാവേർ സ്ഫോടനത്തിലേക്ക് നയിച്ചപ്പോൾ അൽഖായ്ദയ്ക്ക് നഷ്ടപ്പെട്ടത് അഫ്ഗാനിസ്ഥാൻ എന്ന സുരക്ഷിതതാവളമാണെന്നു അവർ എടുത്തുകാട്ടുന്നു. ന്യൂയോർക്കിലെ ലോകവ്യാപാര

കേന്ദ്രം ആക്രമിക്കപ്പെട്ടിരുന്നില്ലെങ്കിൽ, മുല്ലാ മുഹമ്മദ് ഉമറിന്റെ നേതൃത്വത്തിൽ താലിബാൻ ഭരണം നടത്തിക്കൊണ്ടിരുന്ന അഫ്ഘാനിസ്ഥാനിൽ അമേരിക്ക ഇടപെടുകയില്ലായിരുന്നുവെന്നും ആ രാജ്യത്തെ അൽ ഖായ്ദയുടെ പ്രവർത്തന കേന്ദ്രമാക്കി നിലനിർത്താൻ സാധിക്കുമായിരുന്നുവെന്നും അവർ വിശദീകരിക്കുന്നു.

അൽ ഖായ്ദയിൽ മറനീക്കി പുറത്തുവരുന്ന ചേരിതിരിവുകൾ മാത്രമല്ല അയ്മനുൽ സവാഹിരിയുടെ സങ്കല്പങ്ങൾ തകർക്കുന്നത്. ചാവേർ സ്ഫോടനമുൾപ്പെടെയുള്ള ഇസ്ലാമിന്റെ സർവാധിപത്യം സാക്ഷാത്കരിക്കുക എന്ന തന്റെ തിയറി അറബ് ലോകം പൊതുവിൽ നിരാകരിക്കുന്ന കാഴ്ചയ്ക്കും 2010 ഡിസംബർ തൊട്ട് അയാൾക്കു സാക്ഷിയാവേണ്ടിവരുന്നുണ്ട്. തുണീഷ്യയിലും ഈജിപ്തിലും ലിബിയയിലും ബഹ്റൈനിലും സിറിയയിലുമൊക്കെ ഏകാധിപത്യവാഴ്ചയ്ക്കെതിരെ ജനങ്ങൾ തെരുവിലിറങ്ങുകയും ജനാധിപത്യപരമായ ഭരണസംവിധാനത്തിനുവേണ്ടി മുറവിളി കൂട്ടുകയും ചെയ്യുന്നു എന്നതുമാത്രമല്ല അൽഖായ്ദയുടെ പുതിയ മേധാവിയെ അലോസരപ്പെടുത്തുന്നത്. താൻ മുൻപ് അംഗമായിരുന്ന മുസ്ലിം ബ്രദർഹുഡ്ഡ് എന്ന ഈജിപ്ഷ്യൻ ഇസ്ലാമിസ്റ്റ് പ്രസ്ഥാനം പോലും ജിഹാദിന്റെ വഴിയുപേക്ഷിച്ച് ജനാധിപത്യപരമായ സമരമുറകളിലേക്ക് തിരിഞ്ഞിരിക്കുന്നു എന്നതും സവാഹിരിക്ക് തലവേദന സൃഷ്ടിക്കുന്നുണ്ട്. സയ്യിദ് ഖുതുബും അദ്ദേഹം ബൗദ്ധികനേതൃത്വം നൽകിയ മുസ്ലിം ബ്രദർഹുഡ്ഡും അറുപതുകളിൽ കാണിച്ചുതന്ന പാതയിലൂടെ നീങ്ങിയ താൻ അൽ ഖായ്ദയെ ഇനി ഏത് മാർഗത്തിലൂടെ തെളിക്കും?

സവാഹിരിയും തീവ്രവാദ - ഭീകരവാദ സംഘടനകളും അഭിമുഖീകരിക്കുന്ന മറ്റൊരു പ്രശ്നം പുരുഷ ഇസ്ലാമിനെതിരെ സൗദി അറേബ്യയിൽ പോലും ഉയർന്നുവരുന്ന ചലനങ്ങളാണ്. പുരുഷ പുരോഹിതന്മാരും വ്യാഖ്യാതാക്കളും നൂറ്റാണ്ടുകളായി ഇസ്ലാമിക പ്രമാണങ്ങൾക്കു നൽകിവരുന്ന പിതൃമേധാവിത്വപരവും സ്ത്രീവിരുദ്ധവുമായ വ്യാഖ്യാനങ്ങളാണ് യഥാർത്ഥ ഇസ്ലാം എന്ന ധാരണ മറ്റു പലയിടങ്ങളിലുമെന്ന പോലെ പുരുഷ ഇസ്ലാമിന്റെ കരുത്തുറ്റ കോട്ടയായ സൗദിയിലും ചോദ്യം ചെയ്യപ്പെടാൻ തുടങ്ങിയിരിക്കുന്നു. അതിന്റെ സുവ്യക്തമായ തെളിവത്രേ വാഹനമോടിക്കാൻ സ്ത്രീകൾക്കേർപ്പെടുത്തിയ വിലക്ക് മറികടന്നുകൊണ്ട് ദിവസങ്ങൾക്കുമുമ്പ് സൗദി അറേബ്യൻ തെരുവുകളിൽ ഏതാനും മുസ്ലീം സ്ത്രീകൾ കാറോടിച്ചത്. യുക്തിക്കോ നീതിക്കോ നിരക്കാത്ത ഈ ഡ്രൈവിംഗ് വിലക്കിനെതിരിൽ ഫെയ്സ് ബുക്ക്, ടിറ്റർ, യൂ ട്യൂബ് തുടങ്ങിയ സാമൂഹിക വെബ്സൈറ്റുകളിൽ നേരത്തേ പ്രതിഷേധം അലയടിക്കാൻ തുടങ്ങിയിരുന്നു. മതത്തിന്റെ മറവിൽ സ്ത്രീകളുടെ ന്യായമായ സ്വാതന്ത്ര്യവും അവകാശങ്ങളും നിഷേധിക്കുന്നതിനെതിരിൽ മൗനം പാലിക്കാൻ മതകാർക്കശ്യം നിലനിൽക്കുന്ന സൗദി

അറേബ്യയിൽപോലും ഇനിയുള്ളകാലം മുസ്ലിം സ്ത്രീകൾ തയ്യാറല്ല എന്നതിന്റെ വ്യക്തമായ സൂചനയാണ് ജൂൺ 17 ന് റിയാദ് നഗരം സാക്ഷ്യംവഹിച്ച വനിതാ ഡ്രൈവിംഗ്.

ഒരു ദശാബ്ദം മുൻപ് അഫ്ഗാനിസ്താനിൽ മുസ്ലിം രാഷ്ട്രങ്ങളിലും സമൂഹങ്ങളിലും അതാതിടങ്ങളിലെ പുരോഹിതവൃന്ദവും ഭരണകർത്താക്കളും സ്ത്രീകൾക്കുമേൽ അടിച്ചേല്പിച്ചുപോന്ന (പോരുന്ന) അസ്വതന്ത്രത ഇസ്ലാമിന്റെ ഭാഗമല്ലെന്നു മുസ്ലിം സ്ത്രീസമൂഹം പ്രഖ്യാപിക്കുമ്പോൾ പഴയ ഗോത്ര-പുരുഷമൂല്യങ്ങളിലൂന്നുന്ന ഇസ്ലാമുമായി ഏറെക്കാലം മുന്നോട്ടുപോവാൻ അയ്മനുൽ സവാഹിരിക്കോ അൽഖായ്ദയ്ക്കോ സാധിക്കില്ല. ഭീകരതയുടെ ഉസമാനാന്തര കാലഘട്ടം ഒരുവശത്ത് വംശീയചേരിതിരിവുകളുടെ രൂക്ഷമായ വെല്ലുവിളി നേരിടുന്നു. മറുവശത്താകട്ടെ ആഫ്രോ-ഏഷ്യൻ അറബ് രാഷ്ട്രങ്ങളിലെ ജനാധിപത്യോന്മുഖ ഉണർവുകളും ലിംഗസമത്വാധിഷ്ഠിത സമൂഹത്തിനുവേണ്ടിയുള്ള കുതിപ്പുകളും ഭീകരവാദത്തിന്റെ പ്രത്യയശാസ്ത്രപരമായ സാധുതയെ ചോദ്യംചെയ്യുന്നു. അൽഖായ്ദയുടെ പുതിയ മേധാവി മാറുന്ന സാമൂഹിക-രാഷ്ട്രീയസാഹചര്യങ്ങളോട് എങ്ങനെ പ്രതികരിക്കുമെന്നത് കാത്തിരുന്നു കാണേണ്ടതാണ്.

(ജൂൺ 2011)

ഖുർആനും
തോക്കും തമ്മിലെന്ത്?

സമീപകാലത്ത് ആഗോളതലത്തിൽ ഏറെ പ്രചാരം നേടിയ ഒരു പദ പ്രയോഗമത്രെ 'ഇസ്ലാമോഫോബിയ'. ന്യൂയോർക്കിലെ ലോക വ്യാപാര കേന്ദ്രത്തിൽ നടന്ന ചാവേർ ആക്രമണത്തിന്റെ പശ്ചാത്തലത്തിലാണ് ഇസ്ലാമുമായി ബന്ധപ്പെട്ടതെല്ലാം വെറുക്കേണ്ടതും ഭയക്കേണ്ടതുമായ എന്തോ ആണെന്ന് ദ്യോതിപ്പിക്കുന്ന ഈ പ്രയോഗം വ്യാപകമായി ഉപ യോഗിക്കപ്പെട്ടു തുടങ്ങിയത്. ഉസാമ ബിൻ ലാദന്റെ അൽഖയ്ദായിസം പുതിയ നൂറ്റാണ്ടിൽ കരുത്താർജിച്ചതോടെ അമേരിക്കയിലും യൂറോപ്പിലും മാത്രമല്ല, ലോകത്തിന്റെ മറ്റു പല ഭാഗങ്ങളിലും ഇസ്ലാമും മുസ്ലിങ്ങളും സംശയത്തോടെ വീക്ഷിക്കപ്പെടുന്ന അവസ്ഥാവിശേഷമുണ്ടായി. ലാദന്റെ ഭീകരവാദ ശൃംഖലയ്ക്ക് പുറമെ പല ആഫ്രോ ഏഷ്യൻ രാഷ്ട്രങ്ങളിലു മെന്നപോലെ ചില യൂറോപ്യൻ നാടുകകളിലും മുസ്ലിം ഭീകരവാദ കൂട്ടാ യ്മകൾ സക്രിയമാണെന്ന വസ്തുത ഇസ്ലാമോ ഫോബിയയുടെ ആഴം വർദ്ധിപ്പിക്കുകയും ചെയ്തു.

ദുഃഖകരമായ ഈ സ്ഥിതിവിശേഷത്തോട് പല ഇസ്ലാമിക പണ്ഡി തരും മുസ്ലിം മതസംഘടനകളും പ്രതികരിച്ചത് ഇസ്ലാം സമാധാന ത്തിന്റെ മതമാണ് എന്ന് ചൂണ്ടിക്കാണിച്ചുകൊണ്ടായിരുന്നു. ഹിംസയ്ക്കും ബലപ്രയോഗത്തിനും അസഹിഷ്ണുതയ്ക്കും ഇസ്ലാമിൽ സ്ഥാന മില്ലെന്നും നിരപരാധികളെ കൊന്നൊടുക്കുന്ന സ്ഫോടനങ്ങൾ ഇസ്ലാമിന്റെ അദ്ധ്യാപനങ്ങൾക്ക് കടകവിരുദ്ധമാണെന്നും അവർ എടു ത്തുകാട്ടി. തങ്ങളുടെ വാദങ്ങൾക്ക് ഉപോദ്ബലകമായി ഖുർആൻ സൂക്ത ങ്ങളും പ്രവാചകവചനങ്ങളും അവർ ഉദ്ധരിക്കുകയും ചെയ്തു. ഇന്ത്യ യിൽത്തന്നെ പ്രശസ്ത മുസ്ലിം മതപണ്ഡിത സംഘടനയായ ജം ഇയ്യ ത്തുൽ ഉലമാഹിങ് ഭീകരപ്രവർത്തനങ്ങൾക്കെതിരെ ഉറച്ച നിലപാടുമായി രംഗത്തുവന്നു.

2008 ഫെബ്രുവരി 25ന് ഉത്തർപ്രദേശിലെ ദേവ്ബന്ദ് ദാറുൽ ഉലൂമിൽ ഭീകരവാദവിരുദ്ധ സമ്മേളനത്തിന് നേതൃത്വം നൽകിയത് ജംഇയ്യത്തുൽ ഉലമയായിരുന്നു. വിവിധ മുസ്ലിം സംഘടനകളുടെ പ്രതിനിധികൾ

പങ്കെടുത്ത ഈ സമ്മേളനം ഭീകരവാദത്തെ തുറന്നെതിർക്കുന്ന പ്രമേയം പാസ്സാക്കുകയുണ്ടായി. "എല്ലാവിധ മർദ്ദനത്തെയും ഹിംസയെയും ഭീകര വാദത്തെയും ഇസ്‌ലാം ശക്തമായി അപലപിക്കുന്നു" എന്നതായിരുന്നു പ്രമേയത്തിലെ കേന്ദ്രവാചകം. ന്യൂയോർക്കിലും ലണ്ടനിലും മാഡ്രിഡിലും ബെസ്‌ലാനിലും കറാച്ചിയിലും കാബൂളിലും ജക്കാർത്തയിലുമെന്നപോലെ ഡൽഹിയും മുംബൈയും ഉൾപ്പെടെ ചില ഇന്ത്യൻ നഗരങ്ങളിലും തീവ്രവാദികൾ ആക്രമണം നടത്തിയ പശ്ചാത്തലത്തിൽ ഭീകര വാദത്തിനെതിരെ നിരന്തര പ്രചാരണം ആവശ്യമാണെന്നു പ്രമേയം നിർദ്ദേശിക്കുകയും ചെയ്തു.

ഇങ്ങു കേരളത്തിലും പല മുസ്‌ലിം മതസംഘടനകളും ഭീകര വാദത്തെ ശക്തമായി അപലപിക്കാൻ മുന്നോട്ടു വരികയുണ്ടായി. സമാധാനവും സാഹോദര്യവും ഉദ്ഘോഷിക്കുന്ന ഇസ്‌ലാം മതത്തെ കളങ്കിതമാക്കുകയാണ് തീവ്രവാദികൾ ചെയ്യുന്നതെന്ന് മുജാഹിദ് സംഘടനകളും സുന്നി സംഘടനകളും അഭിപ്രായപ്പെട്ടു. സ്ഫോടനങ്ങളിൽ അഭിരമിക്കുന്ന ഭീകരവാദികൾ ഇസ്‌ലാമിന്റെ അന്തസ്സത്ത ഉൾക്കൊള്ളാത്തവരാണെന്ന് തുറന്നടിച്ചുകൊണ്ട് മുസ്‌ലിം ലീഗ് എന്ന രാഷ്ട്രീയ പാർട്ടിയും മേൽച്ചൊന്ന മതസംഘടനകളുടെ നിലപാടിനെ പിന്താങ്ങാൻ മുന്നോട്ടു വന്നു.

അന്താരാഷ്ട്രതലത്തിൽ അനുദിനം ശക്തിപ്രാപിച്ചുകൊണ്ടിരിക്കുന്ന ഇസ്‌ലാമോഫോബിയക്ക് വശംവദരാകുന്നവർ ഹിംസയുടെയും വിദ്വേഷത്തിന്റെയും മതമല്ല ഇസ്‌ലാം എന്നു തിരിച്ചറിയണമെന്ന ആഗ്രഹത്തോടെയാണ് ഇന്ത്യയ്ക്കകത്തും പുറത്തുമുള്ള മുസ്‌ലിം മത പണ്ഡിതരും സംഘടനകളും ഭീകരവാദം അനിസ്‌ലാമികമാണെന്നു സമർത്ഥിക്കാൻ മുന്നിട്ടിറങ്ങിയത്. ഈ ശ്രമം തുടർന്നുകൊണ്ടിരിക്കെ ഇക്കഴിഞ്ഞ സെപ്തംബർ 20-ന് സോമാലിയയിൽനിന്നു പുറപ്പെട്ട ഒരു റിപ്പോർട്ട് ആരെയും അന്ധാളിപ്പിക്കാൻ പോന്നതാണ്. ആ രാജ്യത്ത് പ്രവർത്തിക്കുന്ന മുസ്‌ലിം തീവ്രവാദ സംഘടനയായ അൽ ശബാബിന്റെ നിയന്ത്രണത്തിലുള്ള ആൻഡലസ് എന്നറിയപ്പെടുന്ന റേഡിയോ സ്റ്റേഷൻ ഖുർആൻ പാരായണ മത്സരത്തിൽ വിജയിച്ച കുട്ടികൾക്ക് സമ്മാനമായി നൽകിയത് യന്ത്രത്തോക്കുകളും കൈബോംബുകളുമാണ്! ഒന്നാം സ്ഥാനക്കാരന് ഒരു എ.കെ. 47 തോക്കും 450 പൗണ്ടും നൽകിയപ്പോൾ രണ്ടാം സ്ഥാനക്കാരനു ലഭിച്ചത് ഒരു എ.കെ. 47-ഉം 320 പൗണ്ടുമാണ്. മൂന്നാമന് രണ്ട് കൈബോംബുകളും 250 പൗണ്ടും കിട്ടി. തോക്കുകൾക്കും ബോംബുകൾക്കുമൊപ്പം വിജയികൾക്കു മതഗ്രന്ഥങ്ങളും നൽകപ്പെട്ടു. സമ്മാനദാനം നിർവഹിച്ച അൽ ശബാബ് മേധാവി ശെയ്ഖ് മുഖ്തർ റോബോ തന്റെ പ്രസംഗത്തിൽ പറഞ്ഞത് കുട്ടികൾ ഒരു കൈ

പഠിക്കാനും മറ്റേ കൈ മതത്തിനു വേണ്ടി തോക്കെടുക്കാനും ഉപയോഗിക്കണം എന്നത്രേ!

അൽഖയ്ദയും ലശ്കറെ തൊയ്ബയും ഹർകത്തുൽ ജിഹാദുൽ ഇസ്‌ലാമിയും ഇന്ത്യൻ മുജാഹിദീനും പോലെ സോമാലിയയിലെ അൽ ശബാബും വിശ്വസിക്കുന്നത് ഇസ്‌ലാം യുദ്ധത്തിന്റെ മതമാണെന്നാണ്. അതിന്റെ തെളിവത്രേ ഖുർആൻ പാരായണത്തിൽ മുൻനിന്നവർക്കു പാരിതോഷികമായി യുദ്ധസാമഗ്രികൾ നൽകപ്പെട്ടത്. ഇന്ത്യയിലെ ദരിദ്ര ലക്ഷങ്ങൾ കൺമുന്നിൽ നിൽക്കെ പണ്ടു ഗാന്ധിജി പറഞ്ഞത്, വിശക്കുന്നവരുടെ മുൻപിൽ ഭക്ഷണത്തിന്റെ രൂപത്തിൽ പ്രത്യക്ഷപ്പെടാനെ ദൈവത്തിനു പോലും ധൈര്യമുണ്ടാകൂ എന്നാണ്. ഇന്നു ലോകത്തിലെ പരമദരിദ്ര രാഷ്ട്രവും പട്ടിണിപ്പാവങ്ങളുടെ കേന്ദ്രവുമായ സോമാലിയയിലെ അൽ ശബാബ് എന്ന ഇസ്ലാമിസ്റ്റ് സംഘടന അന്നാട്ടിലെ വിശന്നു പൊരിയുന്ന കൗമാരത്തിനു മുൻപിൽ ദൈവത്തെ പ്രത്യക്ഷപ്പെടുത്തുന്നത് യന്ത്രത്തോക്കുകളുടെയും കൈബോംബുകളുടെയും രൂപത്തിലാണ്!

ഈ വൈപരീത്യം എങ്ങനെ സംഭവിക്കുന്നുവെന്നു പരിശോധിക്കേണ്ട ബാദ്ധ്യത ഇസ്‌ലാം സമാധാനത്തിന്റെ മതമാണ് എന്ന് അവകാശപ്പെടുന്ന പണ്ഡിതർക്കും സംഘടനകൾക്കുമുണ്ട്. അൽഖയ്ദ തൊട്ട് താലിബാൻ വരെയുള്ള തീവ്രവാദ പ്രസ്ഥാനങ്ങളുടെ വക്താക്കൾ ഖുർആനിലെ ചില സൂക്തങ്ങളുടെ പിൻബലത്തിലാണ് ചാവേർ സ്ഫോടനങ്ങളടക്കമുള്ള നൃശംസതകളെ ന്യായീകരിക്കുന്നത്. അത്തരം സൂക്തങ്ങളിൽ ഒന്നത്രേ, "അവിശ്വാസികളുടെ ഹൃദയങ്ങളിൽ നാം ഭീതി നിറയ്ക്കും" (ഖുർആൻ 3 : 149) എന്നത്. "അവിശ്വാസികളെ കണ്ടേടത്ത് വച്ച് കൊല്ലുക" (ഖുർആൻ 9:5) എന്നതാണ് മറ്റൊരു സൂക്തം.

യുദ്ധത്തിന്റെ മതമായി ഇസ്‌ലാമിനെ വീക്ഷിക്കുന്ന ഭീകരവാദികൾ തങ്ങളുടെ നിഷ്ഠുര ചെയ്തികൾ ഖുർആനിലെ സൂക്തങ്ങൾക്കനുസൃതമാണെന്നു നിർവിശങ്കം അവകാശപ്പെടുമ്പോൾ, സന്ദർഭമാത്ര പ്രസക്തിയുള്ള സൂക്തങ്ങൾ എടുത്തു കാട്ടുകയാണ് ഭീകരവാദികൾ ചെയ്യുന്നത് എന്നത്രേ സമാധാനവാദികൾ വിശദീകരിക്കുന്നത്. അങ്ങനെയെങ്കിൽ, സന്ദർഭമാത്ര (അവതരണകാലമാത്ര) പ്രസക്തിയുള്ള സൂക്തങ്ങളും സർവകാല പ്രസക്തിയുള്ള സൂക്തങ്ങളും വ്യവച്ഛേദിച്ചു മനസ്സിലാക്കപ്പെടേണ്ടതുണ്ട്. യുദ്ധവും ഏറ്റുമുട്ടലുകളുമായി ബന്ധപ്പെടുന്ന സൂക്തങ്ങൾ ഖുർആനിലെ നാല് അദ്ധ്യായങ്ങളിൽ കാണാം. അവയിൽ വല്ലതിനും സർവകാല പ്രസക്തിയുണ്ടോ എന്നും ഉണ്ടെങ്കിൽ അവ ഏതാണെന്നും പണ്ഡിതർ വ്യക്തമാക്കേണ്ടിയിരിക്കുന്നു.

മറ്റു സൂക്തങ്ങളുടെ കാര്യത്തിലും താത്കാലിക പ്രസക്തിയുള്ള വയും ശാശ്വതപ്രസക്തിയുള്ളവയും വേർതിരിക്കപ്പെടണം. അമ്മട്ടിൽ ഖുർആൻ പഠിപ്പിക്കുന്ന രീതി നടപ്പിൽ വരുത്തുകയും വേണം. ഇസ്ലാമിന്റെ വേദപുസ്തകത്തെ സാക്ഷി നിർത്തി ഭീകരവാദം പ്രചരിപ്പിക്കുന്നവരെ ആശയപരമായി നിരായുധരാക്കാൻ അതാവശ്യമാണ്. ഖുർആൻ പാരായണ മത്സരത്തിലെ വിജയികൾക്ക് തോക്കും ബോംബും സമ്മാനമായി നൽകുന്ന ഭ്രാന്തൻ പ്രവണതയ്ക്ക് തടയിടാനും അതു കൂടിയേ തീരൂ. അത്തരം പ്രവണത അവസാനിപ്പിക്കാത്തിടത്തോളം കാലം ഇസ്ലാമോഫോബിയ അടിക്കടി വർദ്ധിക്കുകയേയുള്ളൂ എന്ന സത്യം കാണാതിരുന്നു കൂടാ.

(ഒക്ടോബർ, 2011)

ധർമ്മനിരാസത്തിന്റെ പൊതുമണ്ഡലം

പത്തൊമ്പതാം നൂറ്റാണ്ടിന്റെ ഉത്തരാർദ്ധത്തിൽ തുടങ്ങി ഇരുപതാം നൂറ്റാണ്ടിന്റെ നാലാം ശതകം വരെ നീണ്ടുനിന്ന ആറു പതിറ്റാണ്ടുകളാണ് കേരളീയ നവോത്ഥാനത്തിന്റെ കാലയളവ് എന്നു സാമാന്യമായി പറയാം. യൂറോപ്പിലെന്ന പോലെ ഇന്ത്യയിലും അതിന്റെ ഭാഗമായ കേരളത്തിലും നവോത്ഥാന ഘട്ടത്തിലാണ് മത-ജാതി സങ്കല്പങ്ങൾക്കപ്പുറത്ത് നിൽക്കുന്ന മനുഷ്യൻ എന്ന സങ്കല്പം ഉയർന്നുവന്നത്. യൂറോപ്യൻ രാഷ്ട്രങ്ങളിൽ നേരത്തേ ഉദയം ചെയ്ത മാനവവാദം (ഹ്യൂമനിസം) നവോത്ഥാന ഉണർവുകളോടൊപ്പം കേരളത്തിലും പതുക്കെ പ്പതുക്കെ വേരൂന്നാൻ തുടങ്ങി. ജാതിയും മതവും ശക്തമായി നില നിൽക്കുമ്പോൾ തന്നെ അവയ്ക്ക് സമാന്തരമായി ജാത്യേതരവും മതേതരവുമായ മനുഷ്യസങ്കല്പം സാധ്യമാണെന്ന നിലവന്നു. 1930-കളിൽ കർഷകപ്രസ്ഥാനങ്ങളും തൊഴിലാളി പ്രസ്ഥാനങ്ങളും രൂപമെടുക്കാൻ തുടങ്ങിയത് ആ സങ്കല്പത്തിനു ശക്തി പകരാനിട വരുത്തി. മതനിരപേക്ഷതയുടെ ഒരു പൊതുമണ്ഡലം മലയാളക്കരയിൽ അനുക്രമം വികസിച്ചു വന്നു.

ഒരർത്ഥത്തിൽ ഈ മതനിരപേക്ഷ പൊതുമണ്ഡലമായിരുന്നു നവോത്ഥാനത്തിന്റെ ഏറ്റവും വലിയ നേട്ടം. നവോത്ഥാനഘട്ടം എന്നു വ്യവഹരിക്കപ്പെടുന്ന ദശകങ്ങളിൽ സമുദായ പരിഷ്കരണ പ്രവർത്തനങ്ങളാണ് ഏറിയകൂറും നടന്നത് എന്നത് ശരിയാണെങ്കിലും, ആ പ്രവർത്തനങ്ങൾ ജാതി-മത സമുദായങ്ങൾക്കകത്ത് ഒരു പുതിയ മനുഷ്യസങ്കല്പത്തിന്റെ വികാസത്തിലേക്കു നയിച്ചു. കോളനീകരണത്തോടൊപ്പം കടന്നു വന്ന ആധുനികതയും അതിന്റെ ഭാഗമായ നവീന വിദ്യാഭ്യാസവും ആ പ്രക്രിയയ്ക്ക് ശക്തി പകർന്ന പ്രമുഖ ഘടകങ്ങളാണ്. പാശ്ചാത്യ ആധുനികതയുടെ സ്വാധീനം ബംഗാളിലോ ബോംബെയിലോ മദ്രാസിലോ മാത്രം ഒതുങ്ങി നിന്നില്ല. കേരളത്തിലെ വിവിധ സമുദായങ്ങൾക്കകത്തും കൂടിയോ കുറഞ്ഞോ ഉള്ള അളവിൽ അതിന്റെ അലയൊലികളുണ്ടായി. ഒപ്പം ദേശീയ പ്രസ്ഥാനത്തിന്റെയും തൊഴിലാളി വർഗ്ഗ പ്രസ്ഥാന

ത്തിന്റെയും വളർച്ച കൂടിയായപ്പോൾ മുൻകാലത്ത് ജാതിക്കും മതത്തിനുമുണ്ടായിരുന്ന പ്രഭാവത്തിനു കാര്യമായ തോതിൽ മങ്ങലേറ്റു.

ഇരുപതാം നൂറ്റാണ്ടിന്റെ മധ്യം വരെ തുടർന്ന ഈ പ്രക്രിയ 1960-കളോടെ ക്ഷയോന്മുഖമാകാൻ തുടങ്ങി എന്നു പറയണം. നവോത്ഥാനത്തോടൊപ്പം ശക്തിപ്രാപിച്ച ജാതിവിമർശനവും മതവിമർശനവും അനുക്രമം ദുർബലമായി. ജാതിക്കെതിരെ ഉയർന്നുവന്ന പ്രസ്ഥാനങ്ങൾ തന്നെ ജാതിക്കുവേണ്ടി നിലകൊള്ളുന്ന പ്രസ്ഥാനങ്ങളായും മതാന്ധതയ്ക്കെതിരെ രംഗത്തു വന്ന കൂട്ടായ്മകൾ മതാന്ധതയ്ക്കും മതമൗലികവാദത്തിനും ഊർജ്ജം പകരുന്ന കൂട്ടായ്മകളായും വേഷപ്പകർച്ച നേടി. ജാതി വേണ്ട എന്നു പറഞ്ഞവർ ജാതിയുടെ വക്താക്കളും മതയാഥാസ്ഥിതികത്വം കൈവെടിയണമെന്നു ആഹ്വാനം ചെയ്തവർ മതയാഥാസ്ഥിതികത്വത്തിന്റെ പതാകവാഹകരുമായി.

മാറ്റം ആ രംഗത്ത് മാത്രമല്ല ഉണ്ടായത്. നവോത്ഥാന പ്രക്രിയയുടെ ഭാഗമായി ജാതിവിമർശനവും മതവിമർശനവും ഉയർന്നുവന്നതോടൊപ്പം ചില മൂല്യങ്ങളിൽ കൂടി നവോത്ഥാന നായകർ അടിവര ചാർത്തിയിരുന്നു. സത്യവും നീതിയും നിസ്വാർത്ഥതയും സേവന മനഃസ്ഥിതിയുമൊക്കെയായിരുന്നു ആ മൂല്യങ്ങൾ. ഇരുപതാം നൂറ്റാണ്ടിന്റെ ആദ്യപാദത്തിൽ ശക്തിപ്രാപിച്ച ദേശീയ പ്രസ്ഥാനം മഹാത്മാഗാന്ധിയുടെ നേതൃത്വത്തിൽ ആ മൂല്യങ്ങൾ അരക്കിട്ടുറപ്പിക്കാൻ യത്നിക്കുകയും ചെയ്തിരുന്നു. വിവിധ സമുദായങ്ങളിൽ പരിഷ്കരണ പ്രവർത്തനങ്ങളിൽ ഏർപ്പെട്ടവർ എന്ന പോലെ ആദ്യകാല ദേശീയ പ്രസ്ഥാന നായകരും കമ്യൂണിസ്റ്റ് നേതാക്കളും അത്തരം മൂല്യങ്ങൾ സാമൂഹിക ജീവിതത്തിൽ സന്നിവേശിപ്പിക്കാൻ പ്രത്യേകം ശ്രദ്ധിച്ചിരുന്നു എന്നതും സത്യമാണ്. പിൽക്കാലത്ത് ആ രംഗത്തുമുണ്ടായി മാറ്റങ്ങളും വ്യതിയാനങ്ങളും ശോഷണവും. നീതി അനീതിക്കും നിസ്വാർത്ഥത സ്വാർത്ഥതയ്ക്കും സേവന മനഃസ്ഥിതി സ്വയം സേവന മനഃസ്ഥിതിക്കും ക്രമേണ വഴിമാറി. നവോത്ഥാന ഘട്ടത്തിൽ മേൽച്ചൊന്ന മൂല്യങ്ങൾ സമൂഹം പൂർണ്ണമായി സ്വാംശീകരിച്ചു എന്നല്ല പറയുന്നത്. ആ മൂല്യങ്ങൾക്കു പൊതുവിൽ വ്യാപകമായ അംഗീകാരം ലഭിച്ചിരുന്നു എന്നാണ്. അതുപോലെ, പിൽക്കാലത്ത് ഇപ്പറഞ്ഞ മൂല്യങ്ങൾ അപ്പാടെ തിരസ്കരിക്കപ്പെട്ടു എന്നും പറയാവതല്ല. പക്ഷേ, അവ ജീവിതത്തിൽ പകർത്തുന്നവരുടെ എണ്ണം ഗണ്യമായി കുറഞ്ഞു. ധനസമ്പാദനത്തിനും അധികാരാരോഹണത്തിനും ഏതു മാർഗ്ഗങ്ങളും സ്വീകരിക്കാമെന്ന തത്ത്വം സമൂഹത്തിൽ മേൽകൈ നേടി.

ഈ തത്ത്വത്തിന്റെ നീരാളിപ്പിടുത്തം സാമൂഹിക ജീവിതത്തിന്റെ സമസ്തതലങ്ങളിലും ഇന്നു കാണാവുന്നതാണ്. വർത്തമാന കേരളത്തിൽ

ജീവിതത്തിന്റെ ഏതു തുറകളിലെ പ്രവർത്തനങ്ങളെയും അന്തിമമായി നിർണ്ണയിക്കുന്നത് ലാഭേച്ഛയാണ്. നമുക്ക് ദേവാലയങ്ങളല്ല, വിദ്യാലയങ്ങളാണ് വേണ്ടതെന്ന് ഒരു ഘട്ടത്തിൽ ശ്രീനാരായണഗുരു പറയുകയുണ്ടായി. ജാതിവ്യത്യാസമോ സാമൂഹിക ശ്രേണി വ്യത്യാസമോ ഇല്ലാതെ സമൂഹത്തിൽ എല്ലാവർക്കും വിദ്യാഭ്യാസം സൗജന്യമായി ലഭിക്കുന്ന സ്ഥിതിവിശേഷമാണ് അദ്ദേഹം മനസ്സിൽ കണ്ടത്. ദേവാലയങ്ങളില്ലെങ്കിൽ വേണ്ട, പക്ഷേ എന്തു വന്നാലും വിദ്യാലയങ്ങൾ കൂടിയേ തീരൂ എന്നു നിഷ്കർഷിക്കുകയായിരുന്നു ഗുരു.

പിൽക്കാല കേരളീയ സമൂഹം എന്തു ചെയ്തു എന്നു നോക്കൂ. കഴിഞ്ഞ ഏതാനും ദശകങ്ങളായി വിദ്യാലയങ്ങളും ദേവാലയങ്ങളും സ്ഥാപിക്കുന്നതിൽ മത്സരിക്കുകയാണ് സംസ്ഥാനത്തെ പ്രമുഖ സമുദായ സംഘടനകളെല്ലാം. വ്യത്യാസം ഒന്നുമാത്രം. ഗുരു ഉദ്ദേശിച്ച ലക്ഷ്യത്തോടെയല്ല വിദ്യാലയത്തിന്റെയോ ദേവാലയത്തിന്റെയോ നിർമാണവും നടത്തിപ്പും. കിന്റർഗാർട്ടൻ തൊട്ട് പ്രൊഫഷണൽ കോളേജ് വരെയുള്ള വിദ്യാഭ്യാസ സ്ഥാപനങ്ങളായാലും ചെറുകിട ദേവാലയങ്ങൾ തൊട്ട് ഫൈവ്സ്റ്റാർ പള്ളികളും ക്ഷേത്രങ്ങളുമായാലും എല്ലാറ്റിന്റെയും ആത്യന്തിക ലക്ഷ്യം ധനസമ്പാദനമാണ്. മതവും വിദ്യാഭ്യാസവും ഏറ്റവും വലിയ കച്ചവടച്ചരക്കുകളായി മാറി കേരളത്തിൽ. അനുപാതം ദീക്ഷയില്ലാതെ ദേവാലയങ്ങൾ പെരുകി; ദൈവമനുഷ്യരെ സൂപ്പർ ദൈവങ്ങളായി സാധാരണക്കാർ മാത്രമല്ല, മാധ്യമങ്ങൾ പോലും കാണുന്ന സ്ഥിതിവിശേഷം സംജാതമായി; കുഗ്രാമങ്ങളിൽ പോലും സ്വകാര്യ സ്വാശ്രയ വിദ്യാഭ്യാസ സ്ഥാപനങ്ങൾ നിലവിൽ വന്നു. എല്ലായിടങ്ങളിലും സമൃദ്ധമായി നടക്കുന്നത് കഴുത്തറപ്പൻ വ്യാപാരമാണെന്നു മാത്രം.

സത്യസന്ധതയ്ക്കും ധർമ്മവിചാരത്തിനും നീതിബോധത്തിനും യാതൊരു സ്ഥാനവുമില്ലാത്ത കച്ചവടം മതത്തിന്റെയും ജാതിയുടെയും വിദ്യാഭ്യാസത്തിന്റെയും മേഖലകളിൽ നടക്കാമെങ്കിൽ, മറ്റു മേഖലകളുടെ സ്ഥിതി പിന്നെ പറയാനുണ്ടോ? അമ്പത് ലക്ഷമോ കോടിയോ അതിൽ കൂടുതലോ ഫീസും കോഴയും നൽകി മെഡിക്കൽ ബിരുദമെടുക്കുന്നവർ ചോദിക്കുന്നത്, രോഗികളെ പിഴിഞ്ഞും അനാവശ്യ ശസ്ത്രക്രിയകളും സ്കാനിംഗുകളുമൊക്കെ നടത്തിയുമല്ലാതെ, തങ്ങളുടെ മുടക്കുമുതൽ എങ്ങനെ വസൂലാക്കും എന്നാണ്. കൈക്കൂലി വാങ്ങാതെ, സത്യസന്ധമായി ജോലി ചെയ്താൽ സ്വാശ്രയ എഞ്ചിനീയറിംഗ് കോളേജുകളിൽ കൊടുത്ത ലക്ഷങ്ങൾ എങ്ങനെ തിരിച്ചുപിടിക്കും എന്നാണ് എഞ്ചിനീയർമാരുടെ ചോദ്യം. വിദ്യാഭ്യാസത്തിനും ചികിത്സയ്ക്കും പാർപ്പിട സൗകര്യത്തിനും ഇതര ആവശ്യങ്ങൾക്കും സങ്കല്പിക്കാനാവാത്ത തുക നൽകണമെന്നു വരുമ്പോൾ, തങ്ങൾ എന്തു ചെയ്യണം എന്ന

ചോദ്യം ബാങ്കു കവർച്ചക്കാർക്കെന്ന പോലെ ക്വട്ടേഷൻ ഗുണ്ടകൾക്കും ചോദിക്കാം.

അവരുടെയൊക്കെ ചോദ്യങ്ങളിലടങ്ങിയ അധാർമ്മികതയിലേക്കു വിരൽ ചൂണ്ടാൻ സാധിക്കുമെന്നത് ശരിയാണെങ്കിലും സംസ്ഥാനത്തും രാജ്യത്തൊട്ടാകെയും നമ്മുടെ രാഷ്ട്രീയക്കാർ നടത്തുന്ന അഴിമതിയുടെയും കുംഭകോണങ്ങളുടെയും ഭീമാകാരത ദൃഷ്ടിയിൽ പെടുമ്പോൾ ആദ്യം പറഞ്ഞവരുടെ കുറ്റകൃത്യങ്ങൾ തുലോം നിസ്സാരമാണെന്നു സമ്മതിക്കേണ്ടി വരും. ടു ജി സ്പെക്ട്രം, കോമൺവെൽത്ത് ഗെയിംസ്, ആദർശ് ഫ്ളാറ്റ്, ഖനി അഴിമതി എന്നിവ തൊട്ട് ലോട്ടറി കുംഭകോണം വരെയുള്ള കേസ്സുകളിൽ ശതകോടികളും സഹസ്രകോടികളുമാണ് പല രാഷ്ട്രീയനേതാക്കളുടെയും പോക്കറ്റുകളിലേക്ക് ഒഴുകിയെത്തിയത്. രാഷ്ട്രീയത്തിന്റെ അത്യുന്നതങ്ങളിൽ നിന്നു താഴെ പഞ്ചായത്ത് തലങ്ങളിലേക്കു വരുമ്പോഴും അഴിമതിയുടെ ചളിക്കുണ്ടിൽ വീഴുന്ന ജനപ്രതിനിധികളെ കാണുന്നു. രാഷ്ട്രീയം എന്നത് ക്വിക്ക് മണി (ശീഘ്ര ധനം) ഉണ്ടാക്കാനുള്ള തൊഴിലാണെന്നു ഇതിനകം തെളിയിക്കപ്പെട്ടു കഴിഞ്ഞു. രാഷ്ട്രീയക്കാർക്കിടയിൽ ഇതാ ഒരു മാതൃകാ മനുഷ്യൻ (മാതൃകാ വനിത) എന്നു ചൂണ്ടിക്കാണിക്കാൻ ഇന്ന് ആരുമില്ല എന്നു പറയുന്നത് ഇപ്പോൾ അത്ര വലിയ അതിശയോക്തിയൊന്നുമല്ല.

സംസ്ഥാനത്ത് മതതീവ്രവാദം ശക്തിപ്പെടുന്ന പശ്ചാത്തലത്തിൽ, സമീപകാലത്ത് പലരും നവോത്ഥാനമൂല്യങ്ങൾ അസ്തപ്രഭമാകുന്നതിന്റെ മികച്ച തെളിവായി മതോന്മാദത്തെയും മതതീവ്രവാദത്തെയും എടുത്തുകാട്ടുകയുണ്ടായി. കാശ്മീരിൽ സുരക്ഷാസേനയുടെ വെടിയേറ്റ് നാലു മലയാളികൾ മരിച്ചപ്പോഴും തൊടുപുഴയിൽ കോളേജ് അധ്യാപകന്റെ കൈപ്പത്തി വെട്ടിമാറ്റിയപ്പോഴും തീവ്രവാദികൾ അങ്ങിങ്ങ് ബോംബുസ്ഫോടനങ്ങൾ നടത്തിയപ്പോഴും നവോത്ഥാനാശയങ്ങൾ പിൻവാങ്ങിയതിന്റെ ദൃഷ്ടാന്തങ്ങളായി അവയെല്ലാം ചൂണ്ടിക്കാണിക്കപ്പെട്ടു. ആ നിരീക്ഷണം തെറ്റല്ല എന്നു സമ്മതിക്കുമ്പോൾ തന്നെ, തീവ്രവാദത്തിനു പിന്നിൽ പോലും ധനാർജ്ജനം എന്ന ഘടകം പ്രവർത്തിക്കുന്നു എന്നതു കാണാതിരുന്നു കൂടാ. തീവ്രവാദത്തിന്റെ പന്ഥാവിലേക്ക് ആകർഷിക്കപ്പെടുന്നവരിൽ പലരും അതുവഴി നേടാവുന്ന സാമ്പത്തിക സൗകര്യങ്ങൾ ഉന്നംവെക്കുന്നവരാണ്. തീവ്രവാദ സംഘടനകളുടെ തലപ്പത്തിരിക്കുന്നവരെല്ലാം ആ പന്ഥാവിൽ വന്ന ശേഷം വൻ ആസ്തികളുടെ ഉടമകളായിട്ടുണ്ട് എന്നതു പച്ചപ്പരമാർത്ഥം മാത്രം.

മതം, ജാതി, രാഷ്ട്രീയം, തീവ്രവാദം തുടങ്ങി വിവിധ മേഖലകളിൽ വിരാജിക്കുന്നവരെ ഭരിക്കുന്ന മുഖ്യവിചാരം ധനസമ്പാദനമാണെന്നു

വന്നു കൂടിയ സാഹചര്യത്തിൽ തന്നെയാണ് മണിചെയിൻ മാഫിയ, റിയൽ എസ്റ്റേറ്റ് മാഫിയ, സെക്സ് മാഫിയ, മദ്യമാഫിയ, ലോട്ടറി മാഫിയ, തൊഴിൽ റിക്രൂട്ട്മെന്റ് മാഫിയ തുടങ്ങിയ കൂറ്റൻ തട്ടിപ്പു കൂട്ടായ്മകളും കുറ്റകൃത്യസംഘങ്ങളും നമ്മുടെ സാമൂഹിക ജീവിതത്തിൽ പിടിമുറുക്കാൻ തുടങ്ങിയത്. ടോട്ടൽ ഫോർ യൂ, വെറിസൺ, ടൈക്കൂൺ, നാനോ എക്സെൽ, ആപ്പിൽ എ ഡെ, ബിസയർ, ലിസ് തുടങ്ങി ഒരു ഡസനിലേറെ എസ്റ്റാബ്ലിഷ്മെന്റുകൾ കേരളത്തിൽ ജനങ്ങളെ വഞ്ചിച്ച് ശതകോടികൾ വിഴുങ്ങിയിട്ടുണ്ട്. എല്ലാ സാമ്പത്തിക കറക്കു കമ്പനികളുടെയും മായികവലകളിൽ സുഖമായി വീണുകൊടുക്കാൻ മലയാളികൾ കാത്തുകെട്ടിക്കിടക്കുകയും ചെയ്യുന്നു.

ശീഘ്രധനത്തിനു പിറകെ ഓടാൻ ജനങ്ങളെ പ്രേരിപ്പിക്കുന്ന സാഹചര്യങ്ങൾ പലതുണ്ടാവും. ഒരു കാരണം, കഴിഞ്ഞ കാൽനൂറ്റാണ്ടിനിടയ്ക്ക് സംസ്ഥാനത്തിന്റെ സാമൂഹിക ഘടനയിൽ വന്ന മാറ്റം തന്നെയാണ്. ശക്തവും വിപുലവുമായ ഒരു മധ്യവർഗ്ഗം ഇവിടെ രൂപപ്പെട്ടിട്ടുണ്ട്. കൊള്ളപ്പലിശ വെച്ചുനീട്ടുന്നവരുടെയും റിയൽ എസ്റ്റേറ്റ് സ്വപ്നങ്ങൾ നെയ്യുന്നവരുടെയും പ്രലോഭനങ്ങളിൽ വീഴുന്നത് പലപ്പോഴും ആ വർഗ്ഗത്തിൽ പെട്ടവരാണ്. തത്ക്കാലത്തേക്കു മാറ്റിവെക്കാൻ കൈയിൽ കാശുള്ള ആ വിഭാഗം ശീഘ്രധനം വാഗ്ദാനം ചെയ്യുന്നവരെ അന്ധമായി വിശ്വസിക്കുന്നു. പഴയ കൂട്ടുകുടുംബ വ്യവസ്ഥ തകരുകയും അണുകുടുംബം സാർവത്രികമാവുകയും ചെയ്തതോടെ വ്യക്തിഗത സാമ്പത്തിക നേട്ടങ്ങൾ എന്നതായി പൊതുവിലുള്ള മുദ്രാവാക്യം. എല്ലാ തത്ത്വങ്ങൾക്കും ആദർശങ്ങൾക്കും അവധി കൊടുത്ത് നിയമനിർമാതാക്കളായ രാഷ്ട്രീയക്കാരും നിയമപാലകരായ പോലീസ് ഉൾപ്പെടെയുള്ള ഉദ്യോഗസ്ഥവൃന്ദവും ആ മുദ്രാവാക്യത്തിന്റെ കടുത്ത ആരാധകരായി മാറിക്കഴിഞ്ഞപ്പോൾ പിന്നെ മറ്റുള്ളവർ വെറുതെ നിൽക്കുമെന്നു കരുതാനാകുമോ?

രണ്ടു ദശകങ്ങളായി നമ്മുടെ ഭരണകർത്താക്കൾ പിന്തുടരുന്ന നവ ഉദാരനയവും ഇത്തരം ഒരു പതനത്തിലേക്ക് സമൂഹത്തെ കൊണ്ടെത്തിച്ചതിൽ കാര്യമായ പങ്കുവഹിച്ചിട്ടുണ്ട്. നിയോ ലിബറലിസത്തിൽ വിപണിയാണ് ദൈവം. വിപണിയുടെ ഇഷ്ടാനിഷ്ടങ്ങൾക്ക് എല്ലാം അടിയറ വെക്കുന്ന ഒരു സാമൂഹിക-സാമ്പത്തിക സംവിധാനമാണ് രാജ്യത്ത് നിലനിൽക്കുന്നത്. അതിന്റെ പിടിയിൽ തന്നെയാണ് കേരളവും. ലളിതമായി പറഞ്ഞാൽ, വിദ്യാഭ്യാസവും ആരോഗ്യവും പോഷകാഹാരവും പാർപ്പിടവുമൊക്കെ പണമുള്ളവർക്ക് എന്നതാണ് നവ ഉദാരവാദത്തിന്റെ മൂലതത്ത്വം. മികച്ച ക്രയശേഷിയുള്ളവർ മാത്രം അതിജീവിക്കുന്ന ഒരു സാമ്പത്തിക തത്ത്വശാസ്ത്രമാണത്. ആ തത്ത്വശാസ്ത്രത്തിൽ സത്യത്തിനും നീതിക്കും സമത്വബോധത്തിനും ഇടമില്ല. നമ്മുടെ ടൂറിസം

വകുപ്പ് 'ദൈവത്തിന്റെ സ്വന്തം നാട്' എന്നു പരസ്യപ്പെടുത്തുന്ന കേരളം ഇപ്പോൾ 'പിശാചിന്റെ സ്വന്തം നാട്' ആയി മാറിയിട്ടുണ്ടെങ്കിൽ, വിപണിയെ ദൈവമായി കാണുന്ന മേൽച്ചൊന്ന തത്ത്വശാസ്ത്രത്തിനും അതിൽ ഒട്ടും ചെറുതല്ലാത്ത പങ്കുണ്ട്. നവോത്ഥാന ഘട്ടത്തിൽ മതനിരപേക്ഷതയുടെ (മാനവതയുടെ) പൊതുമണ്ഡലമാണ് ഇവിടെ ഉയർന്നുവന്നിരുന്നതെങ്കിൽ, ഇപ്പോൾ ഏതാനും വർഷമായി കേരളത്തിൽ വികസിച്ചുകൊണ്ടിരിക്കുന്നത് ധർമ്മനിരാസത്തിന്റെ (കുറ്റവാസനകളുടെ) പൊതുമണ്ഡലമാണ്.

മുകളിൽ, സംസ്ഥാനത്തെ മധ്യവർഗ്ഗത്തെക്കുറിച്ച് സൂചിപ്പിക്കുകയുണ്ടായി. അതോടൊപ്പം ശ്രദ്ധിക്കേണ്ട മറ്റൊരു സുപ്രധാന വസ്തുത കൂടിയുണ്ട്. നവഉദാരവാദത്തിന്റെ വർത്തമാനഘട്ടത്തിൽ സമൂഹത്തിലെ മേൽത്തട്ടും കീഴ്ത്തട്ടും തമ്മിലുള്ള സാമ്പത്തിക അന്തരം അഭൂതപൂർവമാംവിധം വർദ്ധിച്ചിരിക്കുന്നു. മേൽത്തട്ടിലുള്ള പത്തുപന്ത്രണ്ട് ശതമാനം അതിസമ്പന്നതയിൽ കഴിയുമ്പോൾ കീഴ്ത്തട്ടിലുള്ള പത്തുപന്ത്രണ്ട് ശതമാനത്തിന്റെ സ്ഥിതി പരമദയനീയമാണ്. നവോത്ഥാനത്തോടൊപ്പം വളർന്നുവന്ന സാമൂഹികവും സാമ്പത്തികവുമായ നീതി എന്ന സങ്കല്പം ഇവിടെ കീഴ്മേൽ അട്ടിമറിക്കപ്പെട്ടിരിക്കുന്നു. അതിൽ നിന്നുളവാകുന്ന സാമൂഹിക അസ്വസ്ഥതകളുടെ പ്രതിഫലനം കൂടിയാണ് സമകാലിക കേരളത്തിൽ പ്രകടിതമാകുന്ന അത്യന്തം അനഭിലഷണീയമായ നിഷേധാത്മക ചലനങ്ങൾ. നവോത്ഥാന പാരമ്പര്യത്തിലെ ഉത്തമാംശങ്ങൾ തിരിച്ചുപിടിക്കാനും വിഭവ-സേവന വിതരണങ്ങളിൽ സമത്വാധിഷ്ഠിത നയം നടപ്പാക്കാനും പ്രതിജ്ഞാബദ്ധതയോടെ ശ്രമിക്കുന്ന ഒരു രാഷ്ട്രീയ സംവിധാനമാണ് സംസ്ഥാനത്തിന്റെ അടിയന്തര ആവശ്യം.

(സെപ്റ്റംബർ, 2011)

ഇസ്‌ലാമിന്റെ നേർവഴി

ആസിയാ ബീവി. പാകിസ്ഥാനിലെ ഒരു ക്രൈസ്തവകുടുംബത്തിൽ ജനിച്ച കർഷകത്തൊഴിലാളി. അവർ പാടത്ത് പണിയെടുത്തുകൊണ്ടിരിക്കെ കൂടെ ജോലി ചെയ്യുന്നവരോടു വഴക്കിട്ടു. വഴക്കിനിടെ പ്രവാചകൻ മുഹമ്മദിനെക്കുറിച്ച് അവർ എന്തോ പറഞ്ഞു. അതു കേസായി. ആസിയാ ബീവിയുടെ വാക്കുകൾ മതനിന്ദയായി ചിത്രീകരിക്കപ്പെട്ടു. കോടതി അവർക്കു വിധിച്ചത് വധശിക്ഷയാണ്.

പ്രശ്നത്തിൽ ഇടപെടാൻ മുന്നോട്ടു വന്നത് പാക് പഞ്ചാബ് പ്രവിശ്യയിലെ ഗവർണർ സൽമാൻ തസീർ. മതകാർക്കശ്യങ്ങൾ ഇസ്‌ലാമിനോ ആ മതം മുന്നോട്ടുവെക്കുന്ന മാനവികതയ്ക്കോ ചേരില്ല എന്ന നിലപാടുകാരനായ തസീർ, ആസിയാ ബീവിയെ ജയിലിൽ പോയി കണ്ടു; ആശ്വസിപ്പിച്ചു. തന്റെ നടപടിയും വീക്ഷണങ്ങളും മതാന്ധരെ പ്രകോപിപ്പിക്കുമെന്നറിയാമായിരുന്നിട്ടും തസീർ ഒരു കാര്യംകൂടി ചെയ്തു: പാകിസ്ഥാനിൽ നിലവിലുള്ള മതനിന്ദാനിയമം പ്രാകൃതമാണെന്നും അത് പരിഷ്കരിക്കേണ്ട കാലം അതിക്രമിച്ചിരിക്കുന്നുവെന്നും തുറന്നടിച്ചു.

ഇസ്‌ലാമിന്റെ മാനവിക മുഖത്തിനുവേണ്ടി ശബ്ദിച്ച സൽമാൻ തസീറിനു തിരിച്ചുകിട്ടിയത് വെടിയുണ്ടയാണ്. ഇക്കഴിഞ്ഞ ജനുവരി 4ന് അദ്ദേഹം സ്വന്തം സുരക്ഷാഭടന്റെ തോക്കിനിരയായി. അദ്ദേഹത്തെ വധിച്ച മുംതസ് ഖാദിരിയെ വീരനായകനായാണ് മതയാഥാസ്ഥിതികർ കൊണ്ടാടിയത്. ഭരണപക്ഷത്തോ പ്രതിപക്ഷത്തോ ഉള്ള പ്രമുഖ രാഷ്ട്രീയനേതാക്കൾപോലും ഗവർണർ തസീറിന്റെ ശവസംസ്കാരച്ചടങ്ങിൽ പങ്കെടുത്തില്ല. മതപരമായ ഉദാരതയോട് ഐക്യദാർഢ്യം പ്രകടിപ്പിക്കാൻ ആ നേതാക്കൾക്കു ധൈര്യമുണ്ടായിരുന്നില്ല എന്നർത്ഥം.

വാസ്തവത്തിൽ മതപരമായ ഉദാരത ഇസ്‌ലാമിന് അന്യമാണോ? അത് ഇസ്‌ലാമിന്റെ അധ്യാപനങ്ങൾക്കു നിരക്കാത്തതാണോ? സിയാവുദ്ദീൻ സർദാറിന്റെ ഏറ്റവും പുതിയ ഗ്രന്ഥമായ 'റീഡിങ് ദ ഖുർആൻ'[1] ഉയർത്തുന്ന ഏറ്റവും പ്രധാനപ്പെട്ട ചോദ്യങ്ങളിൽ ഒന്നും ഇതാണ്.

---

1. Ziauddin Sardar, Reading The Qur'an, Hachette India, Gurgaon, 2011

ഇസ്‌ലാമിന്റെ വേദപുസ്തകത്തെ വിശകലനം ചെയ്ത ക്ലാസിക്കൽ വ്യാഖ്യാതാക്കളും അവരെ അനുധാവനം ചെയ്യുന്ന വർത്തമാനകാല സാമ്പ്രദായിക വ്യാഖ്യാതാക്കളും ഇസ്‌ലാമിൽ മതപരമായ ഉദാരതയ്ക്കു സ്ഥാനം നൽകാൻ പൊതുവിൽ തയ്യാറായിട്ടില്ല. ജഡീകരിക്കപ്പെട്ട ആശയങ്ങളുടെയും പരികല്പനകളുടെയും നിയമങ്ങളുടെയും വിധി വിലക്കുകളുടെയും സാകല്യമായാണ് അവർ ഇസ്‌ലാമിനെ വീക്ഷിക്കുന്നത്. അക്കാരണത്താൽതന്നെ ഇസ്‌ലാമിനോ അതിന്റെ പ്രവാചകനോ എതിരെ ഉയരുന്ന ഏത് വിരുദ്ധാഭിപ്രായങ്ങളും അവരുടെ ദൃഷ്ടിയിൽ മതനിന്ദയായിത്തീരുന്നു.

പക്ഷേ, സിയാവുദ്ദീൻ സർദാർ ക്ലാസിക്കൽ വ്യാഖ്യാതാക്കളോടും പുതിയ കാലത്തെ സാമ്പ്രദായിക വ്യാഖ്യാതാക്കളോടും യോജിക്കുന്നില്ല. അല്ലാഹുവിനെയും പ്രവാചകനെയും മോശമായ ഭാഷയിൽ ചിത്രീകരിക്കുന്നവർ ശിക്ഷാർഹരാണ് എന്ന ഇബ്നു തൈമിയ്യ(1263-1328) യുടെ വിധി ചരിത്രത്തിന്റെ ചവറ്റുകുട്ടയിൽ ഉപേക്ഷിക്കേണ്ടതാണെന്ന് സർദാർ അഭിപ്രായപ്പെടുന്നു. ഖുർആന്റെ അന്തസ്സത്തയ്ക്കും അധ്യാപനങ്ങൾക്കും വിരുദ്ധമാണത്. മതനിന്ദ എന്ന ആശയംതന്നെ ഇസ്‌ലാമിനെ സംബന്ധിച്ചേടത്തോളം അപ്രസക്തമാണ്. കാരണം, ഖുർആന്റെ ഹൃദയം എന്നു വിശേഷിപ്പിക്കാവുന്ന സൂക്തത്തിൽ അർഥശങ്കയ്ക്കിടം നൽകാതെ പറയുന്നത് 'മതത്തിൽ നിർബന്ധമില്ല' (2:256) എന്നത്രേ. മതത്തിൽ നിർബന്ധമില്ലെങ്കിൽ, മതത്തെയും ദൈവത്തെയും പ്രവാചകന്മാരെയും സംബന്ധിച്ച അഭിപ്രായങ്ങളേതും സ്വതന്ത്രമായി പ്രകടിപ്പിക്കാവുന്നതാണ്. വിശ്വാസികളുടെ വികാരങ്ങളെ വ്രണപ്പെടുത്തിയേക്കാവുന്ന അഭിപ്രായങ്ങൾ പോലും നിർഭയം പ്രകടിപ്പിക്കാം എന്നാണ് 'മതത്തിൽ നിർബന്ധമില്ല' എന്ന സൂക്തത്തിൽനിന്നും സിദ്ധിക്കുന്നത്.

വിശ്വാസികൾ അല്ലാഹുവിനെയും പ്രവാചകനെയും ഭക്ത്യാദരങ്ങളോടെ വീക്ഷിക്കുകയും ആ നിലയ്ക്കുള്ള ഭാഷ ഉപയോഗിക്കുകയും ചെയ്യും. അവർ വിശ്വാസികളാണ് എന്നതാണ് അതിനു കാരണം. എന്നാൽ അവിശ്വാസികൾ വിശ്വാസികൾ സ്വീകരിക്കുന്ന അതേ സമീപനം അല്ലാഹുവിനോടും പ്രവാചകനോടും സ്വീകരിക്കണമെന്നില്ല. വിശ്വാസികൾ അനുചിതം എന്നോ പ്രകോപനപരം എന്നോ കരുതുന്ന ഭാഷ അവിശ്വാസികൾ ഉപയോഗിച്ചെന്നിരിക്കും. ഖുർആൻ തന്നെ അതു പ്രതീക്ഷിക്കുന്നുണ്ട്. ഏഴാം അധ്യായത്തിലെ 180-ാം സൂക്തം അതിന്റെ തെളിവാണെന്ന് ഗ്രന്ഥകാരൻ ചൂണ്ടിക്കാട്ടുന്നു. "ദൈവത്തെ അധിക്ഷേപിക്കുന്നവർ അർഹിക്കുന്നതെന്തോ അത് അവർക്ക് ദൈവം നൽകും" എന്നാണ് ആ സൂക്തത്തിൽ പറയുന്നത്. ദൈവത്തെ അധിക്ഷേപിക്കുന്നവർക്ക് ശിക്ഷയോ രക്ഷയോ നൽകുന്നത് ദൈവം മാത്രമാണെന്നു

സാരം. അക്കാര്യത്തിൽ മനുഷ്യർ ഇടപെടേണ്ടതില്ല. ജീവിച്ചിരിക്കുന്ന കാലത്ത് പ്രവാചകൻതന്നെ പലപ്പോഴും അധിക്ഷേപിക്കപ്പെടുകയും അപഹസിക്കപ്പെടുകയും ചെയ്തിട്ടുണ്ട്. അദ്ദേഹം മക്കയിലായിരുന്നപ്പോൾ വിശേഷിച്ചും. പക്ഷേ, തന്നെ പരിഹസിക്കുകയും നിന്ദിക്കുകയും ചെയ്തവർക്കെതിരെ യാതൊരു നടപടിയും അദ്ദേഹം സ്വീകരിക്കുകയുണ്ടായില്ല. തന്നെ ഇകഴ്ത്തുകയും തെറിവിളിക്കുകയും നിന്ദിക്കുകയും ചെയ്തവരെ പ്രവാചകൻ ശിക്ഷിച്ചില്ലെങ്കിൽ, അദ്ദേഹത്തിനു വേണ്ടി ശിക്ഷ നടപ്പാക്കാൻ വിശ്വാസികൾ ആരാണ് - സർദാർ ചോദിക്കുന്നു.

ഈ ഘട്ടത്തിൽ വിശ്വാസികൾ ഒരു മറുചോദ്യം ഉന്നയിക്കാം: ഞങ്ങളുടെ മതവികാരം ചിലർ വ്രണപ്പെടുത്തുമ്പോൾ ഞങ്ങൾ നിസ്സംഗത പാലിക്കണമെന്നാണോ? ഇതിനു ഗ്രന്ഥകാരന്റെ മറുപടി ഇതാണ്: വിശ്വാസികൾക്കു വ്രണിതരാകാൻ അവകാശമുണ്ട്. പക്ഷേ, വിമർശകരെ നിശ്ശബ്ദരാക്കാനുള്ള അവകാശം വിശ്വാസികൾക്കില്ല. അങ്ങനെ ചെയ്യുന്നത് ഖുർആൻ നൽകുന്ന നിർദ്ദേശങ്ങൾക്കും പ്രവാചകൻ കാണിച്ചു തന്ന മാതൃകകൾക്കും എതിരാണ്. മതനിന്ദയോ അന്യായമായ വിമർശനമോ രൂക്ഷമായ അഭിപ്രായഭിന്നതകളോ ഉണ്ടാകുമ്പോൾ വിശ്വാസികളിൽനിന്നും ഖുർആൻ പ്രതീക്ഷിക്കുന്നത് ധാർമ്മിക നിയന്ത്രണമാണ്. ജീവിക്കുകയും ജീവിക്കാൻ അനുവദിക്കുകയും ചെയ്യുക എന്ന തത്ത്വമാണ് ഇസ്‌ലാമിന്റെ വേദഗ്രന്ഥം ഉയർത്തിപ്പിടിക്കുന്നത് (റീഡിങ് ദ ഖുർആൻ, പു 340).

മതനിന്ദയുടെ പേരിൽ ആളുകളെ വധിക്കുന്നതുപോലെ മതപരിത്യാഗത്തിന്റെ പേരിൽ ആളുകളെ കൊല്ലുന്ന രീതിയും മുസ്‌ലിം സമൂഹങ്ങളിൽ നിലവിലുണ്ട്. അഫ്ഗാനിസ്ഥാനിൽ ഇസ്‌ലാംമതം ഉപേക്ഷിച്ചതിന്റെ പേരിൽ ഒരാൾ വധിക്കപ്പെട്ടത് മൂന്നു വർഷം മുൻപാണ്. മതപരിത്യാഗി(മുർത്തദ്)ക്ക് വധശിക്ഷ ഉറപ്പാക്കുന്ന നിയമാവലി പാകിസ്ഥാനിലെന്നപോലെ പല മുസ്‌ലിം രാഷ്ട്രങ്ങളിലും നിലനിൽക്കുന്നു. മുർത്തദിനുള്ള ശിക്ഷ വധമാണെന്നു വെളിപ്പെടുത്തുന്ന പുസ്തകങ്ങൾ നമ്മുടെ കേരളത്തിലെ ചില മുസ്‌ലിം മതസംഘടനകൾ പോലും പ്രസിദ്ധീകരിക്കുകയും പ്രചരിപ്പിക്കുകയും ചെയ്യുന്നുണ്ട്. എന്നാൽ മതപരിത്യാഗിക്ക് വല്ല ശിക്ഷയും നൽകണമെന്ന് ഖുർആൻ പറയുന്നുണ്ടോ?

സിയാവുദ്ദീൻ സർദാറിന്റെ വാക്കുകൾ ശ്രദ്ധിക്കുക: മതപരിത്യാഗിക്ക് യാതൊരു ശിക്ഷയും ഖുർആൻ നിർദ്ദേശിക്കുന്നില്ല. നേരെമറിച്ച് സമ്പൂർണ മനഃസാക്ഷിസ്വാതന്ത്ര്യവും വിശ്വാസസ്വാതന്ത്ര്യവും ഉദ്ഘോഷിക്കുകയാണ് അതു ചെയ്യുന്നത് (പു. 158).

വിശ്വാസകാര്യങ്ങൾ വ്യക്തികളുടെ മനഃസാക്ഷിക്കു വിടുക എന്ന സമീപനമാണ് ഖുർആൻ കൈക്കൊള്ളുന്നതെന്ന് ഗ്രന്ഥകാരൻ

വിശദീകരിക്കുന്നു. കണിശമായും വ്യക്തിയും ദൈവവും തമ്മിലുള്ള ഇടപാടാണ് വിശ്വാസം. താൻ ഇച്ഛിക്കുന്നവരെ നേർവഴിയിൽ നയിക്കുന്നത് ദൈവമാണെന്ന് ഖുർആൻ വെളിപ്പെടുത്തുന്നു (2:213). അതേ അധ്യായത്തിൽ തുടർന്നു വരുന്നത് സമ്പൂർണാർത്ഥത്തിൽ വിശ്വാസ സ്വാതന്ത്ര്യം ഉറപ്പാക്കുന്ന 'മതത്തിൽ നിർബന്ധമില്ല' എന്ന വാക്യമാണ് (2:256). വിശ്വസിക്കാനോ വിശ്വസിക്കാതിരിക്കാനോ ഉള്ള സ്വാതന്ത്ര്യം ഓരോരുത്തർക്കുമുണ്ട്. ഈ സ്വാതന്ത്ര്യം ഊട്ടിയുറപ്പിക്കുന്നതിന്റെ ഭാഗമായി ഖുർആൻ മറ്റൊരിടത്ത് വെളിവാക്കുന്നു: എല്ലാവരും ഒരേ വിശ്വാസം പിന്തുടരണമെന്ന് ദൈവം ആഗ്രഹിച്ചിരുന്നുവെങ്കിൽ വിശ്വാസികളുടേതു മാത്രമായ ഒരു ലോകം ദൈവം സൃഷ്ടിച്ചേനേ. ദൈവം അങ്ങനെ ചെയ്തില്ല എന്നത് എല്ലാവരും ഒരേ വിശ്വാസം പുലർത്തുന്നവരാകാൻ ദൈവം ആഗ്രഹിക്കുന്നില്ല എന്നതിനാലാണ്. ദൈവം ആഗ്രഹിക്കാത്തത് ചില മനുഷ്യർ ആഗ്രഹിക്കുമ്പോഴാണ് ഇസ്‌ലാംമതം ഉപേക്ഷിച്ചവനെ കൊലപ്പെടുത്തണമെന്ന നിയമം രൂപപ്പെടുന്നത്.

മുസ്‌ലിം സമൂഹത്തിൽ എവിടെ നോക്കിയാലും അത്തരം ചില മനുഷ്യരെ കണ്ടെത്താൻ സാധിക്കുമെന്ന് സർദാർ നിരീക്ഷിക്കുന്നു. തങ്ങളുടെ മതബോധ്യങ്ങളിൽ അഹങ്കരിക്കുന്നവരാണവർ. ദൈവത്തെക്കുറിച്ച് ഘോര ഘോരം സംസാരിക്കുന്ന ഇക്കൂട്ടർ തങ്ങളുടെ ബോധ്യങ്ങൾക്കപ്പുറത്തുള്ളതിനെയെല്ലാം പരമശത്രുതയോടെ വീക്ഷിക്കുന്നു. "നമ്മുടെ ചില മതപണ്ഡിതരുടെ പ്രസംഗങ്ങളും താലിബാന്റെ പ്രഖ്യാപനങ്ങളും ഇസ്‌ലാമികപ്രസ്ഥാനങ്ങളുടെ വക്താക്കളിൽ പലരുടെയും വാക്താണ്ഡവത്വവും ശ്രദ്ധിച്ചാൽ" മനസ്സിലാക്കാവുന്നതേയുള്ളൂ ഇക്കാര്യം (പു.157).

മതബോധ്യങ്ങൾ സംബന്ധിച്ച അഹങ്കാരം മറ്റു ചില കാര്യങ്ങളിലും പ്രതിഫലിക്കുന്നതു കാണാം. ഇസ്‌ലാമാണ് ഒരേയൊരു മോചനമാർഗ്ഗം എന്ന നിലപാട് ഉദാഹരണമാണ്. യാഥാസ്ഥിതിക മതപണ്ഡിതരും ഇസ്‌ലാമിക പ്രസ്ഥാനങ്ങളുടെ സാരഥികളും ഈ സമീപനം കൈക്കൊള്ളുന്നതിനു ചരിത്രം സാക്ഷിയായിട്ടുണ്ട്. എൺപതുകളുടെ രണ്ടാംപാദത്തിൽ ഇന്ത്യയിൽ സിമി പൊക്കിപ്പിടിച്ച മുദ്രാവാക്യം 'ഇന്ത്യയുടെ മോചനം ഇസ്‌ലാമിലൂടെ' എന്നതായിരുന്നു. അതേ സംഘടന തൊണ്ണൂറുകളിൽ മറ്റൊരു മുദ്രാവാക്യം മുഴക്കി: 'ഖിലാഫത്ത് പുനഃസ്ഥാപിക്കുക'. അൽഖായ്ദ ആ മുദ്രാവാക്യം ഇങ്ങനെ പരിഷ്കരിച്ചു: 'ആഗോള ഖിലാഫത്ത് സ്ഥാപിക്കുക.'

ഈ മുദ്രാവാക്യങ്ങളുടെയെല്ലാം അടിത്തട്ടിലുള്ളത്, ഇസ്‌ലാമിന്റെ സമ്പൂർണ മേധാവിത്വമാണ് ലോകത്തുണ്ടാകേണ്ടത് എന്ന വിചാരമാണ്. ആ വിചാരം ഖുർആൻ പങ്കുവെക്കുന്നില്ല എന്ന വസ്തുതയിൽ ഗ്രന്ഥകാരൻ അടിവരയിടുന്നു. ഖുർആനിൽ നിരന്തരം ആവർത്തിക്കപ്പെടുന്ന

പ്രമേയങ്ങളിലൊന്ന് ബഹുസ്വരതയാണ്. മതപരമായ ബഹുസ്വരതയെ പ്രോത്സാഹിപ്പിക്കുന്ന ഖുർആൻ അപരമതങ്ങളെ സമഭാവനയോടെയാണ് വീക്ഷിക്കുന്നത്. നിയമങ്ങളുടെയും ആചാരാനുഷ്ഠാനങ്ങളുടെയും കാര്യങ്ങളിൽ വ്യത്യസ്തത പുലർത്തുമ്പോഴും മൂല്യങ്ങളുടെയും നന്മകളുടെയും കാര്യങ്ങളിൽ മതങ്ങൾ തമ്മിലുള്ള ഐക്യം ഇസ്‌ലാമിന്റെ വേദഗ്രന്ഥം തുറന്നു കാട്ടുന്നുണ്ട്. “മുസ്‌ലിംപള്ളികളിലെന്നപോലെ മഠങ്ങളിലും ചർച്ചുകളിലും സിനഗോഗുകളിലും ദൈവം സ്മരിക്കപ്പെടുന്നു” എന്ന് ഖുർആൻ (22:46) വെളിപ്പെടുത്തുന്നതു കാണാം. ദിവ്യഗ്രന്ഥങ്ങൾ നൽകപ്പെട്ട ജനവിഭാഗങ്ങളായി ജൂതരെയും ക്രൈസ്തവരെയും സാബിയൻ മതക്കാരെയും ഖുർആൻ അടയാളപ്പെടുത്തുകയും ചെയ്യുന്നു.

ഇസ്‌ലാമിന്റെ ദിവ്യഗ്രന്ഥം പരാമർശിക്കുന്ന വിശ്വാസ സമുദായങ്ങൾ (faith communities) അവിടെ അവസാനിക്കുന്നില്ലെന്ന് സർദാർ നിരീക്ഷിക്കുന്നുണ്ട്. എല്ലാ ദേശങ്ങളിലേക്കും എല്ലാ ജനസമൂഹങ്ങളിലേക്കും ദൈവം പ്രവാചകരെ നിയോഗിച്ചിട്ടുണ്ടെന്ന് ഖുർആൻ പറയുന്നു. എങ്കിൽ ലോകത്തുള്ള എല്ലാ മതസമുദായങ്ങളിലും സത്യത്തിന്റെ അംശങ്ങളുണ്ട് എന്ന് അംഗീകരിച്ചേ മതിയാവൂ. ഈ വസ്തുത മുന്നിൽ വെച്ചുകൊണ്ടാണ് ഇന്ത്യയിലെ സൂഫിപണ്ഡിതർ ശ്രീരാമനും ശ്രീകൃഷ്ണനും ദൈവത്തിന്റെ പ്രവാചകരാവാം എന്ന് അഭിപ്രായപ്പെട്ടത്.

മതപരമായ ബഹുസ്വരത നിലനിൽക്കുന്ന ഒരു ലോകമാണ് ഖുർആൻ വിഭാവനം ചെയ്യുന്നത് എന്ന് ചൂണ്ടിക്കാട്ടുന്ന ഗ്രന്ഥകാരൻ ‘ഞങ്ങൾ നിങ്ങളെക്കാൾ വിശുദ്ധർ’ എന്ന സമീപനം മുസ്‌ലിങ്ങൾ കൈക്കൊള്ളുന്നതിനോട് ഒട്ടും യോജിക്കുന്നില്ല. കാരണം, ആ സമീപനം, ഖുർആന്റെ അന്തസ്സത്തയ്ക്കും അക്ഷരങ്ങൾക്കും ഒരുപോലെ എതിരാണ്. അതുപോലെ, ഇസ്‌ലാം ലോകത്തിൽ അധീശത്വം സ്ഥാപിക്കുമെന്നും ലോകത്തെ അടക്കിവാഴുമെന്നുമുള്ള ആശയവും അദ്ദേഹം തള്ളിക്കളയുന്നു. ഖുർആന്റെ നോട്ടപ്പാടിലൂടെ വീക്ഷിക്കുമ്പോൾ അത് വഴിവിട്ട ഒരസംബന്ധമാണ്. എല്ലാവരും ഇസ്‌ലാം സ്വീകരിക്കുമെന്ന് ഖുർആൻ പ്രതീക്ഷിക്കുകയോ അങ്ങനെ സൂചിപ്പിക്കുകയോ ചെയ്യുന്നില്ല. ഒരു സാങ്കല്പിക ഇസ്‌ലാമിക ഖിലാഫത്തിനു കീഴിൽ ലോകം ഒരു ഏകശിലാത്മക മതസമൂഹമാകുമെന്നും ഖുർആൻ കരുതുന്നില്ല. മറിച്ച്, തങ്ങൾ എന്താഗ്രഹിക്കുന്നുവോ അതിൽ വിശ്വസിക്കാൻ എല്ലാവർക്കും സ്വാതന്ത്ര്യമുണ്ടായിരിക്കണം എന്നതാണ് ആ ഗ്രന്ഥത്തിന്റെ നിലപാട് (പു. 239–240).

ഖിലാഫത്തിന്റെ പുനഃസ്ഥാപനം, ആഗോള ഇസ്‌ലാമിക ഖിലാഫത്ത്, ഇസ്‌ലാമിക രാഷ്ട്രം എന്നിവയെക്കുറിച്ചെല്ലാം വാചാലരാകുന്നവർ

ഇസ്‌ലാമിനെ ഒരു രാഷ്ട്രീയ സിദ്ധാന്തമായി ന്യൂനീകരിക്കുന്നവരാണ്. 'ദൈവത്തിന്റെ പരമാധികാരം' എന്ന ആശയം ഉയർത്തിക്കാട്ടിയാണ് അവർ ഇസ്‌ലാമിനെ അടിമുടി രാഷ്ട്രീയവത്കരിക്കുന്നത്. പരമാധികാരി ദൈവമാണെന്നും (3:26) അധികാരവും വിധികർതൃത്വവും ദൈവത്തിന് അവകാശപ്പെട്ടതാണെന്നും (12:40, 6:57) വെളിപ്പെടുത്തുന്ന സൂക്തങ്ങൾ അവർ തങ്ങളുടെ വാദസമർത്ഥനത്തിന് ഉപയോഗിക്കുകയും ചെയ്യുന്നു.

ദൈവം പ്രപഞ്ചത്തിന്റെ പരമാധികാരിയാണെങ്കിൽ അവൻ രാഷ്ട്രീയ തലത്തിലും പരമാധികാരിയായിരിക്കണം എന്ന മട്ടിലാണ് വാദം പോകുന്നത്. പരമാധികാരത്തിന് അവകാശി ദൈവമായിരിക്കെ, ജനങ്ങളോ രാഷ്ട്രമോ പരമാധികാരം അവകാശപ്പെട്ടുകൂടാ. നിയമനിർമാതാവായ ദൈവത്തിന്റെ കല്പനകൾക്കു വിധേയമായിരിക്കണം മുസ്‌ലിം ഭരണവുമായി ബന്ധപ്പെട്ട സർവ കാര്യങ്ങളും. നിയമനിർമാണാധികാരം ജനങ്ങൾക്കോ ജനപ്രതിനിധിസഭകൾക്കോ നൽകാവതല്ല. രാഷ്ട്രീയപാർട്ടികൾക്കോ മൊത്തം ജനതയ്ക്കോ ഭരണത്തിന്റെ പരമമായ നിയന്ത്രണം അവകാശപ്പെടാനാവില്ല.

ഇത് കറകളഞ്ഞ ഒരു സമഗ്രാധിപത്യ ഫോർമുലയാണെന്ന് സിയാവുദ്ദീൻ സർദാർ നിരീക്ഷിക്കുന്നു. "ഈ ഫോർമുല താങ്ങിനിർത്തപ്പെടുന്നത് ഇങ്ങനെയാണ്: ഖുർആനിൽ വിശ്വസിക്കുന്നവരുടെ സമുദായമായി മുസ്‌ലിങ്ങൾ നിലനിൽക്കണമെങ്കിൽ അവർ ദൈവികനിയമമായ ശരീഅത്ത് ഉയർത്തിപ്പിടിക്കണം. സമൂഹത്തിൽ ശരീഅത്ത് നടപ്പാക്കുമ്പോഴാണ് ഒരു ഇസ്‌ലാമിക രാഷ്ട്രം ശരിയായ അർത്ഥത്തിൽ ഇസ്‌ലാമികമാവുന്നത്. ശരിഅത്തിന്റെ യഥാർത്ഥ സംരക്ഷകർ എന്ന നിലയിൽ ശരിഅത്ത് നടപ്പാക്കുക എന്നത് മതപണ്ഡിതരുടെ അവകാശവും കടമയുമാണ്. ആ നിലയ്ക്ക് രാഷ്ട്രീയാധികാരം സ്ഥിതി ചെയ്യുന്നത് മതപണ്ഡിതരുടെ കൈകളിലാണ്; അല്ലെങ്കിൽ മതപണ്ഡിതരുടെ മാർഗ്ഗനിർദ്ദേശങ്ങൾക്കും മേൽനോട്ടത്തിനും വിധേയരായി പ്രവർത്തിക്കുന്ന ഭരണകർത്താക്കളിലാണ്. ജനങ്ങൾ മതപണ്ഡിതരെ അനുസരിക്കുക മാത്രമേ ചെയ്യേണ്ടൂ; മതപണ്ഡിതരെ അനുസരിക്കുക എന്നതിനർത്ഥം ദൈവത്തെ അനുസരിക്കുക എന്നാണ്." (പു. 299).

ഈ ഫോർമുലയിൽ സ്വതന്ത്ര ഇച്ഛയ്ക്കോ ജനപങ്കാളിത്തമുള്ള ഭരണത്തിനോ മാത്രമല്ല, സ്വതന്ത്രമായി ചിന്തിക്കുന്ന പൗരന്മാർക്കും ഇടമില്ലെന്ന് അഭിപ്രായപ്പെടുന്ന ഗ്രന്ഥകാരൻ ഖുർആനിൽ പരാമർശിക്കുന്ന പരമാധികാരത്തിലേക്കു വായനക്കാരുടെ ശ്രദ്ധ ക്ഷണിച്ചുകൊണ്ട് എഴുതുന്നു: "തീർച്ചയായും പ്രപഞ്ചത്തിന്റെ പരമാധികാരം ദൈവത്തിന്

അവകാശപ്പെട്ടതാണ്. പ്രപഞ്ചത്തിന്റെ പരമോന്നത ഭരണാധികാരി എന്ന നിലയിൽ മനുഷ്യരുടെ ഭൗതികവും ആത്മീയവുമായ അവസ്ഥ ഉൾപ്പെടെ വ്യവസ്ഥിത വിശ്വത്തിന്റെ സകലകാര്യങ്ങളും ദൈവത്തിന്റെ ഇച്ഛയ്ക്കും വിവേകത്തിനുമനുസരിച്ചാണ് നിയന്ത്രിക്കപ്പെടുന്നത്. പക്ഷേ, ഇപ്പറഞ്ഞ ഇച്ഛ ആർക്കുവേണ്ടിയും മാറാത്ത പ്രകൃതിനിയമങ്ങൾക്കു സമാനമാണ്. ഈ അർത്ഥത്തിലത്രേ 'അധികാരം ദൈവത്തിൽ മാത്രം നിക്ഷിപ്തമാണ്' (12:40) എന്ന് ഖുർആൻ പറയുന്നത്. എന്നാൽ പ്രകൃതിയുടെ പ്രവർത്തനത്തിലെന്നപോലെ മനുഷ്യസമൂഹത്തിന്റെ രാഷ്ട്രീയ കാര്യങ്ങളിലും ദൈവത്തിന്റെ പരമാധികാരം പ്രവർത്തിക്കുന്നു എന്നു വാദിക്കുന്നത് അസംബന്ധമല്ലാതെ മറ്റൊന്നുമല്ല. ദൈവത്തിന്റെ പരമാധികാരം അവന്റെ നിയമത്തിലൂടെ അഥവാ ശരീഅത്തിലൂടെ പ്രവർത്തിക്കുന്നു എന്നാണ് പറയുന്നതെങ്കിൽ, അതിൽ അത്രമാത്രം കാര്യമൊന്നുമില്ല. (കാരണം) പ്രകൃതിനിയമങ്ങൾ നമുക്കു നിരാകരിക്കാൻ കഴിയാത്തവയാണ്. എന്നാൽ ദൈവത്തിന്റെ നിയമങ്ങൾ ഐച്ഛികമത്രേ. ദൈവം തന്നെ വ്യക്തമാക്കിയിട്ടുള്ളതുപോലെ, മതത്തിൽ നിർബന്ധം എന്ന പ്രശ്നം ഉത്ഭവിക്കുന്നില്ല. അതിനർത്ഥം ദൈവിക നിയമങ്ങൾ കൊള്ളാനോ തള്ളാനോ മനുഷ്യർക്ക് അവകാശമുണ്ട് എന്നാണ്." (പു. 300)

മറ്റുവിധത്തിൽ പറഞ്ഞാൽ, ഖുർആനിൽ പരാമർശിക്കുന്ന ദൈവിക പരമാധികാരം പ്രപഞ്ചതലത്തിലുള്ളതാണ്. മനുഷ്യരുമായി ബന്ധപ്പെട്ട ഭൗമതലത്തിൽ സമൂഹസംബന്ധമായ കാര്യങ്ങളിൽ തീരുമാനങ്ങളെടുക്കാനുള്ള പരമാധികാരം മനുഷ്യർക്കുതന്നെയാണ്. അല്ലായിരുന്നുവെങ്കിൽ സമൂഹത്തിന്റെ രാഷ്ട്രീയകാര്യങ്ങൾ ജനങ്ങൾ പരസ്പര കൂടിയാലോചനകളിലൂടെ നിർവഹിക്കണമെന്ന് ഖുർആൻ നിർദ്ദേശിക്കുമായിരുന്നില്ലെന്നും ഗ്രന്ഥകാരൻ ചൂണ്ടിക്കാട്ടുന്നു. നഗരാസൂത്രണത്തെക്കുറിച്ചോ ദേശീയവരുമാനത്തിന്റെ എത്ര ശതമാനം വിദ്യാഭ്യാസത്തിനു നീക്കിവെക്കണമെന്നതു സംബന്ധിച്ചോ ആശയവിനിമയോപാധികളും തത്സംബന്ധമായ സാങ്കേതികപരിജ്ഞാനവും എങ്ങനെ വിനിയോഗിക്കണമെന്നതിനെപ്പറ്റിയോ ദൈവം ഒന്നും പറയുന്നില്ല. ആധുനികകാലത്തെ ഇസ്ലാമിസ്റ്റുകൾ ഖുർആനാണ് തങ്ങളുടെ ഭരണഘടന എന്നു പ്രഖ്യാപിക്കുന്നതു കാണാം. എന്നാൽ പ്രവാചകൻ അങ്ങനെ ചെയ്തിരുന്നില്ലെന്ന് സർദാർ ഓർമപ്പെടുത്തുന്നു. മദീനയുടെ ഭരണഘടനയ്ക്ക് പ്രവാചകൻ രൂപം നൽകിയത് മുസ്ലിങ്ങളും അമുസ്ലിങ്ങളുമടക്കമുള്ള ജനങ്ങളുമായി നടത്തിയ കൂടിയാലോചനകളിലൂടെയാണ്.

ജനങ്ങളുടെ സാമൂഹിക-രാഷ്ട്രീയ ജീവിതത്തിലേക്കുകൂടി ദൈവത്തിന്റെ പരമാധികാരം സംക്രമിപ്പിക്കുന്ന ഇസ്ലാമിസ്റ്റ് സംഘടനകൾ

മാത്രമല്ല മറ്റ് മുസ്‌ലിം മതസംഘടനകളും അവയുടെ തലപ്പത്തിരിക്കുന്നവരും ശരീഅത്തിന് ദൈവികത്വം കല്പിച്ചുവരുന്നു. 1985-ൽ ഇന്ത്യയിൽ ഷാബാനു ബീഗം കേസിനെത്തുടർന്ന് ശരീഅത്ത് ചർച്ചാവിഷയമായപ്പോൾ ഏതാണ്ടെല്ലാ മുസ്‌ലിംസംഘടനകളും ശരീഅത്ത് ദൈവികമാണെന്നും അതിൽ ഭേദഗതി വരുത്താൻ മനുഷ്യർക്ക് അവകാശമില്ലെന്നും ഉച്ചൈസ്തരം ഘോഷിച്ചിരുന്നു. ഇപ്പോഴും സ്ഥിതിയിൽ മാറ്റമില്ല. ഇന്ത്യയിൽ മാത്രമല്ല, ലോകത്തിൽ എല്ലായിടത്തും പരമ്പരാഗത മുസ്‌ലിം മതപണ്ഡിതരും സംഘടനകളും ശരീഅത്തിന്റെ ദൈവികതയിൽ ഊന്നുന്നവരാണ്.

ശരീഅത്തിനെക്കുറിച്ച് തികച്ചും വ്യത്യസ്തമായ അഭിപ്രായമാണ് സിയാവുദ്ദീൻ സർദാറിനുള്ളത്. അദ്ദേഹത്തിന്റെ വീക്ഷണത്തിൽ ശരീഅത്ത് ഒരു ഖുർആനിക സങ്കല്പം പോലുമല്ല. അതിന് യാതൊരു ദൈവികത്വവുമില്ല. എല്ലാ അർത്ഥത്തിലും ഒരു സമൂഹനിർമിതിയാണത്. എട്ടാം നൂറ്റാണ്ടിൽ അബ്ബാസിയാ ഭരണകാലത്താണ് ശരീഅത്ത് എന്ന സംജ്ഞ പ്രചാരത്തിൽ വരുന്നത്. ആ കാലയളവിൽതന്നെയാണ് ഇസ്‌ലാമിക നിയമങ്ങളുടെ സ്ഥാപനവത്കരണം ആരംഭിക്കുന്നതും.

ഇന്ന് ഇസ്‌ലാമിക നിയമങ്ങളായി അറിയപ്പെടുന്നത് അബ്ബാസിയാ കാലത്ത്, എട്ടും ഒമ്പതും നൂറ്റാണ്ടുകളിൽ പ്രത്യേക വിഷയങ്ങളെക്കുറിച്ച് അക്കാലത്തെ നിയമജ്ഞർ നൽകിയ അഭിപ്രായങ്ങളാണ്. ഈ ക്ലാസിക്കൽ നിയമജ്ഞരുടെ വിധിതീർപ്പുകൾ അറബിഭാഷയിൽ 'ഫിഖ്ഹ്' എന്ന പേരിൽ അറിയപ്പെടുന്നു. മനുഷ്യരായ നിയമവിദഗ്ദ്ധരുടെ ഈ വിധിതീർപ്പുകളത്രേ 'മാറ്റങ്ങൾക്കു വിധേയമല്ലാത്ത ദൈവിക നിയമങ്ങൾ' എന്ന നിലയിൽ, ശരീഅത്ത് എന്ന അഭിധാനത്തിൽ വ്യവഹരിക്കപ്പെട്ടുപോരുന്നത്. ശരീഅത്തും ഖുർആനും തമ്മിൽ പൊരുത്തപ്പെടുന്നില്ല എന്നതുതന്നെ ശരീഅത്തിന്റെ അദൈവികത്വത്തിനു തെളിവാണെന്ന് സർദാർ എഴുതുന്നു. രണ്ടും തമ്മിലുള്ള പൊരുത്തക്കേടുകൾ ഗ്രന്ഥകാരൻ എടുത്തുകാട്ടുന്നുണ്ട്. ചില ഉദാഹരണങ്ങൾ:

1. ഖുർആൻ 'മതത്തിൽ നിർബന്ധമില്ല' എന്നു പ്രഖ്യാപിക്കുന്നു. ശരീഅത്താകട്ടെ മതപരിത്യാഗത്തിനു വധശിക്ഷ വിധിക്കുന്നു.

2. വ്യഭിചാരികളെ കല്ലെറിഞ്ഞു കൊല്ലണമെന്ന് ശരീഅത്ത് പറയുന്നു. ഖുർആനിലാണെങ്കിൽ ഒരിടത്തും കല്ലേറുമായി ബന്ധപ്പെട്ട പരാമർശങ്ങളൊന്നുമില്ല.

3. സ്വവർഗ്ഗ ലൈംഗികതയ്ക്ക് ഒരു സുനിർണിത ശിക്ഷ ഖുർആനിൽ രേഖപ്പെടുത്തിയിട്ടില്ല. അതേസമയം ശരീഅത്ത് സ്വവർഗലൈംഗികതയിൽ ഏർപ്പെടുന്നവർക്ക് വധശിക്ഷ വിധിക്കുന്നു.

4. വിവാഹമോചനം, ജീവനാംശം, കുട്ടികളുടെ സംരക്ഷണാവകാശം തുടങ്ങി സ്ത്രീകളുമായി ബന്ധപ്പെട്ട വിഷയങ്ങളിലെല്ലാം ശരീ അത്ത് പൊതുവിൽ സ്ത്രീവിരുദ്ധവും സ്ത്രീവിദ്വേഷപരവുമായ സമീപനമാണ് സ്വീകരിക്കുന്നത്. ഖുർആനാവട്ടെ നിയമത്തിനു മുൻപിൽ പുരുഷനും സ്ത്രീയും തുല്യരാണെന്ന സമീപനം കൈ ക്കൊള്ളുന്നു.

മുസ്ലിം സാമ്രാജ്യത്വയുക്തികൾ ശരീഅത്തിൽ പ്രതിഫലിക്കുന്നു ണ്ടെന്ന് നിരീക്ഷിക്കുന്ന സിയാവുദ്ദീൻ സർദാർ, ശരീഅത്ത് വാസ്തവ ത്തിൽ മധ്യകാലഘട്ടത്തിലെ പ്രശ്നങ്ങൾക്കു പരിഹാരം കാണുന്നതിന്റെ ഭാഗമായി അന്നത്തെ നിയമജ്ഞർ നൽകിയ നിർദ്ദേശങ്ങളാണെന്ന് എടുത്തു പറയുന്നുണ്ട്. അക്കാലത്തെ സാമൂഹിക-സാംസ്കാരിക സാഹ ചര്യങ്ങൾ തീർച്ചയായും ആ നിർദ്ദേശങ്ങളെ സ്വാധീനിച്ചിട്ടുണ്ട്. അവ സർവസമൂഹങ്ങൾക്കും സർവകാലത്തേക്കും ബാധകമാണെന്ന വാദം അസ്വീകാര്യമാണെന്ന് ഗ്രന്ഥകാരൻ തറപ്പിച്ചു പറയുന്നു.

സമൂഹവും അതിന്റെ ആവശ്യങ്ങളും മാറുന്നതിനനുസരിച്ച് നിയമങ്ങളും മാറേണ്ടതുണ്ട്. ഇസ്ലാമിക നിയമങ്ങളെ ചരിത്രത്തിൽ മരവിപ്പിച്ചു നിർത്തിയാൽ അതിനു പിന്നെ നിയമങ്ങൾ എന്ന വിശേ ഷണം ചേരാതെ വരും. ശരീഅത്ത് ഒരു നിയമവ്യവസ്ഥയായി അംഗീ കരിക്കപ്പെടണമെങ്കിൽ അത് ചലനാത്മകമായിരിക്കണം; നിരന്തരം മാറാനും സമൂഹത്തിൽ വരുന്ന മാറ്റങ്ങളോട് സമരസപ്പെടാനും അതിനു സാധിക്കണം. ഖുർആൻ ലക്ഷ്യംവെക്കുന്നത് ഒരു നിയമോന്മുഖ സമൂഹമല്ല, ധർമോന്മുഖ സമൂഹമാണെന്ന വസ്തുതയും ശ്രദ്ധിക്കേ ണ്ടതുണ്ട്. കട്ടവന്റെ കൈ വെട്ടുക എന്ന നിയമത്തിന് ഏഴാംനൂറ്റാ ണ്ടിലെ ഗോത്രസമൂഹത്തിൽ പ്രസക്തിയുണ്ടാവാം. ജയിൽ എന്ന സ്ഥാപനം ഇല്ലാതിരുന്ന കാലമാണത്. എന്നാൽ വർത്തമാനകാലത്ത് ജയിലുകളും തെറ്റുതിരുത്തലിന് പ്രേരിപ്പിക്കാവുന്ന ഇതര സംവിധാന ങ്ങളുമുണ്ട്. കട്ടവന്റെ കരം ഛേദിക്കുന്നതിനു പകരം ഇന്ന് മോഷ്ടാവിനു നൽകേണ്ടത് ജയിൽശിക്ഷയും ഒപ്പം സ്വയം തിരുത്തലുകൾക്കുള്ള അവസരങ്ങളുമാണ്.

ശരീഅത്തിലേക്കെന്നപോലെ ഖുർആനിലേക്കും കൈചൂണ്ടിയാണ് ബഹുഭാര്യത്വം, തത്ത്വദീക്ഷാരഹിതമായ വിവാഹമോചനം തുടങ്ങിയ സാമൂഹികതിന്മകളെ പലരും ന്യായീകരിക്കാറുള്ളത്. പുതിയ കാലത്ത് തീവ്രവാദത്തെയും ഭീകരവാദത്തെയും ന്യായീകരിക്കാനും ബന്ധപ്പെട്ട വർ ചില ഖുർആനിക സൂക്തങ്ങളെ ഉപയോഗപ്പെടുത്തുന്നു. മുസ്ലിങ്ങ ളിൽ ഭൂരിപക്ഷവും ഖുർആനെ സമാധാനത്തിന്റെ ഗ്രന്ഥവും ഇസ്ലാമിനെ

സമാധാനത്തിന്റെ മതവുമായാണ് കാണുന്നത്. എന്നാൽ തീവ്രവാദികൾ തങ്ങൾ നടത്തുന്ന ഭീകരാക്രമണങ്ങൾക്കും കൂട്ടക്കൊലകൾക്കും ചാവേർസ്ഫോടനങ്ങൾക്കും അതേ ഖുർആനിലും ഇസ്ലാമിലും സാധൂകരണം കണ്ടെത്തുന്നു.

അൽഖയ്ദയും താലിബാനും ലഷ്കറെ തൊയ്ബയും ഇന്ത്യൻ മുജാഹിദീനുമുൾപ്പെടെ എല്ലാ തീവ്രവാദസംഘങ്ങളും തങ്ങൾ നടത്തുന്ന കൊടുംഹിംസയെ ന്യായീകരിക്കാൻ എടുത്തുകാട്ടുന്ന ഖുർആനിക സൂക്തങ്ങൾ ഗ്രന്ഥകാരൻ വിശകലനം ചെയ്യുന്നുണ്ട്. ഒമ്പതാം അധ്യായത്തിലെ 5-ാം സൂക്തവും മൂന്നാം അധ്യായത്തിലെ 149-ാം സൂക്തവുമാണവ. ഇതിൽ ആദ്യത്തെതിനെ 'വാൾസൂക്ത'മെന്നും രണ്ടാമത്തെതിനെ ഈയിടെയായി 'ഭീകരതാസൂക്ത'മെന്നും ചിലർ വിശേഷിപ്പിച്ചു വരുന്നുണ്ട്.

'വാൾസൂക്ത'ത്തിൽ പറയുന്നതിങ്ങനെ: 'ദൈവത്തിന്റെ ഏകത്വം നിഷേധിക്കുന്നവരെ (മുശ്രിക്കുകളെ) കണ്ടേടത്തുവെച്ച് കൊല്ലുക, അവരെ ബന്ധനസ്ഥരാക്കുക, ഒളിയിടങ്ങളിൽ അവരെ പിടികൂടാൻ കാത്തിരിക്കുക' (9:5). ഇത് വിവിധ കാലദേശങ്ങളിൽ ജീവിക്കുന്ന എല്ലാ മുസ്ലിങ്ങൾക്കും ബാധകമായ കല്പനയല്ലെന്ന് ഗ്രന്ഥകാരൻ വിശദീകരിക്കുന്നു. പ്രവാചകൻ ജീവിച്ചിരുന്ന കാലത്ത് അദ്ദേഹത്തോടൊപ്പം നിൽക്കുകയും യുദ്ധങ്ങളിലേർപ്പെടുകയും ചെയ്തിരുന്നവർക്കു മാത്രമുള്ള നിർദ്ദേശമാണത്. അതിനാകട്ടെ, പ്രത്യേക കാരണവുമുണ്ടായിരുന്നു. പല ഗോത്രക്കാരും മുസ്ലിങ്ങളുമായി ഉണ്ടാക്കിയ ഉടമ്പടികൾ ലംഘിക്കാനും അവരെ ദ്രോഹിക്കുകയും വകവരുത്തുകയും ചെയ്യാനും തുടങ്ങി. മുസ്ലിങ്ങളുടെ അതിജീവനം പ്രതിസന്ധിയിലായി. ആ സന്ദർഭത്തിൽ സ്വയംരക്ഷാർത്ഥം യുദ്ധതന്ത്രങ്ങൾ പ്രയോഗിക്കാൻ മുസ്ലിങ്ങളോട് ആവശ്യപ്പെടുകയാണ് മേൽപറഞ്ഞ സൂക്തത്തിലൂടെ ഖുർആൻ ചെയ്യുന്നത്. ആ സവിശേഷ സന്ദർഭത്തിൽ അവസാനിക്കുന്ന പ്രസക്തിയേ ആ സൂക്തത്തിനുള്ളൂ. സന്ദർഭത്തിൽ നിന്ന് പറിച്ചെടുത്ത് അതിനെ ഉപയോഗിക്കുമ്പോൾ ഏതു ഹിംസയ്ക്കുമുള്ള ന്യായീകരണമായി അതു ഭവിക്കും. ഖുർആനെ യുദ്ധത്തിന്റെ ഗ്രന്ഥമായി വീക്ഷിക്കുന്ന തീവ്രവാദികൾ ചെയ്തുവരുന്നത് അതാണ്.

'ഭീകരതാസൂക്ത'ത്തിന്റെ സ്ഥിതിയും വ്യത്യസ്തമല്ല. ആ സൂക്തം ഇങ്ങനെ: 'അവിശ്വാസികളുടെ ഹൃദയങ്ങളിൽ നാം ഭീതി നിറയ്ക്കും. അവർ മറ്റു ദൈവങ്ങളെ സേവിക്കുന്നവരാണ് (3:149). ഖുർആൻ പ്രവാചകനെയാണ് സംബോധന ചെയ്യുന്നതെന്നു ഗ്രന്ഥകാരൻ വ്യക്തമാക്കുന്നു. ഉഹ്ദ് യുദ്ധവേളയിലാണ് ഈ സൂക്തത്തിന്റെ വരവ്. പ്രവാചക

നോടൊപ്പമുണ്ടായിരുന്ന ദുർബല സൈന്യത്തിനു നേരിടേണ്ടിയിരുന്നത് കൂടുതൽ കരുത്തും ആൾബലവുമുള്ള സൈന്യത്തെയായിരുന്നു. സ്വാഭാവികമായി പ്രവാചകൻ യുദ്ധഫലത്തെക്കുറിച്ച് ആശങ്കയിലാണ്ടു. ആ സന്ദർഭത്തിൽ അദ്ദേഹത്തിന് ആത്മവിശ്വാസം പകരുക എന്ന ഉദ്ദേശ്യത്തോടെയാണ് ശത്രുസൈന്യങ്ങളുടെ ഹൃദയങ്ങളിൽ ദൈവം ഭീതി നിറയ്ക്കും എന്ന അറിയിപ്പുണ്ടാകുന്നത്. സന്ദർഭമാത്ര പ്രസക്തിയേ ആ സൂക്തത്തിനുമുള്ളൂ. മുസ്ലിങ്ങൾക്കാകമാനമുള്ള പൊതുസന്ദേശമോ നിർദ്ദേശമോ അല്ല അത്.

സർദാറിന്റെ ഈ വിശദീകരണം സ്വീകരിക്കാൻ പലരും തയ്യാറാവില്ല. കാരണം, അവരെ സംബന്ധിച്ചിടത്തോളം ഖുർആനിലടങ്ങിയിരിക്കുന്നത് ദൈവവചനങ്ങളാണ്. അതുകൊണ്ടുതന്നെ അവ ശാശ്വതസത്യങ്ങളാണ്. കാലദേശങ്ങളുടെ പരിമിതികൾ അവയ്ക്കു ബാധകമല്ല. ഖുർആനിക വചനങ്ങൾക്കു സർവകാല, സർവദേശ സാധുതയുണ്ട് എന്നത് അടിസ്ഥാനപരമായ ഒരു മുസ്ലിം വിശ്വാസമാണെന്ന് അംഗീകരിച്ചുകൊണ്ടുതന്നെ ഗ്രന്ഥകാരൻ ഈ ചിന്താരീതിയോടു പ്രതികരിക്കുന്നുണ്ട്. അദ്ദേഹം എഴുതുന്നു: “ഖുർആൻ ഒരു ശാശ്വതഗ്രന്ഥമാണെന്നതു ശരിതന്നെ... പക്ഷേ, അതു ചരിത്രത്തിൽ അവതരിച്ച ഒരു ഗ്രന്ഥം കൂടിയാണ്. അവതരണം നടന്ന ചരിത്രസന്ദർഭത്തിലെ സാമൂഹിക ചുറ്റുപാടുകളും നാട്ടുനടപ്പുകളും ആചാരങ്ങളും രാഷ്ട്രീയഘടനകളും അതിന് അവഗണിക്കാൻ കഴിയില്ല. സവിശേഷ സാഹചര്യങ്ങളോടുകൂടിയ ഒരു സവിശേഷ ചരിത്രസന്ദർഭത്തിലാണ് ഖുർആൻ അവതരിച്ചതെന്ന വസ്തുത ആ ഗ്രന്ഥംതന്നെ അംഗീകരിക്കുന്നുണ്ട്... അതുകൊണ്ട് സ്ത്രീകൾ, കുറ്റകൃത്യങ്ങൾ, ശിക്ഷ തുടങ്ങിയവ ഉൾപ്പെടെയുള്ള വിഷയങ്ങളെ സംബന്ധിക്കുന്ന ഖുർആൻ സൂക്തങ്ങൾ അവയുടെ സന്ദർഭങ്ങളിൽ നിർത്തിവേണം വായിക്കാൻ. ശാസനകൾ എന്ന നിലയിൽ സൂക്തങ്ങളെ മനസ്സിലാക്കുന്നതിനു പകരം അവയുടെ അന്തഃസത്തയുൾക്കൊണ്ടുകൊണ്ടാണ് സൂക്തങ്ങളെ മനസ്സിലാക്കേണ്ടത്” (Prologue, Reading the Quran, XIX).

അങ്ങനെ മനസ്സിലാക്കുമ്പോൾ പോലും ഖുർആനിക സൂക്തങ്ങളുടെ അന്തിമഗ്രഹണം (final understanding) നടന്നു എന്ന് ആരും വ്യാമോഹിക്കരുതെന്ന് ഗ്രന്ഥകാരൻ ഉണർത്തുന്നു. ദൈവത്തിന്റെ അന്തിമ വാക്കായാണ് വിശ്വാസികൾ ഇസ്ലാമിന്റെ വേദപുസ്തകത്തെ കാണുന്നത് എന്നതു ശരിതന്നെ. പക്ഷേ, ഒരു കാര്യം ഓർമ്മവെക്കണം: ദൈവികഗ്രന്ഥം ഒരിക്കലും ദൈവികമായ അർത്ഥം ഉത്പാദിപ്പിക്കുകയില്ല. ഗ്രന്ഥത്തിലെ വരികൾക്കു നൽകപ്പെടുന്ന അർത്ഥകല്പനകൾ മനുഷ്യമസ്തിഷ്കത്തിന്റെ ഉത്പന്നങ്ങളാണ്. വരികൾ ദൈവത്തിന്റേ

താണെങ്കിലും അവ മനസ്സിലാക്കുന്നത് മനുഷ്യരാണ്. ദൈവത്തിന്റെ അവസാന ഗ്രന്ഥത്തിന്റെ നമ്മുടെ ഗ്രഹണം ആ ഗ്രന്ഥത്തിന്റെ അന്തിമ ഗ്രഹണമാവില്ല. കാരണം ലളിതം: നമുക്ക് ദൈവത്തിന്റെ മനസ്സാവാൻ കഴിയില്ല. അതിനാൽത്തന്നെ ദൈവവചനങ്ങൾ ചോദ്യം ചെയ്യലുകൾക്ക് അതീതവുമല്ല. (പു.10). ദൈവവചനങ്ങളെ നിരന്തരം ചോദ്യം ചെയ്തു കൊണ്ടേ മനുഷ്യർ വിവിധ കാലദേശങ്ങളിൽ അഭിമുഖീകരിക്കുന്ന പ്രശ്നങ്ങൾക്കും പ്രതിസന്ധികൾക്കും ഉത്തരങ്ങൾ കണ്ടെത്താനാവൂ. 'ചിന്തിക്കുക', 'മനനം ചെയ്യുക' എന്നീ കല്പനകൾ ഖുർആനിൽ ആവർത്തിക്കുന്നതിന്റെ പൊരുൾ മറ്റൊന്നല്ലെന്ന് സർദാർ നിരീക്ഷിക്കുന്നു.

ചിന്തിക്കാനും മനനംചെയ്യാനും ഖുർആൻ ആവശ്യപ്പെടുന്നു എന്നതിനർത്ഥം ഏതെങ്കിലും ഒരു വ്യാഖ്യാനമോ അർത്ഥകല്പനയോ മാത്രമല്ല ഇസ്ലാമിന്റെ വേദപുസ്തകത്തിന് സാധ്യം എന്നാണ്. വ്യാഖ്യാനങ്ങൾ ഏതും കാലബന്ധിതമായിരിക്കും എന്നതിനാൽ വ്യാഖ്യാനങ്ങൾ ഒരിക്കലും അവസാനിക്കുന്നില്ല എന്നും അതിനർത്ഥമുണ്ട്. വ്യാഖ്യാനങ്ങളുടെ അനന്തസാധ്യതകൾ മുന്നിൽ വെച്ചുകൊണ്ടാണ് ഖുർആന്റെ ഒന്നാം അധ്യായമായ 'അൽ ഫാത്തിഹ'യിൽ പരാമർശിക്കുന്ന 'നേർവഴി'യെ ഗ്രന്ഥകാരൻ സമീപിക്കുന്നത്.

ഖുർആൻ പറയുന്ന 'നേർവഴി' ഏതാണ്? പല പണ്ഡിതരും ഖുർആൻ വ്യാഖ്യാതാക്കളും പലമട്ടിൽ 'നേർവഴി' അടയാളപ്പെടുത്തിയിട്ടുണ്ടെന്ന് സർദാർ വ്യക്തമാക്കുന്നു. ഈജിപ്ഷ്യൻ ഇസ്ലാമിക പണ്ഡിതൻ ശെയ്ഖ് മുഹമ്മദുൽ ഗസ്സാലിയുടെ ദൃഷ്ടിയിൽ നേർവഴി വാസ്തവത്തിൽ ഒരു 'നേർരേഖ'യാണ്. രണ്ടു ബിന്ദുക്കൾ തമ്മിലുള്ള ഏറ്റവും കുറഞ്ഞ അകലമാണത്. നേരായ, ധാർമ്മികമായ ജീവിതം ആര് നയിക്കുന്നുവോ അവരാണ് ദൈവത്തിലേക്കുള്ള ശരിയായ പാതയിൽ സഞ്ചരിക്കുന്നവർ എന്നത്രേ ഗസ്സാലി വിശദീകരിക്കുന്നത്. ഈ 'നേരായ, ധാർമ്മിക ജീവിതം' അടിസ്ഥാനപരമായി കുറേ വിധിവിലക്കുകളുടെ (ചെയ്യാവുന്നതും ചെയ്യരുതാത്തതുമായ കാര്യങ്ങളുടെ) പട്ടികയെയാണ് ആശ്രയിച്ചിരിക്കുന്നതെന്ന് നിരീക്ഷിച്ച ശേഷം ഗ്രന്ഥകാരൻ എഴുതുന്നു: "ഈ സമീപനം ലളിതവത്കൃതവും ഏകമാനവുമാണ്. ത്രിമാനമായ ഒരു ഗോളത്തിൽ നേർരേഖ എന്നത് യഥാർത്ഥത്തിൽ ഒരു വക്രരേഖ (Curve) ആയിരിക്കും" (പു. 69).

അബുൽ അഅ്ലാ മൗദൂദിയുടെ കണ്ണിൽ 'പരമസത്യമായ വഴിയാണ് നേർവഴി'. പക്ഷേ, നശ്വരരായ മനുഷ്യർക്ക് എങ്ങനെ പരമസത്യം ഗ്രഹിക്കാൻ സാധിക്കുമെന്ന് സർദാർ ചോദിക്കുന്നു. വക്രതയോ വ്യതിചലനമോ

ഇല്ലാത്ത വഴിയായാണ് ക്ലാസിക്കൽ വ്യാഖ്യാതാവായ അൽഖുർതബി നേർവഴിയെ കാണുന്നത്. ശിയാ ഇസ്‌ലാമിൽ വിശ്വസിക്കുന്നവരെ സംബന്ധിച്ചിടത്തോളമാവട്ടെ, പ്രവാചകന്റെ അടുത്ത ബന്ധുവും നാലാം ഖലീഫയുമായിരുന്ന അലിയുടെ വഴിയത്രേ നേർവഴി. അലിയുടെ വ്യക്തിത്വത്തിലൂടെയും മാതൃകയിലൂടെയും കടന്നുപോയാൽ മാത്രമേ ഇസ്‌ലാമിന്റെ നേർവഴി കണ്ടെത്താനാവൂ.

സൂഫികൾ നേർവഴിയെ നോക്കിക്കാണുന്നത് മറ്റൊരു വിധത്തിലാണ്. ആൻഡലൂഷ്യ(സ്പെയിൻ)യിൽ ജീവിച്ച സൂഫി പണ്ഡിതൻ ഇബ്നു അറബി(1165–1240)യുടെ വീക്ഷണത്തിൽ 'ആത്മീയവും ദൈവികവുമായ രഹസ്യങ്ങളെ സംബന്ധിച്ച ജ്ഞാനത്തിലേക്കുള്ള പാത'യാണ് നേർവഴി. നാം ജീവിക്കുന്ന ലോകം നിഴലുകളല്ലാതെ മറ്റൊന്നുമല്ലെന്നും ഇസ്‌ലാമിന്റെ നേർവഴി 'നശ്വരമായ ഈ നിഴലുകളി'ൽനിന്ന് നമ്മെ ദൈവവുമായുള്ള മേളനത്തിലേക്കു നയിക്കുന്നുവെന്നും സൂഫികൾ വിശ്വസിക്കുന്നു.

മുകളിൽ പറഞ്ഞ എല്ലാവരും ഇസ്‌ലാമിന്റെ (ഖുർആന്റെ) നേർവഴിയെ കാണുന്നത് സുനിശ്ചിതവും സുസ്ഥിരവുമായ ഒരു പാതയായിട്ടാണ്. സിയാവുദ്ദീൻ സർദാർ അതിനോട് യോജിക്കുന്നില്ല. ജീവിതത്തിന്റെ സങ്കീർണതകൾക്കു നടുവിൽ 'നേർവഴി' ആരുടെ മുൻപിലും തെളിഞ്ഞുനിൽക്കുന്നില്ല എന്നാണ് അദ്ദേഹം അഭിപ്രായപ്പെടുന്നത്. ഇസ്‌ലാമിന്റെ നേർവഴി സുനിശ്ചിതവും സുസ്ഥിരവുമല്ല എന്ന് ഗ്രന്ഥകാരൻ വിശദീകരിക്കുകയും ചെയ്യുന്നു. സാഹചര്യങ്ങൾ മാറുന്നതിനനുസരിച്ച് സ്വയം മാറുന്ന വഴിയാണത്. വ്യത്യസ്ത സാഹചര്യങ്ങളിൽ അതു വ്യത്യസ്ത രൂപം കൈവരിക്കുന്നു. അതുകൊണ്ടുതന്നെ നിരന്തരം കണ്ടെത്തേണ്ടതും വീണ്ടും വീണ്ടും കണ്ടെത്തിക്കൊണ്ടിരിക്കേണ്ടതുമായ വഴിയാണ് ഇസ്‌ലാമിന്റെ നേർവഴി (പു. 70).

ആ കണ്ടെത്തൽ ഫലപ്രദമായി നടക്കണമെങ്കിൽ രണ്ടു കാര്യങ്ങൾ ചെയ്യേണ്ടിയിരിക്കുന്നു: ഒന്ന്, ഖുർആൻ മുന്നോട്ടുവെക്കുന്ന മുഖ്യ പ്രമേയങ്ങൾ സദാ മനസ്സിൽ വെക്കണം. നീതി, സമത്വം, സത്യം, ബഹുസ്വരത, ധാർമികത, മാനവികത, നാനാത്വം, യുക്തി, ജ്ഞാനം മുതലായവയാണ് ആ പ്രമേയങ്ങൾ. സമകാലിക മുസ്‌ലിം സമൂഹങ്ങളിൽ ഒരിടത്തും പ്രതിഫലിക്കാതിരിക്കുന്നതും ഈ പ്രമേയങ്ങൾതന്നെ. അനീതിയും അസമത്വവും അജ്ഞാനവും നിരക്ഷരതയും മർദ്ദനവും അമാനവികതയുമാണ് അവിടങ്ങളിൽ അരങ്ങുവാഴുന്നത്. തങ്ങളുടെ നിയമവ്യവസ്ഥയിലും രാഷ്ട്രീയ, സാമൂഹിക, സാംസ്കാരിക ഘടനകളിലും ഖുർആന് സവിശേഷ സ്ഥാനമുണ്ടെന്ന് ഉച്ചത്തിൽ അവകാശപ്പെടുന്ന സമൂഹങ്ങളിൽ വിശേഷിച്ചും അതാണവസ്ഥ (പു.371).

രണ്ട്, സാമ്പ്രദായിക ധാരണകൾ എന്ന പാരമ്പര്യത്തിന്റെയും ഖുർ ആനു നൽകപ്പെട്ട ക്ലാസിക്കൽ വ്യാഖ്യാനങ്ങളുടെയും ഭാരങ്ങളിൽ നിന്ന് മുസ്ലിങ്ങൾ സ്വയം മോചിതരാകണം. മുൻ തലമുറകൾ ഖുർആനെ ക്കുറിച്ച് മനസ്സിലാക്കിയതും പറഞ്ഞതുമായ കാര്യങ്ങളാണ് പാരമ്പര്യം എന്നതുകൊണ്ടുദ്ദേശിക്കുന്നത്. ഖുർആനെ വ്യാഖ്യാനിക്കാനുള്ള അധി കാരം തങ്ങൾക്കു മാത്രമേയുള്ളൂ എന്നവകാശപ്പെടുന്ന മതപണ്ഡിതരാണ് പാരമ്പര്യത്തെ വളർത്തിയെടുത്തതും പ്രോത്സാഹിപ്പിച്ചതും. അവരുടെ ബന്ധനത്തിൽനിന്ന് കുതറി മാറി ഓരോരുത്തരും ഖുർആൻ തുറന്ന മന സ്സോടെ വായിക്കുകയും സ്വയം ചിന്തിക്കുകയും യുക്തിവിചാരം നടത്തു കയും നിലപാടുകളിൽ എത്തുകയും ചെയ്യണം (പു. 373). ഖുർആനി ലേക്കും ഇസ്ലാമിലേക്കുമുള്ള കവാടങ്ങളുടെ സൂക്ഷിപ്പുകാരാവാൻ പണ്ഡിതരെയും വ്യാഖ്യാതാക്കളെയും അനുവദിച്ചുകൂടാ. അതെ, മുസ്ലിങ്ങൾ നടത്തേണ്ടത് ഖുർആനിലേക്കുള്ള ഒരു ഗെയ്റ്റ് ക്രാഷിങ് തന്നെയാണ്.

(ജൂലൈ, 2011)

∎

www.ingramcontent.com/pod-product-compliance
Lightning Source LLC
LaVergne TN
LVHW041613070526
838199LV00052B/3132
* 9 7 8 9 3 8 0 8 8 4 6 0 8 *